அமைதி என்பது...

அமைதி என்பது...

எம்.கோபாலகிருஷ்ணன்

தமிழினி

அமைதி என்பது...
சிறுகதைகள்
எம்.கோபாலகிருஷ்ணன்

Amaithi Enpathu... - Short Stories - M.Gopalakrishnan

முதல் பதிப்பு - ஜனவரி 2022

காப்புரிமை: எம்.கோபாலகிருஷ்ணன்

தமிழினி
63, நாச்சியம்மை நகர், சேலவாயல், சென்னை 600051

tamilinibooks@gmail.com | 8667255103

web journal : tamizhini.co.in

அச்சாக்கம் - மணி ஆப்செட், சென்னை

ரூ.240

அன்புடன்
நிர்மால்யாவுக்கு

நன்றி

தமிழினி
காலச்சுவடு
ஆவநாழி
கனலி
அந்தி மழை
கிளைமேட்
தினகரன்
கதைசொல்லி
ஓலைச்சுவடி
சிறுகதை காலாண்டிதழ்

உள்ளே...

1. அமைதி என்பது...   09
2. துணை   32
3. பித்து   46
4. சிவகாமி   58
5. சங்கரன் நாயர் லைப்ரரி   82
6. மரங்கொத்தி   105
7. மரத்தில் மறைந்தது   120
8. சீதனம்   132
9. உத்தரவு   144
10. வாசனை   156
11. பேல் பூரி   168
12. யோகம்   174
13. தலைநகரம்   188
14. வெள்ளம்   194

அமைதி என்பது...

பாதையை மறைத்துப் படர்ந்திருந்தது பனிமூட்டம். ஓரடிக்கும் அப்பால் அனைத்தும் உறைந்த காட்சிகளாகவே தென்பட்டன. சருமத்தை ஊடுருவிய குளிரில் நடுங்கி நின்றேன். வலதுபக்கமாய் ஆஸ்பெஸ்டாஸ் கூரையுடன் நீண்ட கட்டடம். சுவரையொட்டிய அடர்ந்த புதர்களில் நனைந்த டேலியாப் பூக்கள். இலைகளில் ஈரம். கட்டடத்துக்குப் பின்னால் நெருப்பைக் கண்டதும் அருகில் விரைந்தேன். தரையில் கிடந்த சுள்ளிகளையும் கட்டைகளையும் தாண்டி நின்றேன். தீயின் கதகதப்பு குளிரை விரட்டியது. அடுப்பில் விறகு எரிந்துகொண்டிருந்தது. பையை ஓரமாக வைத்துவிட்டு தீயில் கைகளைக் காட்டி கன்னத்தில் வைத்துக்கொண்டதும் நடுக்கம் மட்டுப்பட்டது. செந்தழல் விறகில் பற்றி எரிகிறது. மஞ்சளும் சிவப்பும் நீலமுமாய் நிறங்கள் எரிவதைப் பார்த்தபோது புகைக்க ஆவல் கிளர்ந்தது. மறுகணமே எழுந்தேன். நெற்றியில் வடிந்த வேர்வையைத் துடைத்துக் கொண்டு பாதைக்கு வந்தேன். இன்னும் பனியின் அடர்த்தி குறையவில்லை. இடதுபக்கமாய் ஓடுகள் வேய்ந்த கட்டடம். சாத்திக்கிடந்த கதவுடனான வாசலில் பனியில் கரைந்த மஞ்சள் வெளிச்சம். நேரெதிரில் பேரிமரம் அசையாது நின்றது. சற்றே தள்ளி இடதுபக்கமாய் சிவப்பு வண்ணத்துடன் அழகிய கட்டடம். பெரிய கண்ணாடி ஜன்னல்களுக்குப் பின்னே வெண்திரைகள். கூரையின் முகப்பில் மரவேலைப்பாடுகள். கொடிகள் அடர்ந்த வாசலிலும் மஞ்சள் வெளிச்சம்.

எங்கே போவது?

யாரும் விழித்திருக்கவில்லைபோலும். படிகளில் ஏறி நீண்ட கட்டடத்தின் முகப்புக்கு வந்தேன். கண்ணாடி ஜன்னல்களுடன் அறுகோணவடிவில் அழகிய முன்பகுதி. கதவைத் தள்ளினேன். திறந்தது.

சட்டென உள்ளே புகுந்து கதவை அடைத்தேன். பையை மேசையில் போட்டுவிட்டு உள்ளங்கைகளைத் தேய்த்தபடியே எட்டிப் பார்த்தேன். நீண்ட கூடத்தின் இருபுறமும் அறைகள். மெல்ல நடந்தேன். அறைக்கதவுகள் சாத்திக்கிடந்தன. கடைசியில் தண்ணீர்த் தொட்டி. இருபுறமும் கழிப்பறைகள். தண்ணீர் தொட்டியின் மூடியை நீக்கியதும் ஆவி பறந்தது. வெந்நீர் அடுப்பு இந்தத் தொட்டியைத்தான் சூடேற்றுகிறதோ? கோப்பையில் நீரை அள்ளி மெல்ல முகத்தைக் கழுவினேன்.

எதிரில் சுவரில் பதித்த முகம்காட்டும் சிறு கண்ணாடி. தலையைக் கோதிக்கொண்டே முகத்தைப் பார்த்தேன். தூக்கக் கலக்கம் இன்னும் விலகாத கண்கள். ஒருமணி நேரம் தூங்க முடிந்தால் தேவலை.

கூடத்துக்கு வந்து இருக்கையில் அமர்ந்தேன். யாரும் வரும் வரையிலும் காத்திருக்கத்தான் வேண்டும். உடலைச் சரித்து கால்களை நீட்டிக்கொண்டதும் அலுப்பு கண்களை மூடச் செய்தது.

இந்த குளிர்காலையில் எதற்காக இங்கே காத்திருக்கிறேன்? எதைத் தேடி இத்தனை தொலைவு வந்திருக்கிறேன்? இத்தனை காலமும் கால்களின் பின்னோடி வரும் எல்லா துரதிர்ஷ்டங் களையும் துயரங்களையும் தோல்விகளையும் இப்படியொரு இடத்துக்கு வந்திருப்பதால் தவிர்த்துவிட முடியுமா? கதவுக்கு வெளியே உடலைத் தீண்டக் காத்திருக்கும் குளிரைப்போல அவை அனைத்துமே நிதானத்துடன் காத்திருக்கவே செய்யும்.

விளம்பர நிறுவனத்தில் கிடைத்த அந்த வேலையைத் தொடர முடிந்திருந்தால் இங்கே வந்திருக்கத் தேவையில்லை. மாய வரத்தைச் சேர்ந்த நண்பரின் பரிந்துரையுடன் ஜெயன் ஏற்பாடு செய்து தந்த வேலை. பழவந்தாங்கலில் இருந்து மின்சார ரயிலேறி கிண்டியில் இறங்கிப் பதினைந்து நிமிடங்கள் நடந்தால் போதும். பதினோரு அடுக்குகள் கொண்ட கட்டடத்தின் ஐந்தாவது மாடியில் வெளியுலக ஓசைகளை அனுமதிக்காத குளிரூட்டப்பட்ட அலுவலகம். அரைவட்ட மேசைக்கு அப்பால் கணினியைப் பார்த்தபடி தொலைபேசியில் உரையாடிக்கொண்டே தலையை அலட்சியமாகத் திருப்பி கண்களால் விசாரிக்கும் அழகிய இளம் பெண்கள். அவரவர்க்கு ஒதுக்கப்பட்ட தடுப்புக்குள் அவரவர் வேலைகள். வாடிக்கையாளரின் தேவைக்கேற்ப ஊடகத்துக்கு ஏற்ப குறிப்பிட்ட அளவில் பொருத்தமான படங்களையும் கச்சிதமான வாசகங்களையும் வசீகரமாக அமைப்பதுதான்

வேலை. கொடுத்த வேலையை முடிக்கவேண்டும் என்பதைத் தவிர நேரக்கட்டுப்பாடு எதுவும் கிடையாது என்பது எனக்கு தோதான ஒன்றுதான். மதிய உணவும் இரவுச் சிற்றுண்டியும் இடையிடையே தேநீரும் தரப்படுகிற வசதியும் பசித்துக் கிடக்கும் என் அன்றாடத்துக்கு அற்புதமான வரம்தான். இதைவிட வேறென்ன வேண்டும்? சித்திரம் எழுதுவதும் கவிதைபோல் பொருத்தமான வாசகங்களை எழுதுவதும் எனக்குப் பிடித்தமானது தானே? பிறகு ஏன் ஒரு வாரம்கூட அங்கே என்னால் தாக்குப்பிடிக்க முடியவில்லை. இரண்டாவது நாள்தான் எனக்கு வேலையே தரப்பட்டது. அந்த வாரத்தின் கடைசி நாள் வரையிலும் என்னால் எதையுமே செய்யமுடியவில்லை. மனம் வெறுமையில் ஆழ்ந்திருந்தது. ஒரு கோடுகூட வரையாதபோதும் யாரும் எதுவும் கேட்கவில்லை. பார்வையிலோ புன்னகையிலோ மாற்றமில்லை. நானேதான் தீர்மானித்தேன். புறப்படும்போது மேசையில் சிறு குறிப்பாக என் விடைபெறலை எழுதிவிட்டு வந்துவிட்டேன்.

தொலைபேசியில் சொன்னபோது ஜெயனுக்கு சற்று வருத்தம் தான். ஆனால் அவரிடம் சொன்னதுமே மனத்தில் அதுவரையில் இல்லாததொரு அமைதி.

இரண்டு மாதத்துக்குப் பிறகு மீண்டும் ஜெயன்தான் குரு குலத்துக்கு வந்து சிலநாள் தங்கியிருக்கலாம் என்று ஆலோசனை சொன்னார். 'உலகளவிலான கலை, இலக்கிய மேதைகளின் ஓவிய வரிசை ஒன்றை குரு சைதன்யா திட்டமிட்டிருக்கிறார். அவருடன் இணைந்து நீங்களும் சில ஓவியங்களை வரையலாம்' என்று சொல்லியிருந்தார்.

கூரையில் எதுவோ விழுந்து உருளும் சத்தம் கேட்டுக் கண்விழித்தேன். என்னை மூடியிருந்த கம்பளிப் போர்வையை விலக்கினேன். எங்கிருந்து வந்தது இது? ஜன்னல் கண்ணாடிகளில் நீர்த் துளிகள் வழியும் தடம். பனி விலகியிருந்தது. குதூகலமான இளவெயில். சுவரிலிருந்த படத்தில் திபெத்திய சிறுமி இடுங்கிய கண்களுடன் மலரச் சிரித்தாள். எழுந்து வெளியே வந்தேன். ஈர இலைகள் வெயிலில் மின்னி அசைந்தன. அடர்த்தியான வண்ணங் களுடன் கையகல டேலியாப் பூக்கள். தாமரை வடிவத்தில் சாம்பல் பச்சையுடன் கள்ளியைப்போல் தரையில் இருப்பது மலரா செடியா? பனியில் கரைந்த ஒளி படர்ந்த தேயிலைச் சரிவுக்கு அப்பால் யூகலிப்டஸ் மரங்கள்.

''வாங்க'' உற்சாகத்துடன் எதிரில் வந்தார் மணி.

''எப்ப வந்தீங்க? உங்களைத்தான் தேடிட்டிருந்தேன்'' எப்போதும்போல நான் சற்றே விலகி நின்றேன்.

''கொஞ்ச நேரமாச்சு. பாத்தேன். நீங்க நல்லா தூங்கிட்டிருந் தீங்க. அதான் எழுப்பலை.'' கருப்பு ஜெர்கினைக் கழற்றி சுருட்டி மரத்தடியில் நின்ற வாகனத்தில் வைத்தார்.

''டீ சாப்பிடலாமா?'' ஓட்டுக் கட்டடத்தை நோக்கிச் சரிவில் இறங்கினார். மெதுவாகப் பின்தொடர்ந்தேன். கேரட் தோட்டத் தில் நீர்தெளிப்பான் சுழன்றுகொண்டிருந்தது. துளிகள் வெயில் பட்டு மணிகள்போல் தெறித்து விழுந்தன.

''மணி, யாரையுமே காணோம்?'' தயக்கத்துடன் கேட்டேன். பள்ளத்திலிருந்த வீட்டின் கான்கிரீட் கூரை மீதிருந்து பொம ரேனியன் குரைத்தது.

''இருக்காங்களே. காலையிலே நீங்க வந்தபோது யாரையும் பாத்துருக்க முடியாது. குரு வாக்கிங் கௌம்பிட்டார். மத்தவங் களும் போயிருக்காங்க'' மரக் கதவைத் திறந்துகொண்டு உள்ளே போனார். குப்பென்ற பச்சை வாசனை.

''வணக்கம் சாமி'' மணி கைகூப்பியபோது அடுப்பெதிரில் இருந்தவர் திரும்பினார்.

''ஓ மணி... வரணும் வரணும்'' வெண்தாடி அடர்ந்த முகம் முழுக்க சிரிப்பு. வெள்ளை உடுப்பின் மீது பழுப்பு ஸ்வெட்டர். சற்றே உயரம் குறைவான திடமான தோற்றம்.

''இவர்தான்...'' மணி என்னை அறிமுகப்படுத்துவதுபோலத் தொடங்கினார். அதற்குள் அவரே சற்றே பெரிய வெண்பற்கள் தெரியச் சிரித்தார். ''ஞான் கண்டு... நல்ல தூக்கம். தணுப்பு வேற. வரணும். வணக்கம்'' என்று கைகூப்பினார்.

நானும் கைகூப்பினேன். கண்களிலும் முகத்திலும் பேச்சிலும் தொனித்த நெருக்கம் என்னை ஈர்த்தது.

கெட்டிலிலிருந்து சூடான தேநீரைக் கண்ணாடித் தம்ளர்களில் வார்த்தார் ''கட்டன் சாயா.''

பெஞ்சில் உட்கார்ந்து தேநீரைப் பருகத் தொடங்கியதும் அவர் பீன்ஸ்களை நறுக்கலானார். ''யாரோ உக்காந்திருக்காங்கன்னு உள்ளே வந்து பாத்தேன். யார்னு தெரியலை. எழுப்பலாம்னு பாத்தா நல்ல உறக்கம். அதான் கம்பளியைப் போர்த்திட்டு வந்துட்டேன்.''

கூச்சத்துடன் நிமிர்ந்தேன். அவரது முகத்தில் அதே மாறாத சிரிப்பு.

''மணி, இவரை ரூமுக்கு அழைச்சிட்டு போங்கோ. கொஞ்சம் ரெஸ்ட் எடுக்கட்டும். எட்டு மணிக்கு பிரார்த்தனைக்கு வந்தா போதும். குருவைப் பாத்துடலாம்.'' அவரது கைகள் வெகு இயல்பாகக் காய்களை நகர்த்தி அடுக்கி வெட்டிக்கொண்டிருந்தன.

''உங்க ரூமுக்கு பின்னாடி இருக்கறததானே சொன்னிங்க'' மணி எழுந்தார்.

''சகாவு ஆர்டிஸ்ட் அல்லே. அங்க இருக்கறதுதானே செரி'' கேரட்டை எடுத்து நறுக்கினார்.

''ஆர்டிஸ்ட் மட்டும் இல்லை. கவி. தமிழ்ல பிரசித்தியான கவி'' மணி என் தோளைத் தட்டினார். நான் ஒடுங்கினேன்.

''ஓ. அது கொள்ளாம். அப்ப அவிட தன்ன செரி.'' சிரித்தபடியே என் முகத்தைப் பார்த்தபோது நான் அவர் கண்களைப் பார்க்க முடியாமல் தலை கவிழ்ந்தேன்.

பிரார்த்தனைக் கூடத்தின் சிவப்புக்கூரையும் முகப்பில் படர்ந்திருந்த கொடிகளின் இலைகளும் நீலப்பூக்களும் ஏறிய வெயிலில் ஒளிர்ந்திருந்தன. குருகுல வளாகம் கதிரின் ஒளியில் திளைத்துக் கிடந்தது. இக்லூ வடிவிலான சிறு வீட்டின் முன்னால் மரங்களுக்கிடையே கட்டியிருந்த கொடியில் உலர்ந்திருந்தன காவி உடைகள். வாசலெங்கும் ஜாக்ரெண்டாப் பூக்கள். தென்புற மேட்டில் அடர்ந்த பைன் மரக் காட்டுக்கு நடுவே இரண்டு மரவீடுகள். ஒன்றின் முகப்பில் மஞ்சள் விளக்கு எரிந்து கொண்டிருந்தது. கிழக்கு நோக்கிச் சென்ற ஒற்றையடிப் பாதையில் சற்றே சரிந்திறங்கியதும் ஓவியக்கூடம். அதற்குக் கீழே கிழக்கிலும் மேற்கிலுமாய் வாசல்களைக்கொண்ட அறைகள். கிழக்கு வாசல் அறையைத் திறந்தார் மணி. வெயில் அறைக்குள் தாவி நுழைந்தது. காற்றில் புழுக்கத்தின் நெடி. ஜன்னலைத் திறந்து வெளிர்நீலத் திரைச்சீலையை விலக்கினார். அறை நடுவே மரக் கட்டில். தலையணை அருகில் மடித்துவைக்கப்பட்ட ரஜாய். இடதுபக்கம் மூன்றடுக்கு அலமாரி. மேல்தட்டில் சில மலையாளப் புத்தகங்கள். கொடியில் இரண்டு ஸ்வெட்டர்கள். வலது மூலையில் சிறிய முக்காலியின் மீது தம்ளர் கவிழ்த்து வைக்கப்பட்ட தண்ணீர் பாட்டில். வாசலுக்கு எதிரே ஒரு ஓவியம். புத்தரின் மூடிய விழிகள்.

அந்த விழிகளைத் திறக்க முயல்வதுபோல ஓவியத்தின் மீது சரிந்திருந்தது வெயில்.

''இப்ப யாரும் இங்க தங்கலை. நீங்க இருந்துக்கலாம். நைட்ல இந்த ஸ்வெட்டரை போட்டுக்குங்க. குல்லா இருக்கா?''

நான் எதையும் கொண்டுவரவில்லை. சிரித்தேன். மணி புரிந்து கொண்டார் ''அப்பறமா நான் கொண்டுவந்து தர்றேன்.''

தரையில் இன்னும் குளிர் விடுபட்டிருக்கவில்லை. கட்டிலின் மீது கால்மடக்கி அமர்ந்தேன். வாசலை அடுத்துக் கம்பிவேலி. வெள்ளைப்பூக்களுடன் புதர்ச்செடிகள். மறுபக்கம் தேயிலைச் சரிவு. அதையடுத்துக் குன்றின்மேல் ஒரு வீடு. அதன் இருபக்கமும் அடர்ந்த மரங்கள். வளைந்தேறும் செம்மண் மலைப்பாதை. பாதையின் முடிவில் இடதுபக்கமாய் ஓடுகளும் ஆஸ்பெஸ்டாஸ் களும் வேய்ந்த வீடுகளைக் கொண்ட குடியிருப்புப் பகுதி. கூரைகளில் ஆண்டெனாக்கள். பின்னிக்கிடந்த வயர்கள். நடுவில் சிறு கோபுரம். உச்சியில் காவிக்கொடி.

''கிச்சன்ல பாத்தமே அவர்தான் டாக்டர் அனந்தன் சாமி. ஜெயன் சொல்லிருப்பாரே'' மணி தலையணையை முதுகுக்குக் கொடுத்து சாய்ந்தார்.

எனக்கு சரியாக நினைவில்லை. ஆனால் தலையாட்டினேன்.

''நீங்க எது வேணும்னாலும் அவரைக் கேக்கலாம். அவருக்கு தமிழ் நல்லா தெரியும். மத்தவங்க நெறைய இருக்காங்க. தமிழ் புரியும். பதில் சொல்லத் தெரியாது. இந்த ரூமுக்கு மேலதான் ஸ்டூடியோ. பிரேயர் முடிஞ்சதும் பாக்கலாம். சாப்பாடுதான் உங்களுக்கு சிரமம்னு நெனக்கறேன். காலையில கஞ்சி இல்லை கிச்சடி மாதிரி ஏதாவது கிடைக்கும். மத்தியானம் சிவப்பு அரிசி சோறும் குழம்பும். பப்படம் இருக்கும். ராத்திரி அதுமாதிரிதான். பழக்கமிருக்காது. சமாளிப்பீங்கல்ல?'' குருகுலத்தைப் பல வருடங்களாக அறிந்தவர் மணி.

பசியை மட்டுமே அறிந்தவனுக்கு இதெல்லாம் பொருட்டா என்ன? நான் பதில் சொல்லவில்லை. புகைக்கமுடியாது என்பது பெரும் நெருக்கடியாகத் தோன்றியது. மணியிடம் கேட்க நினைத்தேன்.

''நீங்க ஸ்மோக் பண்ணணும்னா பஸ் ஸ்டாப் பக்கத்துல கடை இருக்கு. அங்கதான் போகணும். இங்க வேணாம்'' சற்றே தயக்கத்துடன் சொன்னார்.

அப்போதே அந்தக் கடைக்குப் போக நினைத்தேன். ஆனால் கடிகாரத்தைப் பார்த்தபடியே மணி சொன்னார் ''குளிச்சு ரெடியானீங்கன்னா பிரேயருக்கு போயிடலாம். நான் சாமியைப் பாத்துட்டு வர்றேன்.''

பிரார்த்தனைக் கூடத்தில் பேரமைதி. ஆட்கள் தரையில் அமர்ந்திருந்தனர். புத்தக அலமாரி அருகே மணி அழைத்துச் சென்றார். தரையில் கிடந்த சிறு குஷன் மேல் உட்கார்ந்தேன். கூடத்தின் நடுவில் விசாலமான நாற்காலி. இருக்கையிலும் முதுகுப் பக்கமும் மெத்தைகள். காலடியில் சிறிய பலகை. வடக்குமுகமாய் படிகளுடனான சிறுமேடை. படிகளில் கொலுவைப் போன்று பலவிதமான பொம்மைகள். நீலமும் வெண்மையுமாய் சீன பொம்மைகள். பீங்கான் பறவைகள். அதற்கடுத்து ஆப்பிரிக்க சுடுமண் சிற்பங்கள். தொங்கு மீசையுடனான ஜப்பானிய பொம்மை சிவப்பும் நீலமுமான உடையுடன் தலைசாய்த்து நின்றது. வாத்தியங்களுடன் நடனப்பெண்கள். வீணையேந்திய சரஸ்வதி சிலையில் செம்பருத்தி மாலை. நடுவில் வெண்கலத்தாலான விநாயகர் சிலை. இருபக்கமும் நின்ற உயரமான குத்துவிளக்கின் சுடர்கள் ஒளிர்ந்திருக்க அடியில் பூக்கள். மேடையில் அங்கங்கே சுடரேந்தி விளக்குகள் ஒளிர்ந்தன.

தென்புற அறையின் திரைச்சீலையை யாரோ விலக்க மெல்ல நடந்துவந்தார் குரு சைதன்யா. சிறு குழந்தைபோல சின்னஞ்சிறு அடிகள். உயரக் குறைவும் பருமனும் அவரது நடைக்கு அழ கூட்டின. தலையில் வட்டத்தொப்பி. காவி உடுப்பின் மீது வெளிர் மஞ்சள் கம்பளி ஸ்வெட்டர். வெண்தாடி கழுத்திற்கும் கீழே அசைந்தது. சிவந்த முகத்தில் உதடுகள் தனித்துப் பளிச்சிட்டன.

அனைவரும் எழுந்து வணங்க நானும் எழுந்தேன். கையை உயர்த்தியதும் எல்லோரும் இருக்கையில் அமர்ந்தனர். நான் நின்றுகொண்டேயிருந்தேன். அவர் நிமிர்ந்து ஒருகணம் என்னைப் பார்த்தார். அகலமான கண்ணாடிக்குள் இடுங்கிய சிறுகண்களின் கூரிய பார்வை என்னைத் தொட்டு மீண்டது. உட்கார்ந்தேன்.

இருக்கையில் அமர்ந்த கணத்தில் மணியொலித்தது.

''ஒவ்வொண்ணாய் தொட்டெண்ணி...'' நாராயணகுருவின் பிரார்த்தனைப் பாடலை அனைவரும் சேர்ந்திசைத்திருக்க நான் கண்களை மூடியிருந்தேன். சொற்கள் அர்த்தமின்றிச் செவிகளில்

மோதியிருக்க எனக்குள் அந்தப் பார்வை மட்டுமே தளும்பி யிருந்தது.

பாடல் முடிந்ததும் கண்களைத் திறந்தபோது தீபங்களின் ஒளியில் அவர் முகத்தைக் கண்டேன். ஆழ்ந்த யோசனையுடன் உற்றுப் பார்த்திருந்தவரின் உதடுகள் மெல்ல அசைந்தன.

''இன்று காலையில் ராபர்ட் ஃபிராஸ்டின் ஒரு கவிதையைப் படித்தேன். 'வேலியைச் சரிசெய்தல்' என்பது தலைப்பு'' கர கரப்பான குரல். உற்றுக் கவனிக்காமல் போனால் சொற்களை தவற விட நேரும். பிறகு அதைத் தொடர்வது கடினம். அவர் நிதானமாகச் சொல்லிக்கொண்டிருந்தார். காலடியில் அமர்ந்திருந்த இளம் துறவி ஒருவர் அவர் சொல்வதை எழுதிக்கொண்டிருந்தார். சிறு அசைவு மின்றி அனைவரும் அவரது சொற்களிலேயே கவனத்தைக் குவித் திருந்தனர்.

மெல்ல மெல்ல அந்தச் சொற்கள் மந்திரம்போல் ஒலித்தன. கண்களை மூடிக்கொண்டேன். ஒவ்வொரு சொல்லும் உள்ளிறங்கி எனக்குள் மோதின. வெறும் ஒலியாக, சிந்தும் துளியாக, உதிரும் இலையாக, சொட்டும் பனியாக மட்டுமே உணர்ந்தேன் நான். கண்ணுக்குள் சொற்கள் சுழன்று ஆழத்தில் நிறமாகிக் கனிந்து மறைந்தன.

''நம்மோடுள்ள தமிழ் கவிக்கு இது கூடுதலாயி அர்த்தமாகும். அல்லே?'' அந்தச் சொற்கள் என்னைக் குறித்தே என்று நான் உணர்ந்த கணத்தில் அனைவரும் என்னைப் பார்த்தனர். நான் விழித்துக்கொண்டேன். புன்னகைக்கும் அவரது முகத்தையே ஏறிட்டேன். வெறுமனே தலையாட்டினேன்.

பிரார்த்தனை முடிந்து எழுந்தபோது அனைவருமே எனக்கு அறிமுகமானவர்கள்போல என்னருகில் வந்து புன்னகைத்து விடைபெற்றனர். குரு சைதன்யா அறைக்குள் நகர்ந்தார்.

மரப்படிகளில் ஏறி ஓவியக்கூடத்தில் நுழைந்தபோது அறை இருண்டிருந்தது. கூடத்தை இரண்டாகப் பிரித்திருந்த மரச்சுவரில் ஒரு கதவு. மறுபுறமும் இதே போன்று இன்னொரு அறை. கிழக்கு நோக்கி இருந்த ஜன்னலின் திரையை விலக்கினேன். காத்திருந்தது போல் வெளிச்சம் அறையில் தாவி நிறைத்தது. ஆளுயரக் கண்ணாடி ஜன்னலின் புறத்தே வேலிக்கப்பால் பசுந்தழைகள் மின்னும் தேயிலைத் தோட்டம். அங்கங்கே வெள்ளி இலைகளை

அசைக்கும் சில்வர் ஓக் மரங்கள். காற்றில் அசையும் மரங்களும் நீல வானமுமாய் இயற்கையின் ஓவியம். தென்புறத்தில் நீளமாய் சற்றே உயரக்குறைவாய் பைன் மரக்காடுகளைக் காட்டும் சாளரம். அறையின் இடது மூலையில் கித்தானுடன் ஓவியச்சட்டம். அருகில் இடுப்பளவு உயரத்தில் முக்காலி. அதன்மேல் வண்ணத் தைலங்களும் நீர்வண்ணக் குவளைகளும் கிண்ணத்தில் பல விதமான தூரிகைகளும் வைக்கப்பட்டிருந்தன. சட்டத்தின் ஓரத்தில் உலர்ந்த துணித் துண்டுகள்.

முகம்போலவும் கூந்தல் இழைபோலவுமான தோற்றத்தில் மரச்சுவரிலும் வண்ணக்கோடுகள். வலதுபக்கச் சுவரில் ஆலைக் காற்றாடிகள் சுற்றும் சூரியகாந்தி வயலின் பின்னணியில் காதறுந்த வான்காவின் படம்.

குரு சைதன்யா ஓவியம் வரைவதற்கு மேற்கு அறையைத்தான் பயன்படுத்துகிறார். அவர் வரைந்த நீர்வண்ண அரூப ஓவியங்கள் நூலகத்தில் உள்ளன. இந்த அறை இப்போது எனக்கே எனக் கானது. எத்தனை நாள் கனவு? கித்தானில் ஓவியம் வரைந்து சட்ட மிட்டுக் காட்சிப்படுத்துவது பற்றி என்னவெல்லாம் யோசித்திருக் கிறேன். இதுவரையிலும் இப்படியொரு கித்தானில் வரைய வாய்த்ததில்லை. சட்டமிட்டு மாட்டி அழகுபார்க்க முடிந்த தில்லை.

வெப்பத்தைத் தேக்கிய ஓடுகள் வேய்ந்த பழவந்தாங்கல் அறைக்குள் அட்டைகளில் எழுதிய ஓவியங்களையும்கூட கரையான்கள் விட்டுவைத்ததில்லை. மழையில் நனைந்து வண்ணம் கரைந்து நைந்த ஓவியங்கள்தான் எத்தனை? பத்திரிக் கைகளுக்கு வரையும் கோட்டோவியங்கள் வயிற்றுப்பாட்டுக் கானவை. கேட்டதற்கு ஏற்ப அல்லது அந்த நேரத்தில் நினைப்புக் கேற்ப வரையப்பட்ட உருவங்கள். பொருந்துகிறதோ இல் லையோ கரிசனம்கொண்ட இதழ் நண்பர்கள் எனக்குக் கிடைக்கும் சிறு ஊதியத்துக்கென அவற்றைப் பயன்படுத்துவார்கள்.

ஓவியனென இத்தனை நாள் சொல்லிக்கொண்டதில் உருப் படியாய் கித்தானில் ஒன்றை வரைந்தவனில்லை நான். இப்போது என் முன்னே வெண்ணிறக் கித்தான். என் கோடுகளுக்காகக் காத்திருக்கிறது. நான் தீட்டும் வண்ணங்களுக்காக நிற்கிறது.

பட்டையான தூரிகையை எடுத்து சிவப்பில் குழைத்தேன். கித்தானின் நடுவே சுழற்றி இழுத்தேன். கை நடுங்கியது.

தூரிகையைக் குவளையில் வைத்துவிட்டு ஜன்னலருகே நகர்ந்து நின்றேன். புகை கக்கியபடி ஓசையில்லாமல் ரயில் வருவது தெரிந்தது. மலை மடிப்பிலிருந்து சிறு புழுவைப்போல ஊர்ந்து வருகிறது. நீலப்பெட்டிகள் உடலென அசைய அடர்ந்த மரங்களுக் கிடையே புகை கக்கி நெளிகிறது. பள்ளத்தில் அது மறைந்தபோது புகைமட்டும் தடம் காட்டியது.

திரும்பவும் தூரிகையை எடுத்து நீல வண்ணத்தை இழைத்தேன். எதுவோ தடுத்தது. கைகள் இணக்கமின்றி இறுகின. தூரிகையை நினைத்ததுபோல் இழுக்க முடியவில்லை. இந்த அமைதி என்னைத் தடுமாற வைக்கிறது. இந்த நாள் என் வழக்கமான அன்றாடத்தைப் போலில்லை. குளிர்தொடாத அறைக்குள் கம்பளிப் போர்வையில் முடங்கிக்கொண்டு தூங்கியிருக்கிறேன். சிரித்த முகத்துடன் கவிதை சொல்லும்படி கேட்டுக்கொண்டே டாக்டர் சாமி தந்த கட்டன்சாயாவைப் பருகியிருக்கிறேன். சுடச்சுட கிச்சடியை சுவைத்திருக்கிறேன். எல்லாவற்றையும்விட கருணை ஒளிரும் புன்னகையுடன் குரு சைதன்யாவுடன் நடந்திருக் கிறேன்.

இப்போது என்னால் எழுத முடியவேண்டும். வரைய முடிய வேண்டும். இப்படியொரு சூழல்தானே கலைஞனுக்குத் தேவை. ஆனால், என்னால் எதுவுமே முடியவில்லை.

பைன் மரக் காடு காற்றில் அசைந்துகொண்டிருந்தது. மரங்களுக் கிடையில் நுழைந்து கசிகின்றன வெயில் கற்றைகள். உதிர்ந்த சருகுகளுக்கு நடுவே மரத்தூண்கள் நட்டி அமைத்த மரவீட்டின் வாசலில் அந்த இளம்துறவி எழுதிக்கொண்டிருக்கிறான். பிரார்த் தனை நேரத்திலும் வகுப்பின்போதும் குரு சொல்வதை வேகமாய் எழுதியதை இப்போது நிதானமாகப் படியெடுக்கிறான். அவன் எதையும் பேசுவதில்லை. எதையும் கேட்பதுமில்லை. படி யெடுத்ததை மறுபடி குருவிடம் காட்டி திருத்தங்களைப் பெற்று கணினியில் ஏற்றுவான். அச்சிட்ட பிரதியை திரும்பவும் குருவிடம் காட்டி ஒப்புதல் பெறுவான். அவனது வேலை இதுதான். அவனால் எப்படி முடிகிறது?

மரப்படிகளில் ஓசையெழாமல் இறங்கி வந்தேன். இக்லூ வீட்டுக்கு முன்னால் காவி உடையணிந்த ஜப்பானிய மங்கை தரையைப் பெருக்கிக்கொண்டிருந்தாள். இந்திய சிந்தனை மரபைக் கற்றுக்கொள்ளவென டோக்கியோவிலிருந்து வந்திருக்கிறாள்.

வளைந்த புருவங்களுக்குக் கீழ் கோடிழுத்தாற்போன்ற அமுங்கிய கண்கள். சிறிய மூக்கு. தலையைத் தாழ்த்தி வணங்கினாள்.

நான் புன்னகையுடன் வணக்கம் சொன்னேன்.

''காலையில் குரு சொன்ன உன்னுடைய கவிதை நன்றாக இருந்தது. எனக்குப் பிடித்திருந்தது'' அவள் ஆங்கிலத்தில் சொன்னது ஓரளவு புரிந்தது. மீண்டும் புன்னகைத்துத் தலையாட்டி னேன். எனக்கு ஆங்கிலத்தில் பதில் சொல்லத் தெரியவில்லை.

பிரார்த்தனையின்போது குரு சைதன்யா என்னுடைய கவிதை யொன்றை ஆங்கிலத்தில் மொழிபெயர்த்துச் சொன்னார். அதை மலையாளத்திலும் விளக்கினார்.

''எனக்கொரு பாஷை தெரியும். வரைவது, கவிதை எழுதுவது என இரண்டு வேலைகளைத் தனித்தனியாகச் செய்யவேண்டாம். என்னுடைய பாஷையில் கவிதையை அப்படியே வரைந்துவிட முடியும்'' அவள் சிரித்தாள். எனக்கு சரியாகப் புரியவில்லை.

''எங்கள் மொழியில் எழுத்துகளே சித்திரங்கள்தான். இதோ பார்'' என்று சிறு குச்சியை எடுத்து மண்ணில் எழுதினாள். சிறு கூட்டிலிருந்து பறவை வெளியே பறப்பதுபோல சில கோடுகளை போட்டுவிட்டு நிமிர்ந்தாள் ''புரிகிறதா?''.

நான் இல்லையென்று தலையாட்டினேன். ''இது புலர்காலை'' என்றாள்.

எனக்கு ஏதோ புரிவதுபோலிருந்தது. அதனருகே இன்னொரு படத்தை வரைந்தாள். இப்போது பறவை கூட்டுக்குள் புகுவது போலிருந்தன கோடுகள். தலையை உயர்த்திப் பார்த்தாள்.

''அந்திப்பொழுது?'' கேள்வியுடன் சொன்னதும் அவள் சிரித்துக்கொண்டே கைகளைப் பற்றிக் குலுக்கினாள். சட்டென்று கூச்சத்துடன் விலகினேன். அவள் உதிர்ந்த இலைகளைச் சேர்த்துக் கூடைக்குள் போட்டாள்.

இரவுப் பிரார்த்தனை முடிந்ததும் அனைவரும் உணவருந்த நகர்ந்தார்கள். சாப்பிடத் தோன்றவில்லை. அறைக்குத் திரும் பினேன். மணி எட்டரை. கதவை அடைத்துவிட்டுப் படுக்கையில் விழுந்தேன். குளிரின் ஈரம் உடலில் படர்ந்தது. உடலின் வெப்பம் படுக்கையில் ஏறும்வரையிலும் குளிராகத்தான் இருக்கும். இந்த நான்கு நாட்களில் பசியே மறந்ததுபோலிருந்தது. விநோதம்தான்.

இந்த நேரத்துக்கெல்லாம் வயிற்றில் சிறிய வலி தொடங்கியிருக்கும். காலையிலிருந்து தேநீராலும் புகையினாலும் சமாளித்தது இப்போது தலைதூக்கியிருக்கும். நெரிசலான ரங்கநாதன் தெருவில் அவசரத்துடன் இடிபட்டு நகரும் மனிதக்கூட்டத்தை வேடிக்கை பார்த்தபடி புத்தகக்கடை மாடியில் காத்திருப்பதுதான் வழக்கம். நண்பர்கள் வரத்தொடங்கும்போது கூடவே சிறு நம்பிக்கையும் எழும். சிலவேளைகளில் வெறும் தேநீரோடு பகிர்ந்துகொள்ளும் சிகரெட்டோடு முடிந்துபோகும். பத்திரிக்கைகளில் ஏதும் காசு தேறும் நாட்களில் சற்றே ஆசுவாசமாய் இருக்கும்.

பாண்டிதான் பாவம். நானில்லாமல் தடுமாறுவான். அவன் என்னைவிட நொந்தவன். நிழலன்றி ஏதுமற்றவன். பல நாட்களில் என்னுடன் அறையையும் வெறுமையையும் பகிர்ந்துகொள்பவன். இப்போது என்ன செய்கிறானோ தெரியவில்லை. அறையில் வந்து தங்கிக்கொள்ள முடியும். ஆனால் நானில்லாமல் அவன் மட்டும் அங்கே வருவது அத்தனை பாதுகாப்பானதில்லை. வீட்டுக்காரர் காலையில் வந்து கழிப்பறை வாசலிலேயே காத்திருப்பார். அவரைச் சமாளிப்பது சிரமம். அதைவிட இரவில் சுதந்திரமாய் சுற்றிக்கொண்டிருக்கும் கரப்பான்களையும் எலிகளையும் கண்டு பயப்படுவான்.

இதோ இப்படியொரு அறையும் கதகதப்பும் அவனுக்குத் தேவை. அதைவிடச் சொற்கள் கனிந்து அவன் விரல்களில் கவிதையென இறங்கும் அற்புதத் தருணங்களைக் காப்பாற்றுவது முக்கியம். அதற்காகவேனும் அந்த விளம்பர நிறுவன வேலையில் நான் இருந்திருக்கலாம். ஒருமாதம் சமாளித்து ஓட்டியிருந்தால் ஐந்தாயிரம் ரூபாய் சம்பளம் கிடைத்திருக்கும். பிறகு அதுவே பழகிப்போயிருக்கும்.

ஆனால் என்னால் முடியவில்லை. அது முற்றிலுமாய் வேறொரு உலகம். வேறொரு வாசனை. அதன் அமைதியும் பாசாங்கான உடல்மொழியும் என்னைத் தொந்தரவு செய்தன. என்னால் அதில் பொருந்திக்கொள்ள இயலவில்லை.

அடுத்தவேளையைப் பற்றிக் கவலைப்படத் தேவையில்லாத இதுபோன்ற நாட்கள் அவனுக்கும் வாய்க்குமா?

யாரேனும் அவனை அழைத்துப்போயிருப்பார்கள். குடிக்கத் தந்திருப்பார்கள். போதையின் உச்சத்தில் அவன் நிறுத்தாமல்

கவிதை சொல்வான். அனைவரும் புரண்டு தூங்கும்போது அவன் பித்துற்றவன்போல் தாள்களில் எழுதிக்கொண்டிருப்பான். மறு நாள் காலையில் அனைவரும் எழுந்து அவரவர் பாடுகளைத் தேடிப் போய்விட்ட பின்பு இவன் மதியத்தில் கண்விழிப்பான். அவன் எழுதிய தாள்கள் அருகில் கசங்கிக் கிடக்கும்.

கதவைத் தட்டும் ஓசை. மணி ஒன்பதைத் தொட்டிருந்தது.

வாசல் விளக்கைப் போட்டுவிட்டு கதவைத் திறந்தான். டாக்டர் சாமிதான் புன்னகையுடன் நின்றார். தலைகுல்லா அடையாளத்தை மாற்றியிருந்தது.

''ஊணு கழிச்சில்லே?''

''பசிக்கலை சாமி. அப்பிடியே இருந்துட்டேன்.''

''ஏய். கதவடைச்சிட்டு வாங்கோ. கஞ்சிதான். குடிச்சிட்டு வந்து கெடக்கு'' சிரித்தபடியே நின்றார்.

கட்டிலின்மேல் கிடந்த கம்பளிச் சால்வையை போர்த்திக் கொண்டு நடந்தேன். குளிர்காற்று ஆவேசத்துடன் மரங்களை அசைத்துக்கொண்டிருந்தது.

மாலையின் மஞ்சள் வெயில் மரங்களை ஊடுருவிச் சரிந்திருந்தது. வெல்பேக் குடியிருப்பை நோக்கிச் சென்றது பாதை. ஓடுகள் வேய்ந்த வீடுகளைப் பார்க்க முடிந்தது. ஒவ்வொரு நாளும் உடன் நடக்கும் யார் தோளிலாவது கைபோட்டுக் கொள்வார் குரு சைதன்யா. இன்று என்னுடைய தோளில் கைபோட்டிருந்தார். நான் ஒடுங்கி உடன் நடந்தேன். உள்ளுக்குள் நடுக்கம். நெருக்கமான அவரது தைலவாசனையும் சருமத்தின் மென்மையும் என்னைக் குறுகச் செய்தது. இத்தனை நெருக்கமாக அவருடன் இருப்பது என்னைக் கூசச் செய்தது. அவரது அண்மைக்கு நான் முற்றிலும் தகுதியற்றவன். விலகி நிற்கவும் பார்வையிலிருந்து நழுவி விடவுமே விரும்பினேன். எங்கிருந்தாலும் அவர் என்னையே உற்றுப் பார்ப்பது போலொரு உணர்வு. அவர் என்றால் அவரல்ல. அவரது தூய்மையே என் அழுக்குகளைக் காண்கிறது. இருட்டைத் துழாவுகிறது. என்னால் அதைத் தாள முடியவில்லை. முடிந்த மட்டும் பார்வையைத் தவிர்க்கும் கோணத்தில் உட்கார்ந்து கொள்வேன். நடக்கும்போது அவருக்குப் பத்தடி பின்னாலேயே பதுங்கி நகர்வேன். இன்று குருகுலத்திலிருந்து வெளியே வந்த கணத்திலேயே என்னை அழைத்துக்கொண்டார்.

தினமும் நடக்கும் அதே பாதைதான். ஆனால் ஒருபோதும் அவரிடம் உற்சாகம் குறைந்ததில்லை. அன்றைக்குத்தான் முதன் முதலாக அதில் நடப்பதுபோன்ற உற்சாகத்துடன் மெல்ல அடி யெடுத்து நடந்தார். மூக்குத்தி போன்ற சிறு மலர்களை, முட்களும் சாம்பல் இலைகளும்கொண்ட செடியின் மஞ்சள் பூவை, மாரியம் மன் கோயில் வாசலின் வேல்கம்புகளை, சரிவில் தென்படும் வீடுகளின் கலைந்த வரிசையை, மேயும் குதிரைகளை, நுரைத் தோடும் ஓடையோர மரங்களை என யாவுமே தினமும் அவர் காண்பதுதான். சிறிதும் ஆர்வம் தணியாது இப்போதும் பார்க் கிறார். முகத்தில் அதே பரவசம். அதே மகிழ்ச்சி.

அன்றாடமும் காண்பதுதானே, ஏன் இந்த வியப்பு என்ற கேள்வி மனத்தில் எழுந்தது, அதேகணத்தில் ஒடுங்கியது.

"மேயும் இந்தக் குதிரையின் வாலசைவு நேற்று நாம் பார்த்த தில்லை. இதோ இந்தக் கணத்தில் நிகழ்வது. இங்கு நாம் காண்பது எதுவுமே ஏற்கெனவே நாம் கண்ட காட்சிகள் அல்ல. அவை நம் நினைவில் அறிவைக்கொண்டு நாம் பார்ப்பவை. இரண்டும் வேறு வேறு" கரகரத்த குரலில் அவர் சொல்லிவிட்டு கைத்தடியால் இலையொன்றை வருடினார்.

முதுகில் வேர்வை வழிவதை உணர்ந்தேன். யாரேனும் இந்த பாரத்தைத் தாங்கினால் பரவாயில்லை. இந்த அண்மை நெருப் பெனச் சுடுகிறது. இருண்ட என் அகத்தைப் பொசுக்குகிறது. இதன் வெம்மையை என்னால் தாங்க முடியவில்லை.

பேருந்து நிறுத்தத்தில் வண்ணத் தோரணங்கள். சாலை யோரத்தில் 'ஹேப்பி நியூ இயர் 1997' எழுதப்பட்டிருந்தது. பூக்களால் அலங்கரித்துக் கொண்டிருந்த கிராமத்துச் சிறுவர்கள் குருவைக் கண்டதும் ஓடிவந்தனர் "வணக்கம் சாமி."

சந்தனப் பொட்டிட்ட சிறுவன் கையை நீட்டினான் "ஹேப்பி நியூ இயர் சாமி."

குரு அவன் கைகளைப் பற்றிக் குலுக்கினார் "ஹேப்பி நியூ இயர்."

உடனே அனைவரும் உற்சாகத்துடன் 'ஹேப்பி நியூ இயர்' என்றபடி கைகளை நீட்டினர்.

ஒவ்வொருவரின் முகத்தையும் சிரிப்புடன் ஏறிட்டார் "நல்லாப் படிக்கணும். நெறைய வெளையாடணும்" என்றபடியே பையில்

கைவிட்டு சாக்லெட்டுகளை எடுத்துத் தந்தார். மகிழ்ச்சியுடன் பெற்றுக்கொண்டு நகர்ந்தவர்களை ஊன்றிப் பார்த்தபடியே நின்றார்.

''ஒவ்வொரு குழந்தையும் அதிசயந்தான், இல்லையா?'' கரகரத்த அவர் குரலில் வியப்பு. அவரது இடதுபக்கமாய் உடன் நடந்த ஜப்பானிய பெண் தலையசைத்தாள். கழுத்து வரையிலான அவளது தலைமுடி கொத்தாய் அசைந்தது.

குருவின் கைத்தடியின் முனையில் இரும்புப் பூண் உண்டு. கல்லில் அது மோதும்போதெல்லாம் ஓசையெழுந்தது. இடது பக்கமாய் கம்பியிட்ட வேலியின் மேல் ஆடு தாவி நின்றது. அகலமான இலையுடனான கொடியைப் பற்றி இழுத்தது. அருகில் நின்ற குட்டி ஆடும் தாவ முயன்று காற்றில் கால்களை உயர்த்திய படி கத்தியது. வேலியின் கீழடுக்கிலும் இலைகள் படர்ந்திருந்தன. ஆனாலும் அது கால்களை எம்பி மேலேயிருந்த இலைகளையே பற்றிக்கொள்ள எத்தனித்தது.

''வணக்கம் சாமி'' ஸ்வெட்டர் அணிந்த இரு பெண்கள் குருவின் முன்னால் நின்றனர். கன்ன மேட்டில் மங்குத்தடங்கள். களைத்திருந்த முகத்தில் சிரிப்பு.

''வேலை முடிஞ்சுதா?''

''ஆமா சாமி. வீட்டுக்குத்தான் திரும்பறோம்.''

''போங்க. குழந்தைங்க வீட்ல பாத்துட்டிருக்கும். இந்தாங்க. இதைக் குடுங்க'' என்று சாக்லெட்டுகளை எடுத்து நீட்டினார்.

கைகூப்பி வணங்கிவிட்டு இறங்குதடத்தில் ஓட்டமாய் நடந்தனர்.

இடதுபக்கத்தில் தேயிலைச் சரிவையொட்டி பாதையோரமாய் குரு நின்றார். தோளிலிருந்து கையை விலக்கினார். பெருமூச்சுடன் சற்றே பின்னகர்ந்து நின்றேன். இரண்டு கைகளாலும் கைத்தடியை இறுகப்பற்றியபடி நின்றார். அடுத்திருந்த குன்றுக்கு அப்பால் இன்னொரு மலை. அதையடுத்து தொலைவில் நீண்டிருந்தது மலைத்தொடர். அந்தி வானத்தின் ஒளியில் அடுக்கடுக்காய் நின்றது. இலைகளின் நுனிகளில் வெளிச்சம் படிந்திருக்க சரிவு மொத்தத்திலும் சரிந்திருந்தது மஞ்சள் ஒளி. மேகத்தின் விளிம்புகள் சுடர்ந்தன.

பசுமையும் ஒளியுமான மலைச்சரிவைப் பார்த்தார். வானில் சிதறிய சிவப்பை, பொன்னொளியைக் கண்டார். தூரமெங்கும் மடிந்து நீண்டு உயர்ந்து சரிந்த மலைத்தொடரைப் பார்த்தார். அடர்சிவப்பும் ஆரத்தில் பொன்னிறமுமாய் சுழன்ற ஆதவனைப் பார்த்தார். ஆகாயத்தில் மிதந்து திரும்பிய பறவைக் கூட்டத்தைப் பார்த்தார். குன்றின் உச்சியிலிருந்து ஒளிர்ந்த விளக்கைப் பார்த்தார். ஒவ்வொன்றையும் அவர் பார்வை தொட்டு மீண்டது. அந்தியின் நிறங்கள் ஒவ்வொன்றையும் தொட்டெடுத்தார். தனக்குள் நிறைத்தார். கண்களை மூடி நின்றார். உதடுகள் மெல்ல அசைந்தன.

அவரது அன்றாட பிரார்த்தனை இது. மாலைச் சூரியனை வழியனுப்பும் வேளை. அன்றைய இரவு அனைவருக்குமான அமைதியான இரவாக வேண்டி விண்ணப்பம். மழையற்ற நாட்களில் அவர் இந்த வழிபாட்டைச் செய்யத் தவறுவதில்லை.

''எத்தனை வருஷமா பாக்கறேன். ஒருநாள் கூட அலுப்பு ஏற்படலை'' குச்சியைத் தட்டிக்கொண்டு அடியெடுத்தார்.

''இதைப் பாத்ததுக்கு அப்பறமா எதையும் வரையவோ பெயிண்ட் பண்ணவோ தோணறதேயில்லை. இதைவிட நாம் வேறென்ன பிரமாதமாய் வரைந்திட முடியும்?'' திரும்பி நின்று என்னைப் பார்த்தார். நகர்ந்து அவரருகில் பணிவுடன் நின்றேன். தோளை அணைத்துக்கொண்டார்.

நிதானமான மதியப்பொழுது. இப்போதும் ஓவியக்கூடத்தில் வெறுமனே நிற்கிறேன். என்னால் எதுவும் செய்யமுடியவில்லை. தூரிகையை எடுப்பதும் கோடுகளை இழுப்பதுமாய் நின்றேன். கண்ணாடியின் வழியே அசையும் மரங்களைக் கண்டேன். நிறம் மாறாத பூக்களைப் பார்த்தபடியே யோசனையில் ஆழ்ந்திருந்தேன். காற்றுடன் கூடிய லேசான மழை. பைன் மரக்காட்டுக்குள் காற்று மழையைத் துரத்தி விளையாடியது. மனம் வெறுமையில் சுழன்றது. எதிலும் நில்லாது தாவித் தாவி ஓடியது. ஒருகணம் அமைதி. மறுகணம் ஓலம். இப்படியொரு மழைப்பொழுதில் நண்பர்கள் சூழ ரங்கநாதன் தெரு புத்தகக் கடையில் அமர்ந் திருந்தது நினைவுக்கு வந்தது. பெருநகரில் பூட்டப்படும்வரை அமர்ந்திருக்க அனுமதிக்கிற புத்தகக் கடை அது. அலைந்து களைத்துப்போய் வருபவனுக்கு இளைப்பாற இடம் கொடுக்கும் நிழல்தரு. அன்றைய நாளில் அனைத்துக் கசப்புகளையும் புறக் கணிப்புகளையும் அவமானங்களையும் சற்றேனும் ஒதுக்கிவிட்டு

ஓரமாய் அமர்ந்து கண்மூடித் தலைச் சாய்க்கலாம். பருகத் தேநீர் கிடைக்கும். மனம் குவியும்போது படிக்கப் புத்தகங்களும். மாத இறுதியில் ஒரு சனிக்கிழமை மாலையில் கனத்த மழை. நகரின் இரக்கமற்ற வெம்மையை விரட்டி காற்றில் குளிர் சேர்ந்திருந்தது. சாரலுக்கு முகம்கொடுத்து நின்றபோது புன்னகைத்தபடியே பாண்டி சிகரெட்டை நீட்டினான். காரலும் வெம்மையுமாய் புகை இதமாக உள்ளிறங்கிய கணம் உலகம் மிக அழகாகத் தென்பட்டது. அவனது அருகாமையும் மழைக்குளிரும் சிகரெட் புகையுமாய் அந்தப் பொழுது ஆசிர்வதிக்கப்பட்டிருந்தது. பெருங்காதலுடன் பூரண சாந்தத்துடன் மழை பார்த்து நின்றோம். அன்றைக்கு துரதிர்ஷ்டம் அவனைத் துவட்டி மிதித்திருந்தது. வெகு நம்பிக்கை யுடன் காத்திருந்த திரைப்பட வாய்ப்பு பறிபோயிருந்தது. அவனுக்கு உதவிய நண்பர் அழைத்த கணத்தில் பாண்டி தன்னிலை யில் இல்லை. நேற்றைய இரவின் போதையின் மிச்சம் அவனை வீழ்த்தியிருந்தது. பின்மதியத்தில் எழுந்து தவறிய அழைப்பைக் கண்டு திரும்பக் கூப்பிட்டபோது வரிசையில் இருந்த இன்னொரு வனின் கையில் அந்த வாய்ப்பு அளிக்கப்பட்டிருந்தது. என்னிட மிருந்து சிகரெட்டை வாங்கி உறிஞ்சியபோது அவன் முகத்தில் சிறிதும் வருத்தமில்லை. 'போன் அடிச்சதுகூட தெரியலையா உனக்கு?' என்று கடிந்துகொண்டபோது பாண்டி தெருவில் புரண்டிருந்த மழைவெள்ளத்தைப் பார்த்து நின்றான். காலைப் பொழுதுகளைக் காணவிரும்பாதவன் அவன். வயிற்றுக்கு சோறிடவேண்டும் என்பதால் காலையில் அவன் எழுந்துகொள்வ தில்லை.

இப்போதும் அங்கே மழை பெய்யுமா? எனக்கான பாதி சிகரெட்டுடன் சாரலுக்கு முகம்காட்டி நின்றிருப்பானா? சிலுவையில் அறையப்பட்ட தேவனைப்போல் பாண்டியின் முகம் துலங்கியெழுந்தது. தாங்க முடியாமல் தூரிகையை எடுத்து கித்தானில் ஆத்திரத்துடன் விசிறினேன். நிறத்துளிகள் தெறித்து பின் மெல்ல வழிந்தன.

மேலும் அங்கிருக்க முடியாமல் விரைந்து வெளியில் வந்த போது மழை ஓய்ந்திருந்தது. பேருந்து நிறுத்தத்தில் இருந்த பெட்டிக் கடையில் சிகரெட்டுகளை வாங்கினேன். புகையை உள்ளிழுத்து நிறைத்த நொடியில் மனம் அடங்கியது. உள்ளுக்குள் எழுந்த ஓலத்தை நிறுத்தியதுபோல நிம்மதி. இன்னுமொரு முறை புகையை இழுத்தேன். கண்களில் எரிச்சல். லேசாக இருமல்.

சுடரும் நெருப்புக் கங்கை உற்றுப் பார்த்தேன். புகையை உள்ளிழுத்து நிறைத்துக்கொண்டு குருகுலத்தைப் பார்த்தேன். மழைநீர் சிறு ஓடையாகி செம்மண் பள்ளத்தில் வழிந்து இறங்கியது. இன்னொரு சிகரெட்டைப் பற்றவைத்து நின்றபோது மினி பஸ் வந்து நின்றது. லேசான தூறல். அவசரமாக இறங்கி முந்தானையால் தலையை மூடிக்கொண்டு விரைந்து நடந்தவள் ஓரக்கண்ணால் என்னைப் பார்த்தாள். கைகளை முதுகுக்குப் பின்னால் இறுகக் கோர்த்துக்கொண்டு நடக்கலானேன்.

பத்மாசனமிட்டு அமர்ந்திருந்த நாராயண குருவின் வெண்கலச் சிலையில் ஈரப் பளபளப்பு. மழை ஓய்ந்திருந்தது. சைப்ரஸ்மர இலைகளிலிருந்து துளிகள் சொட்டின. உட்கார்வதற்கென அமைக்கப்பட்ட அடிமரத் துண்டில் அமர்ந்திருந்தேன். அங்கங்கே அடிமரத்துண்டுகள். நடுவே சற்றே உயரமாக மேசைபோல பெரிய மரத்துண்டு. தேங்கிய நீரிலிருந்து தாவியது தவளை. ஒன்றுமில்லாத எதையோ யோசிக்கிறேன். அறையின் மூலையில் சிலந்திக்குக் காத்திருக்கும் மரப்பல்லியை உன்னிப்பாகக் கவனிப்பதுபோல சிலையை உற்றுப் பார்த்திருந்தேன். தொடர்ந்து பொருக்கைச் சுற்றிச் சொரியும் விரல்களென உள்ளுக்குள் எதையோ தேடியபடியே இருந்தேன்.

நூலகத்துக்குப் போகும் பாதையில் டாக்டர் சாமி விறுவிறுவென இறங்குவது தெரிந்தது. அவர் கண்ணில்படாதிருந்தால் நல்லதென்ற எண்ணம் கிளர்ந்த கணத்தில் குறுகி அமர்ந்தேன். தேங்கிய நீரில் தெளிந்த வானம். கருஞ்சிறகுகளுடனான சிறு மஞ்சள் பறவை சரிந்து இறங்கியது.

''ஏய்... சாயா குடிக்கான் வந்தில்லே சாரே?'' மூலிகை வாசனையுடன் காலடியோசை நெருங்கியது.

நிமிர்ந்து சிரித்தேன். முகம் முழுக்க பரவசச் சிரிப்புடன் எதிரில் அமர்ந்தார். சிறு கூடையை அருகில் வைத்தார். வெண்டைகளும் கத்தரிகளும் தக்காளியும் கிடந்தன. தோளில் கிடந்த சிவப்பு சால்வையை கழுத்தைச் சுற்றிப் போட்டவர் அண்ணாந்து வானம் பார்த்தார்.

''இப்ப தணுப்பு தொடங்கும். ராத்திரியில சாக்ஸ் போடாமப் படுத்துறாதீங்க சாரே'' முகத்தை உற்றுப் பார்த்தார்.

ஒவ்வொரு நாள் இரவும் அவரது அறைக்கு வரும்போது என்னுடைய அறையை எட்டிப் பார்ப்பதுண்டு. ஓசைப்படாமல்

பூனையைப்போல வருவார். சரியாகப் போர்த்தியிருக்கிறேனா, தலையில் குல்லா அணிந்திருக்கிறேனா, ஜன்னல்களை ஒழுங் காகச் சாத்தியிருக்கிறேனா என்று ஒவ்வொன்றாய் சரிபார்ப்பார். கம்பளிப் போர்வையை காதுவரையிலும் போர்த்தி காற்று புகா வண்ணம் ஓரங்களைப் படுக்கையில் செருகுவார். விழித்திருந்த போதும் எதுவும் பேசாமல் சிரித்துக்கொண்டே தலையாட்டி விடைபெற்றுக்கொள்வார்.

வானில் பொழியத் தயாராய் மழை மேகங்கள்.

''இன்னிக்கு வாக்கிங் போக வாய்க்காது. கிச்சனுக்கு வாங்கோ. கட்டன் சாயா குடிக்கலாம்'' பையை எடுத்துக்கொண்டு எழுந்தார்.

நாராயண குருவின் சிலையை ஏறிட்டவர் தாடியை சொரிந்த படியே சொன்னார் ''இங்க வந்து உக்காந்திருக்கிற சமயத்துல குரு இந்த சிலையைப் பாத்துட்டே இருப்பார். ஒரு தடவை சொன்னார் 'குரு எல்லாத்தையும் பாக்கறமாதிரியிருக்கு. சமயத்துல எதையுமே பாக்காதமாதிரியும் இருக்கு.' இப்பவும் அப்பிடித்தான் தோணுது. அல்லே?''

நேற்றிரவே புறப்பட்டுவிடுவதென தீர்மானித்திருந்தேன். கருக்கலில் வானம் மெல்லத் தெளிவதைப் பார்த்தபடியே ஜன்னலருகில் காத்திருந்தேன். விடிகாலையில் எப்போதும்போல வெந்நீர் அடுப்பை மூட்டி நின்ற டாக்டர் சாமியிடம் சொன்னேன் ''சாமி, ஊருக்குப் போயிட்டு வர்லாம்னு தோணுது.''

''போயிட்டு வாங்கோ.'' அவர் வேறெதுவுமே கேட்கவில்லை. தனக்கேயுரிய உற்சாகத்துடன் சமையல்கூடத்துக்கான சரிவில் இறங்கினார். ஓரத்தில் கிடந்த வாரியலை எடுத்து வாசலில் தேங்கிய நீரை ஒதுக்கித் தள்ளினார். கதவைத் திறந்தார் ''ஒரு கட்டன் சாயா குடிச்சிட்டு போலாமே.''

சூடான தேநீரின் துவர்ப்பை விழுங்கியபடி கேட்டேன் ''குருகிட்ட சொல்லணும்.''

''சொல்லிக்கலாமே. அஞ்சு மணிக்கே எழுந்தாச்சு. படிச் சிட்டிருக்கார். போங்கோ.'' தேநீர் கோப்பைகளை நீரில் அலசிய படியே சிரித்தார்.

விடிகாலையில் கழிவறைக்குச் செல்ல நேரும்போது குரு சைதன்யாவின் படிப்பறையில் விளக்கெரிவதை கவனித்

திருக்கிறேன். அறையை நெருங்கி தயக்கத்துடன் மெல்ல எட்டிப் பார்த்தேன். அறையின் எல்லாப் பக்கமும் புத்தக அடுக்குகள். மேசை விளக்கின் குவிஒளியில் அவரது வெண்தாடியும் கண்ணாடிச் சட்டமும் ஒளிர்ந்திருந்தன. கூர்ந்து வாசித்துக் கொண்டிருந்தார். எதுவும் பேசாமல் ஒருகணம் நின்றேன். என் சுவாசத்தை அவர் அறிந்திருக்கவேண்டும்.

தலை நிமிர்த்தினார். காதுகளை மூடி கருப்புக் குல்லாவின் கழுத்துப் பகுதியை சற்றே மேலே இழுத்துவிட்டார். புன்னகை யுடன் முகம் பார்த்தார் ''காலையிலேயே புறப்பட்டாச்சா?''

வாயெழாமல் தலையை மட்டும் ஆட்டினேன்.

கண்களைச் சிமிட்டியபடி சிரித்தார் ''அந்த கான்வாஸில நீ இன்னும் ஒப்பிடலை. அது உனக்கான கான்வாஸ். சித்திரத்தை நீதான் எழுதி முடிக்கணும். மறக்கவேண்டாம்.''

கைகூப்பி நின்றபோது அவரை நெருங்கி கைகளைத் தொட வேண்டும் போலிருந்தது. ஒன்றும் சொல்லாமல் சட்டென விலகி வெளியே வந்தேன்.

ஒருமணி நேரத்தில் வியப்புடனும் ஏமாற்றத்துடனும் மணி வந்தபோது நான் தயாராக நின்றேன். பேருந்து நிலையத்துக்கு வரும்வரையிலும் எதுவும் சொல்லவில்லை.

புறப்படத் தயாராக இருந்த கோவை பேருந்தில் ஏறி இடதுபுற ஜன்னலோர இருக்கையில் உட்கார்ந்தபோது பாரமிறங்கி மனம் விடுபட்டிருந்தது. கீழே நின்ற மணி அருகில் வந்து மெல்லக் கேட்டார் ''கையில பணம் இருக்கில்ல?''

சிரித்தபடியே தலையாட்டினேன் ''ஊருக்குப் போயிட்டு போன் பண்றேன்.''

டீசல் மணத்துடன் பேருந்து நகர்ந்தபோது இருக்கையில் சாய்ந்து கண்களை மூடினேன்.

இரவு எட்டரை மணிக்கு ரங்கநாதன் தெருவில் நடந்தபோது உடலின் எடை குறைந்து மிதப்பதுபோலிருந்தது. வண்ணங் களுடன் மின்னின ஒளி விளக்குகள். உயிர்ப்புடன் காதுகளில் மோதிய ஓசைகள். 'நாலு பத்து ரூபா, நாலு பத்து ரூபா', 'இன்னிக்கு வுட்டா கெடைக்காது'. முன்னும் பின்னுமாக கால்கள் நகர்ந்தன. தோள்கள் இடிபட்டன. எல்லோருக்கும் அவசரம். அனைவருமே

அவரவர் இலக்கை நோக்கி ஓடினர். வியர்வை நெடியுடனான புழுக்கத்தின் வாசனை.

மாடிப் படியேறியபோது இனந்தெரியாத உற்சாகம். நாட் கணக்கில் பிரிந்திருந்த ஒன்றைக் கண்டு வாரியணைக்கப் போகிற எதிர்பார்ப்பு. புத்தகக் கடையின் வெளிச்சத்தைக் கண்டதும் ஒருகணம் நின்றேன். எனக்கான தேநீரும் என் பங்கு சிகரெட்டும் இதோ இங்கேதான் இருக்கிறது என்று எனக்குள் உரக்கச் சொல்லிக் கொண்டேன். உல்லாசத்துடன் நடந்து வாசலில் நின்றேன்.

பாண்டி எதையோ படித்துக்கொண்டிருந்தான். பெரியவர் கால் மேல் கால் போட்டபடி ஆழ்ந்த யோசனையிலிருந்தார். மோகனும் சுந்தரமும் பால்கனியருகில் நின்று தீவிரமாகப் பேசிக் கொண்டிருந் தனர்.

காலியான இருக்கையில் அமர்ந்தேன். மின்விசிறியின் சூடான காற்று முகத்தில் மோதியதும் சிரித்தேன். பாண்டியும் முகம் பார்த்துச் சிரித்தான். மீண்டும் புத்தகத்தில் ஆழ்ந்தான்.

மாம்பலம் நிலையத்தில் கடைசி ரயில் வந்து நின்றது. இரு வரும் உள்ளே ஏறி மறுபக்க வாசலருகில் சென்று நின்றபோது பாண்டி சொன்னான் ''சாப்டீங்களாண்ணே.''

ஒளிப்புள்ளிகள் பின்னோடிய இருளை வெறித்துப் பார்த்து நின்றேன். காலையில் பேருந்தில் ஏறியதிலிருந்து அதைப் பற்றி நான் யோசிக்கவேயில்லை. தேநீரும் சிகரெட்டுமாய் அன்றைய நாளின் பயணம் முடிந்திருந்தது.

கிண்டியை அடைந்தபோது பாண்டி காலி இருக்கையில் சென்று உடல்சுருட்டி உட்கார்ந்தான். பசியின் குளம்படிகள் குடலை மிதித்தோடும்போது அப்படித்தான் சுருண்டுகொள்வான். ஒரு மிடறு தேநீரோ அல்லது சிகரெட் புகையோ தற்காலிகமாய் சிறு ஆறுதலைத் தரக்கூடும்.

பையைத் தொட்டுப் பார்த்தேன். மடங்கிக் கிடந்த தாளை எடுத்து வெளிச்சத்தில் பார்த்தேன். இருபது ரூபாய் தாள். தெரு முனையில் வண்டிக்கடை இருக்கும் என்று யோசித்தபடியே தாளைத் திருப்பினேன். தாளின் நடுவில் டேப் பளபளத்தது. உற்றுப் பார்த்தேன். கிழிசல் சாமர்த்தியமாக ஒட்டி மறைக்கப்பட்டிருந்தது. மீண்டும் பையைத் துழாவினேன். தட்டுப்பட்ட நாணயத்தை எடுத்துப் பார்த்தேன். ஐந்து ரூபாய்.

வண்டி பழவந்தாங்கலை நெருங்கியது. பாண்டியை எழுப்பி அழைத்துக்கொண்டு இறங்கினேன். ரயில் நிலையம் ஓய்ந் திருந்தது. கடைகள் அடைக்கப்பட்டிருந்தன. படிகளுக்குக் கீழே உடைமைகளை பத்திரப்படுத்திக்கொண்டு பீடி வலித்துக் கொண்டிருந்தவன் நிமிர்ந்து பார்த்தான். நடைபாதையின் விளக்குகள் ஒளிர்ந்து தனிமையில் நின்றன. தண்டவாளங்களைக் கடந்து வெளியே வந்தோம். பாண்டி நடக்க முடியாமல் திணறி னான். இடதுகை வயிற்றை இறுகப் பற்றியிருந்தது. வண்டிக் கடையில் மங்கலாக விளக்கெரிந்தது. அடுப்பு அணைக்கப் பட்டிருந்தது. அவள் பாத்திரங்களை துலக்கிக்கொண்டிருந்தாள்.

''இட்லி கெடைக்குமா?''

நிமிர்ந்து விநோதமாகப் பார்த்தவள் ''காசு இருக்கா?'' என்றாள்.

எங்களைத் தெரிந்தவள்தான். ஒன்றிரண்டு முறை காசு இல் லாமல் சாப்பிட நேர்ந்ததுண்டு. கையில் பணம் வந்தவுடன் பாக்கியை சரிசெய்ததும் உண்டு.

பையிலிருந்து ஐந்து ரூபாய் நாணயத்தை எடுத்து நீட்டினேன் ''இதான் இருக்கு.''

''அஞ்சு ரூவாய்க்கு என்னா தரது?'' முணுமுணுத்தபடியே பிளாஸ்டிக் தட்டில் ஜவ்வுத்தாளைப் பரப்பி இரண்டு இட்லிகளைப் போட்டாள். கிண்ணத்திலிருந்து சாம்பாரையும் காரச் சட்னியையும் இட்டாள்.

குடத்திலிருந்து பிளாஸ்டிக் தம்ளரில் தண்ணீரை எடுத்து பாண்டியிடம் நீட்டினேன். கையைக் கழுவிக்கொண்டவன் ஒரு மடக்கு நீரைக் குடித்தான்.

''நீங்கண்ணே'' என்று தட்டை நீட்டினான்.

''நீ சாப்புடு தம்பி'' என்று பையிலிருந்து தேடி எடுத்து ஒரு சிகரெட்டைப் பற்றவைத்தேன்.

காற்றில் வெம்மை குறைந்திருக்க வானில் நிலவு எழுந் திருந்தது. முக்காலியில் அமர்ந்தேன். பாண்டியைப் பார்த்தேன். பையில் கிடந்த சிகரெட் பெட்டியின் அட்டையைப் பிரித்து கருப்பு மசிகொண்ட பேனாவினால் கோடுகளை வரையலானேன்.

கையைக் கழுவிக்கொண்டு அருகில் வந்த பாண்டியிடம் மீதி சிகரெட்டை நீட்டினேன்.

"என்னண்ணே இது, பறவை கூட்டுக்குத் திரும்பறமாதிரி இருக்கு."

புகைநெடி காற்றில் அலைய அவன் முகத்தைப் பார்த்தபடி சொன்னேன் "இது படமில்ல தம்பி. ஒரு பாஷை. இப்பிடி கோடு போட்டா அதுக்கு அர்த்தம் இரவு."

"இரவு" முணுமுணுத்தபடியே அட்டையை வாங்கிக் கூர்ந்து பார்த்தான்.

"கையெழுத்துப் போடுங்கண்ணே" அட்டையை நீட்டியபடி சிரித்தான். உயிர்த்தெழுந்த தேவனின் அமைதியான முகம்.

அட்டையை வாங்கிப் பார்த்தேன். பனி பெய்யும் விடி காலையின் மந்தமான வெளிச்சத்தில் அறை நடுவே நின்ற சட்டகத்தில் வண்ணங்கள் இறைத்த கித்தானைக் கண்டேன். இப்போது ஓவியம் பூர்த்தியாகியிருந்தது. வலது ஓரத்தில் நிதானமாகக் கையெழுத்திட்டேன்.

★ ★ ★

துணை

வண்டியிலிருந்து கீழே போட்ட புல்லுக்கட்டைத் தூக்கிக் கொண்டு தொழுவத்துக்குப் போகும்போதுதான் கையில் சிறிய பாத்திரத்துடன் அவள் வந்து கண்ணுசாமியின் எதிரில் நின்றாள். சேலைத் தலைப்பை இழுத்து தலையில் முக்காடிட்டிருந்தவளின் கழுத்தில் சிவப்புக் கயிறும் மங்கிய சங்கிலியொன்றும். கை வளையல்கள் பொலிவிழந்திருந்தன. நாற்பது வயதுக்கான உடல்வாகு. சிவந்த முகம். உதட்டில் வெற்றிலைச் சிவப்பு.

"கொழந்தைக்கு பால் கொஞ்சம் வேணும். கெடைக்குமா அய்யா?" எடுப்பான குரல் தயக்கத்துடன் ஒலித்தது.

எதிர்ப்புற மைதானத்தில் கூடாரத்துக்கான துணியை இழுத்துக் கட்டிக்கொண்டிருந்ததை திரும்பிப் பார்த்துவிட்டு தொழுவத்துக்கு நடந்தார். அவள் அப்படியே நின்றாள். விடிகாலையில் பால்பீச்சும் நேரத்திலேயே வண்டி வந்து நின்றிருந்தது.

புல்லுக்கட்டைப் போட்டுவிட்டு வந்தவர் அவளை உற்றுப் பார்த்தார் "எதுக்கு டேரா போடறீங்க?"

"வித்தை காட்டுவோம். டான்ஸ் ஆடுவோம்..." சேலைத் தலைப்பை நெற்றிக்கு இழுத்துவிட்டாள்.

"எத்தனை நாளைக்கு?"

"ரெண்டு வாரத்துக்கு..."

பாத்திரத்திலிருந்து பாலை அளந்து ஊற்றினார்.

"எவ்ளோ தரணும்?"

"பத்து ரூபா."

ரூபாயைத் தந்துவிட்டு சாலையைக் கடந்து நடந்தாள். ரவிக்கையின் முதுகுப்பக்கம் இறங்கியிருக்க காலை இள வெயிலில் முதுகு பளிச்சிட்டது.

கையில் பற்றியிருந்த சங்கிலியை இழுத்துக்கொண்டு முன்னால் ஓடிய நாயைத் தொடர்ந்து வந்த நடராசனைப் பார்த்துக் குரல்கொடுத்தார் சாமிக்கண்ணு. சங்கிலியைப் பின்னால் இழுத்தார். கொழுஞ்சிச் செடியருகே முகர்ந்து நின்ற நாய் பின்னால் திரும்பியது.

கழுவிக்கொண்டிருந்த பாத்திரத்தை அப்படியே போட்டுவிட்டு எழுந்து வந்தார். பழுப்பு பனியனின் வயிற்றுப் பகுதியிலும் பச்சை டிராயரிலும் ஈரம்.

''அப்பிடி என்னதான் பொழங்கறியோ நீ? பாத்திரம் தேச்சு மூயமாட்டேங்குது?''

''உனக்கென்ன ராசா. நாயைக் கூட்டிட்டு வாக்கிங் போற அளவுக்கு புண்ணியம் பண்ணிருக்கே. என்னையப் பாரு. வெடியால எழுந்து பால்பீச்சி நாலு வூட்டுக்கு ஊத்தி இப்பிடி தனியாப் பொங்கி தனியாத் தின்னு தனியாவே கெடக்கவேண்டிருக்கே.'' கண்ணுசாமி மைதானத்தைப் பார்த்தார். மூன்று கூடாரங்கள் தயாராகியிருந்தன. இருவர் மண்வெட்டியில் செடிகளைச் செதுக்கிக்கொண்டிருந்தனர்.

''என்னத்துக்கு இவியகிட்ட விட்ருக்கே. எடத்தை நாசம் பண்ணிறமாட்டாங்க'' கண்ணுசாமி புட்டத்தைச் சொரிந்தார்.

நடராசனை இழுத்தது நாய். சங்கிலியை இறுகப் பற்றி பின்னுக் கிழுத்தார். சந்திலிருந்து குரைத்தபடி ஓடிவந்தன இரண்டு நாய்கள். வலதுகையிலிருந்த குச்சியை ஓங்கவும் இரண்டும் பின்னுக்கு நகர்ந்தன. குரைப்பதை நிறுத்தவில்லை.

''சும்மாவே கெடக்குது. சோளத்தட்டு போட்டும் கட்டுபடி யாகலை. என்னவோ ரெண்டு வாரத்துக்கு கேட்டாங்க. செரின்னு சொல்லிட்டேன். பாக்கலாம் என்ன செய்றாங்கன்னு.''

''நெலவாடகை எவ்ளோ?'' கண்ணுசாமி மனத்தில் கணக்கு ஓடியது. கழுத்தில் கிடந்த தாயத்தை நெருடினார்.

''அதென்னத்த வந்தறப்போவுது? உன்னைய மாதிரி வீட்டைக் கட்டி வாடகைக்கு விட்டாலாச்சும் மாசமானா சொளையா தொகையைப் பாத்தர்லாம். இப்பிடி வெறும் நெலத்தை வெச்சுட்டு குப்பையைப் பொறுக்கணும், முள்ளை வெட்ட ணும்னு தெனம் தெனம் செலவுதானே?''

நாய் அவரை இழுத்துக்கொண்டு முன்னால் செல்ல முனைய கையைத் தளர்த்தினார்.

வண்டியிலிருந்து இறக்கி வைத்த பெட்டிகளையும் சாமான் களையும் கூடாரத்துக்குள் எடுத்து வைத்துக்கொண்டிருந்தார்கள். காலையில் பால்வாங்கிய ஒருத்தியைச் சேர்த்து மூன்று பெண்கள். இன்னொரு இளம்பெண். இரண்டு சிறுமிகள். ஒரு பொடியன். இடுப்பில் குழந்தை. இடத்தைச் சுத்தம் செய்துகொண்டிருந்த ஆட்கள் இருவரைத் தவிர வாலிபன் ஒருவன் கம்புகளை எடுத்து அங்கங்கே போட்டுக்கொண்டிருந்தான். அவனைவிட வயதில் சிறிய இன்னொரு பையன் வாளியுடன் தண்ணீர் குழாயை நோக்கி நடந்து வந்தான்.

பொழுது உச்சிக்கு வந்திருந்தது. கஞ்சியை வடித்து சோற்றை இறக்கிவைத்தார். குழம்பு கொதித்திருந்தது. அடுப்பைத் தணித்து விட்டு கதவைச் சாத்தினார். வாளியில் தண்ணீருடன் குளியல் அறைக்கு நடந்தார். வாடகைக்கு விட்டிருக்கும் நான்கு வீடுகளைத் தாண்டி ஐந்துக்குமான பொதுவான இரண்டு கழிப்பறைகள். இரண்டு குளியலறைகள். அருகிலேயே குடிதண்ணீருக்கான குழாய் இணைப்பு. அதற்கப்பால் மாட்டுத்தொழுவம். தெரு விளக்கை ஒட்டி துவைக்கும் கல். கறவை மாடுகள் இரண்டையும் பராமரிப்பதும் பால் கறந்து ஊற்றுவதும்தான் முழுநேர வேலை.

தலையைத் துவட்டிக்கொண்டு வந்தவர் வாளியிலிருந்த ஈரத் துணிகளை எடுத்து உதறிக் கொடியில் போட்டார். இரண்டாவது வீட்டிலிருந்து இறுக்கமான நைட்டி அணிந்தவள் முறத்தில் குப்பையுடன் வெளியில் வந்தாள்.

''ஏம்மா பாத்ரூமையெல்லாம் வாரத்துக்கு ஒருநாளாச்சும் தேச்சு கழுவி சுத்தமா வெச்சுக்குங்க. வழுக்குது. பக்கத்து வூட்ல வந்தா சொல்லும்மா...''

காலியிடத்தில் குப்பையைக் கொட்டிவிட்டு வந்தவள் மைதானத்தில் ஆளுயரத்துக்கு படுதாக்களைக்கொண்டு சுற்றிலும் மறைப்பதைப் பார்த்தபடியே சொன்னாள் ''நீங்களே சொல்லிருங்க அய்யா. நாஞ் சொல்லப் போனா சண்டைக்கு வருவாங்க.''

கூடாரங்களுக்கு முன்பாகச் செடிகளை நீக்கி சுத்தப்படுத்திய இடத்தில் உயரமான இரண்டு இரும்புக் கம்புகள் நடப் பட்டிருந்தன. முனையில் வளையங்களுடன் கம்பிகள் தொங்கின.

நடுவில் சிறிய மேடை. நீலமும் பச்சையுமாய் மடங்கிக் கிடந்த பழைய இரும்பு நாற்காலிகளைச் சிறுவர்கள் பிரித்து வரிசையாகப் போட்டனர்.

"செக்... மைக் செக்... செக்" கரகரத்த குரல் ஒலிபெருக்கியில் அதிர்ந்தது.

"ராத்திரி தூங்கவுட மாட்டாங்களா அய்யா" முறத்தை வாசலில் வைத்துவிட்டு வாளித் தண்ணீரில் கைகளைக் கழுவினாள்.

பழுப்பு பனியனை உதறி அணிந்தவர் தலை துவட்டினார் "பத்து மணிக்கு மேல இங்க யார் வந்து இதையெல்லாம் பாக்கப் போறாங்க. நீ டீவி பாத்து முடிக்கறதுக்கு முன்னாடி இது ஒஞ்சுரும்."

காலையில் பால் வாங்கிச் சென்றவள் குடத்தைத் தூக்கிக் கொண்டு வந்தாள். கண்ணுசாமியைப் பார்த்துச் சிரித்தாள்.

ஈரத்துண்டை கொடியில் போட்டுவிட்டு கதவைத் திறந்து கொண்டு உள்ளே வந்தவர் வடித்த சோற்றை அள்ளித் தட்டில் போட்டுக்கொண்டார். குழம்பை குண்டாவில் ஊற்றினார். ஊறுகாய்க் கீற்றை ஓரமாய் வைத்தார். தட்டுடன் திண்ணைக்கு வந்தவர் வேடிக்கை பார்த்தபடியே சோற்றைப் பிசைந்தார்.

ஐந்து மணிக்குப் பாலூற்றிவிட்டு வரும்போது ஒலிபெருக்கியில் பாடல் ஒலித்தது. மைதானத்தின் முன்புறம் விளக்குகள் ஒளிர முகப்பில் 'ஸ்டார் கலைக்குழு' பதாகை அசைந்தது. ஆட்கள் உள்ளே வரிசையில் நுழைவதற்கென கம்புகளை நட்டுத் தடுத் திருந்தார்கள். நுழைவுச்சீட்டு வழங்க ஒரு கூண்டு. படுதாக்களைக் கொண்டு தடுத்திருக்க வெளியிலிருந்து எதுவும் தெரியவில்லை. நான்கு மூலைகளிலும் பிரகாசமான விளக்குகள்.

'நீ மனசு வெச்சா நம்ம ஒரசிக்கலாம், நெஞ்சு ஜிகு ஜிகு ஜா...'

சுற்றிலும் அடுக்ககங்களும் புதிதாய் முளைத்த வீடுகளுக்கும் நடுவே அந்த இடத்தில் அப்படியொரு சத்தம் எல்லோரையும் முகம்சுளிக்கச் செய்தது. எட்டிப் பார்த்து முணுமுணுத்தார்கள். ஆனால் மைதானம் ஒளியும் ஒலியுமாய் களைகட்டியிருந்தது.

"பெரியோர்களுக்கும் தாய்மார்களுக்கும் குழந்தைகளுக்கும் ஸ்டார் கலைக்குழுவின் மாலை வணக்கம். உங்கள் ஆதரவை நாடி உங்களிடம் வந்திருக்கிறோம். ஆட்டம் பாட்டம் கொண்டாட்டத்

எம்.கோபாலகிருஷ்ணன் • 35

துடன் உங்களை மகிழ்விக்கவென ஸ்டார் கலைக்குழு காத்திருக்கிறது. சரியாக ஆறுமணிக்குத் தொடங்கும். கட்டணம் பெரியவர்களுக்கு பத்து ரூபாய். சிறியவர்களுக்கு ஐந்து ரூபாய் மட்டுமே. அலைகடலென வாருங்கள். ஆதரவு தாருங்கள். அன்புடன் உங்கள் ஸ்டார் கலைக்குழு.'' கனத்த ஆண்குரல் ஒலித்து முடித்ததும் பாடல் தொடர்ந்தது.

கையில் பால் குண்டாவுடன் வந்தவளை கண்ணுசாமிக்கு அடையாளம் தெரியவில்லை. முகத்தை உற்றுப் பார்த்துச் சிரித்தார் ''என்னதிது அடையாளமே தெரியலை.''

பளபளப்பான மெல்லிய கருநீல மேலாடை. இறுக்கமான சிவப்பு ரவிக்கை. அதே சிவப்பில் பூப்போட்ட பாவாடை. பின்னி முடிந்த கூந்தலில் பிளாஸ்டிக் பூக்கள். முகத்தில் அடர்த்தியாய் பவுடர். மையிட்ட கண்கள். சிவப்புச் சாய உதடுகள். இடுப்பிலிருந்த குழந்தையின் கன்னத்திலும் சிவப்புத் தீற்று. உச்சியில் குடுமி. விரல்களை வாயில்போட்டு எச்சில் வழியச் சிரித்தது.

பாலை ஊற்றியதும் பணத்தை நீட்டினாள் ''நீயும் ஆடுவியா?'' கண்ணுசாமி சிரித்துக்கொண்டே கேட்டார். குழந்தை 'களக்'கென விரல்களை உதற எச்சில் தெறித்தது.

''ம்... எல்லாருமே ஆடுவோம். இன்னிக்குத்தான் மொதா நா. இங்கிருந்து பாத்தாத் தெரியாது. உள்ள வந்து பாருங்க. முன்னாடி சேர் போடச் சொல்றேன் அய்யா'' அவள் அவரது கழுத்துக் கயிற்றில் அசைந்த தாயத்தைப் பார்த்தாள்.

''பரவால்லே போ... இதெல்லாம் ஒண்ணும் நா பாத்ததில்லை. நீ போயி ஆடு. பாக்கலாம்'' கழுத்தைச் சொறிந்தார். குழந்தை மறுபடி விரல்களை வாயில் போட்டுக்கொண்டு எச்சில் ஒழுக்கியது.

அவள் மெல்ல நடந்து சென்றதைப் பார்த்துக்கொண்டிருந்தார். 'காலையில பால் வாங்கினது இவதானா?' என்ற யோசனை ஓடியது.

இருட்டியபோது மைதானம் இன்னும் ஜொலித்தது. சிறுவர்கள் மட்டும் முன்னால் கூடி வேடிக்கை பார்த்தார்கள். மீண்டும் மீண்டும் அறிவிப்பு ஒலித்தது. யாரும் டிக்கெட் வாங்கிக்கொண்டு உள்ளே வந்ததுபோல் தெரியவில்லை.

கைகளைப் பின்னால் கோர்த்தபடி கண்ணுசாமி மெல்ல வாசலில் நடைபயின்றார். தொழுவத்தில் மாடுகளுக்கு தண்ணீர் காட்டிவிட்டார். புல்லுக்கட்டைப் பிரித்துப் போட்டிருந்தார். வீட்டில் டி.வி கிடையாது. பக்கத்து வீட்டில் எட்டியும் பார்க்க மாட்டார். கொசுமட்டையை கையில் வைத்துக்கொண்டு திண்ணையில் உட்கார்ந்து யாரிடமாவது பேசிக்கொண்டிருப்பார். கொடியில் உலர்ந்த துணிகளை எடுத்து மடித்தார்.

மூன்றாவது வீட்டு வாசலில் கால்நீட்டியபடி அரிசியில் கல் பொறுக்கிக் கொண்டிருந்தவளிடம் சிரித்தபடியே கேட்டார் ''என்னவோ டேன்ஸ் ஆடறாங்களாம். போய் பாக்கலாமில்ல.''

தலைநிமிர்த்திப் பார்த்தவள் முகம் சுளித்தாள் ''இங்க ஆடற டேன்ஸ பாக்கறதுக்கே ஆளைக் காணோம்...''

''செரி செரி. எதுக்கு இப்பிடி சலிச்சுக்கறே? எங்க போயிருவான். சித்த நேரத்துல வந்துருவான். வெசனப்படாதே...'' தணிந்த குரலில் சொல்லிவிட்டு மாடிப் படியில் மெல்ல ஏறினார். அவளது கணவனுடன் சாயங்காலம் வாய்த்தகராறு. விர்ரென்று வண்டியை எடுத்துக்கொண்டு போய்விட்டான்.

மொட்டைமாடியில் நின்றபோது மைதானம் பளிச்செனத் தெரிந்தது. கொடியில் அசைந்த துணிகளை விலக்கிக்கொண்டு முன்னால் வந்து நின்றார். நாற்காலிகளில் இருவர் உட்கார்ந்திருந் தனர். சிறுவர்கள் கூட்டமொன்று. இன்னும் ஆட்டம் தொடங்க வில்லை.

அருகிலிருந்த மொட்டைமாடியிலும் ஆட்கள் நின்றார்கள். தொலைவில் மலைச்சரிவுகளுக்கிடையே விளக்கொளியுடன் மருதமலை கோபுரம் தென்பட்டது. தெளிந்த வானத்தில் விண்மீன் கூட்டம். கடைசிக் கூடாரத்திலிருந்து அவள் வெளியே வந்தாள். தாவணியை விலக்கி சுருக்கங்களை நேர்செய்து ரவிக்கையில் பொருத்தினாள். படுதாவில் தொங்கிய கண்ணாடியில் முகம் பார்த்தாள்.

'இவ ஆடப்போறாளா?' கண்ணுசாமியின் சந்தேகத்துடன் கூர்ந்து பார்த்தார்.

இன்னும் சிலர் உள்ளே வந்திருந்தனர். அறிவிப்பு ஒலித்தது.

''பெரியோர்களே... தாய்மார்களே... குழந்தைகளே... ஸ்டார் கலைக்குழுவின் வந்தனங்கள். உங்கள் பேராதரவுடன் எங்கள்

நிகழ்ச்சியைத் துவக்குகிறோம். பெருந்திரளாக வந்திருந்து எங்களுக்கு ஆதரவு தரக் கேட்டுக்கொண்டு இந்த சிறப்பான நிகழ்ச்சியை வரவேற்பு நடனத்துடன் துவக்குவதில் மகிழ்ச்சி அடைகிறோம்... இதோ எங்கள் கலைக்குழுவின் நடனராணி சுமிதா உங்களுக்காக...''

கண்ணுசாமிக்கு அந்தப் பெயர் சரியாகக் காதில் விழவில்லை. மைதானத்தின் வெளிச்சம் மங்கியது. மேடையில் மட்டும் ஒரு ஒளிவட்டம் சுழன்று அவள்மீது நின்றது. தலைக்குமேல் இரு கைகளையும் கோர்த்து கால்களைப் பின்னி இடுப்பை வளைத்து நின்றிருந்தாள். இசைத் தொடங்கியது. கைகளை இறக்கி இடது காலை நீட்டி சற்றே குனிந்து சுழன்றாள். ஒருகணம் நின்று ரசிகர்களைப் பார்த்தாள். உதடுகள் விரியச் சிரித்தபடியே கைகூப்பினாள். அதிர்ந்து மேலெழுந்தது இசை. அதற்கேற்ப அவளது உடல் துள்ளியது. இடை ஒடிய காற்றில் தாவிக் கைகளை அசைத்து நடனமிட்டுச் சுழன்றாள். கண்ணுசாமி கண்களை இமைக்காது மேடையில் ஆடும் அவளையே உற்றுப் பார்த்திருந்தார். இடுப்பில் குழந்தையுடன் நின்றவள்தானா இப்படி ஆடுகிறாள்? என்ன உடலிது? கால்கள் மேடையில் படாதபடி வளைந்தும் குதித்தும் ஆடிக்கொண்டிருப்பது வேறொருத்தியா? அவள் அழைத்தாள். போயிருக்கலாம். அருகிலிருந்து அவளது ஆட்டத்தைப் பார்த்திருக்கலாம் என மனம் தவித்தது. இத்தனை தொலைவிலிருந்து ஆடுவதைப் பார்க்க முடிகிறது. ஆனால் அவள் முகத்தையும் அதில் மலரும் சிரிப்பையும் ஜாலம் காட்டும் கண்களையும் சேர்த்துப் பார்த்தால்தானே ஆட்டத்தை முழுமையாக ரசிக்கமுடியும்.

இசை நின்றது. அவள் இடையொடித்து காற்றில் உறைந்து நின்றாள். பின் குனிந்து வணங்கிவிட்டு மேடையைவிட்டு இறங்கினாள்.

கண்ணுசாமி தன்னை மறந்து கைதட்டியபடியே மொட்டை மாடியில் நின்றார்.

அதிகாலையில் எழுந்து கதவைத் திறந்தபோது இருட்டிக் கிடந்தது மைதானம். படுதாக்கள் காற்றில் அசைந்தன. கண்ணுசாமி சற்றுநேரம் அப்படியே நின்றார். ஒருகணம் மேடையில் ஆடிய உடல் அவர் மனத்துள் நடனமிட்டுச் சுழன்றது. கை விளக்கை ஒளிரச் செய்து தொழுவத்தை நோக்கி நடந்தார்.

வீடுகளில் பாலை ஊற்றிவிட்டு வந்து திண்ணையில் உட்கார்ந்தார். கூடாரத்தின் படுதா மூடியே கிடந்தது. சோர்வுடன் உள்ளே சென்றவர் அப்படியே தரையில் படுத்தார்.

நாயை இழுத்தபடி நடராசன் வந்து நின்று குரல் கொடுத்தபோது தான் எழுந்தார்.

''என்ன கண்ணு இந்த நேரத்துல படுத்துக் கெடக்கறே. ஒடம்பு சொகமில்லையா?''

அரை டிராயரை இடுப்பில் ஏற்றியபடியே சிரித்தார் ''ஒடம்புக்கு என்ன கேடு? வேலை முடிஞ்சுது. சோறு பொங்கணும். சடவா இருந்துச்சா... அப்பிடியே சாஞ்சேன்.''

நாய் கம்பத்தருகில் காலைத் தூக்கி மூத்திரம் பெய்தது. நடராசன் கால்களை நகர்த்திக்கொண்டார் ''சடவா இருந்துச்சுன்னா குமாரைக் கூப்பிட்டு சொல்லவா. டிபன் கொண்டுவந்து குடுத்துரு வாங்கல்ல...'' பையிலிருந்து அலைபேசியை எடுத்தார்.

அவசரமாய் கையை ஆட்டினார் ''அதெல்லாம் வேண்டாம் ராசு. காப்படி அரிசியைப் போட்டா கஞ்சி ஆயிடுது. இன்னிக்கு ஒரு நா கேட்டு வாங்கித் தின்னுட்டா முடிஞ்சிருதா. பொழுதானா பசிக்குமே. அப்பறம் எங்க போயி கையேந்திட்டு நிக்கறது. அதெல்லாம் வேணாம். அவங் கையால சோறு வாங்கித் திங்கப் படாது.'' கண்ணுசாமியின் முகம் சிறுத்திருந்தது.

பந்தற்காலருகே பூனை எட்டிப் பார்த்தது. காதை உயர்த்திக் கொண்டு நாய் திரும்பவும் தாவி ஓடியது. நடராசன் சங்கிலியை இழுத்துப் பிடித்தபடியே திண்ணையோரத்தில் உட்கார்ந்தார் ''இந்த ரோஷத்துக்கு ஒண்ணும் கொறைச்சல் இல்லே. கட்டுனவ போயே இப்ப வருஷம் இருவத்திரெண்டாயிடுச்சு. கொள்ளி போடறதுக்குன்னு ஒரே மவன்தான். வளுசளா இருந்தப்ப அப்பிடி இப்பிடி இருந்தான்னு சண்டைபோட்டது செரி. இப்ப அவனுக்கும் கல்யாணமாயி ரெண்டு பேரப் புள்ளைங்களும் வந்தாச்சு. இன்னும் ரெண்டு பேரும் மூஞ்சிய இழுத்துட்டு நின்னா நல்லாவா இருக்கு. உனக்கும் சொல்ல முடியாது, அவனுக்கும் சொல்ல முடியாது.''

கண்ணுசாமி கூடாரத்தையே பார்த்துக்கொண்டிருந்தார். அடிக்கடி நடராசனிடமிருந்து வரும் பேச்சுதான் இது. இப் போதெல்லாம் கண்ணுசாமி பதிலேதும் சொல்வதில்லை.

சந்துக்குள்ளிருந்து ஆடுகளை ஓட்டிவந்த மூலைவீட்டு லட்சுமி தலையிலிருந்த முக்காட்டை விலக்கியபடியே சுவரில் சாய்ந்து நின்றாள் ''அந்த நெனப்பிருந்தா சொந்தமா இவ்ளோ பெரிய வீட்டை வெச்சுட்டு அவனெதுக்கு அடுத்த தெருவுல வாடகைக்கு குடியிருக்கறான். இவங்க ரெண்டு பேர்த்துக்கும் நடுவுல மாட்டிட்டு மருமவக்காரி பாவம், தங்கமான கொணம், சீரழியறா.''

கண்ணுசாமி விறுக்கென தலையை உயர்த்தி முறைத்தார் ''உம் மொற மாமனுக்கு வக்காலத்து வாங்க வந்துட்டியா நீயி? வேலை யெதும் உருப்படியா செஞ்சுறாத. அடுத்தவங்க வாயைப் பாத்துட்டே வம்பு கெடைக்குமான்னு நில்லு. வந்துட்டா பஞ்சாயத்து பேசறதுக்கு.''

சங்கிலியை இழுத்துக்கொண்டு நாய் முன்னால் தாவ நடராசன் எழுந்தார் ''இன்னிக்கு பேசி முடியற விசியமா? ஏம் புள்ளே நீதான் எதையாச்சும் ஆக்கி வெய்யேன். இன்னும் ஒண்ணும் செய்யலே உங்க மாமென்.''

வளையல்களை மேலேற்றிக்கொண்டு எட்டிப் பார்த்தாள் ''ஏன் மாமா இன்னும் ஒண்ணும் சமைக்கலியா?''

கண்ணுசாமி பதில்சொல்லாமல் கூடாரத்தைப் பார்த்துக் கொண்டிருந்தார்.

''வீட்ல அரிசிம்பருப்புதான் ஆக்கி வெச்சிருக்கேன். எடுத் தாருட்டுமா?''

''நா பாத்துக்கறேன் ஆத்தா. நீ போயி உன் சோலியப் பாரு...'' கண்ணுசாமி எழுந்தார்.

''அட இப்பிடி ரோசப்பட்டு என்னத்தை கட்டிட்டுப் போப் போறே நீயி? எங்க வூட்ல இருந்து வேண்டான்னா பரவால்ல... என்ன வேணும் சொல்லு. இங்கியே ஆக்கி வெக்கறேன்.''

''நீ மொதல்ல கௌம்பு. இத்தனை வருஷமா உன்ற கையையா பாத்துட்டு கெடந்தேன். நான் பாத்துக்கறேன் போ'' அடுப்பு மேடைக்கு அடியிலிருந்த வெங்காயக்கூடையை எடுத்து வந்தார்.

வெங்காயமும் இரண்டு வதங்கிய தக்காளியும் வாடிப்போன கத்தரிக்காய்களும் கிடந்தன. ஒரு உருளைக்கிழங்கு. வரமிளகாயும் இஞ்சித் துண்டொன்றும் இருந்தன. நரைத்த முடித் தாடையைச் சொரிந்தார். அப்படியே படுத்து உள்ளே எட்டிப் பார்த்தார். தண்ணீர் அண்டாவுக்கு அருகிலிருந்த முறத்தைப் பார்த்தார்.

லட்சுமி திண்ணையில் சாய்ந்திருந்தாள். ஆடுகள் மைதானத்துக்கு நகர்ந்து படுதாக்களை உரசியபடி மேய்ந்தன.

வெங்காயத்தை உரித்து நறுக்கத் தொடங்கியபோது கூடாரத்திலிருந்து அவள் வெளியில் வந்தாள். கண்ணுசாமி நிமிர்ந்து பார்த்தார். கையில் பால் சொம்பு. சட்டென எழுந்து வாளியிலிருந்த நீரில் கைகளைத் தேய்த்துக் கழுவினார். லட்சுமி விநோதமாய் பார்த்தாள்.

கொலுசொலிக்க சாலையைக் கடந்தபோதுதான் அவளைப் பார்த்தாள் லட்சுமி. வாசலில் வந்து நின்றதும் கண்ணுசாமியைப் பார்த்துச் சிரித்தாள். பால் சொம்பை வாங்கி நிறைத்துக் கொடுத்தவரின் முகத்திலிருந்த சிரிப்பைக் கண்டாள். பத்து ரூபாய் தாளை நீட்டினாள் ''சாயங்காலம் சேத்து குடுத்துரு.''

உடை மாற்றியிருந்தபோதும் முகத்தில் நேற்றைய அலங்காரத்தின் மிச்சமிருந்தது. கலைந்த தலையில் ஜிகினா தாள்கள் மின்னின.

லட்சுமியை ஒருதரம் பார்த்துவிட்டு மெல்லச் சொன்னார் ''நேத்திக்கு ஆட்டம் நல்லா இருந்துச்சு.''

அவள் வியப்புடன் ஏறிட்டாள் ''நீங்க பாத்தீங்களா அய்யா?''

அவர் வெறுமனே தலையாட்டினார். லட்சுமி எழுந்து அருகில் வந்தாள் ''இங்க ஆடறது நீதானா?''

அவள் தலையாட்டியதும் லட்சுமி உரத்த குரலில் சொன்னாள் ''ராத்திரி மைக்செட் சத்தத்துல பசங்க படிக்க முடியலேன்னு புஸ்தகத்தை மூடிட்டாங்க. இன்னிக்கு சத்தத்தைக் கொஞ்சம் கம்மி பண்ணச் சொல்லு. இல்லேன்னா பிரச்சினையாயிரும்.''

அவள் தயக்கத்துடன் தலையாட்டிவிட்டு கொலுசொலிக்க சாலையைக் கடந்தாள். அவளையே பார்த்துக்கொண்டிருந்த கண்ணுசாமியிடம் சிரித்தபடியே கேட்டாள் ''என்ன மாமா டேன்ஸெல்லாம் பாக்கறீங்க போல...''

பால் பாத்திரத்தை நடையில் வைத்துவிட்டு நிமிர்ந்தார். முறைத்தார். ''ஆமா புள்ளே. டேன்ஸ் பாத்தேன். நீயும் வா இன்னிக்கு. மொட்டை மாடில நின்னா தெரியுது. இதுலென்ன அதிசயத்தைப் பாத்தாமாதிரி சிரிக்கறே?''

''எல்லாமே அதிசயமாத்தேன் இருக்குது மாமா...'' புடவைத் தலைப்பை விசிறிப் போட்டுக்கொண்டு ஆடுகளை நோக்கி நடந்தாள் லட்சுமி.

பால் பாத்திரத்தை திண்ணையில் வைத்துவிட்டு உட்கார்ந்த வளிடம் தக்காளியை அரிந்தபடியே கேட்டார் கண்ணுசாமி ''பசங்க மத்தளத்தைத் தட்டிட்டு எங்க போறாங்க?''

''பழைய துணி எதுவும் இருக்கான்னு வீடு வீடா போய் கேப்போம். எங்களுக்கு சுடிதார், புடவை, பசங்களுக்கான சட்டை பனியன் பேண்டுன்னு கெடைக்கும். சமயத்துல சில எடத்துல நெறையவே கெடைக்கும். முன்னாடியெல்லாம் தெனம் காலையில வாசல்ல நின்னு சாப்பாடு கேப்போம். இப்ப கேக்கற தில்லை.'' அவள் கைகளில் மருதாணி இட்டிருந்தாள். கண்ணு சாமியிடம் தயக்கமின்றிச் சிரித்துப் பேசுகிறாள்.

''வசூல் பரவால்லயா?''

''சனி ஞாயிறு ரெண்டு நாள் பரவாயில்லை. கொஞ்சம் ஆளுக வந்தாங்க. மத்த நாள்ல அவ்வளவா வரமாட்டாங்க. பத்துப் பேராவது வரணும். இல்லேன்னா ஷோ கெடையாது. இனி ரெண்டு சனி ஞாயிறு இருக்கு. பாக்கலாம்.''

கண்ணுசாமி கதவோரமாய் வைத்திருந்த கரடி பொம்மையை எடுத்தார் ''இந்தா கொழந்தைக்கு குடு. எம் பேரனுக்கு வாங்கினது. அவங்கல்லாம் இப்ப வளந்துட்டாங்க. வீட்ல சும்மாதான் கெடக்குது.''

பொம்மையை வாங்கிப் பார்த்தாள். புதுசுதான். பளிச்சென சிரித்தவள் கண்களைப் பார்த்தபடியே கேட்டாள் ''நீங்க ஏன் தனியாவே இருக்கீங்க?''

அவள் கண்களை ஏறிட்டுப் பார்த்தவர் சட்டென தலை குனிந்தார் ''இன்னிக்கு நேத்தா தனியா இருக்கேன். ரொம்ப வருஷமா. பழகிப்போச்சு.''

''பேரங்க இருக்கறதா சொல்றீங்க. பக்கத்துல வெச்சுட்டா தொணையா இருக்குமில்ல...'' அவள் பொம்மையின் மூக்கைத் தொட்டுப் பார்த்தாள்.

''யாரும் இன்னொருத்தர்க்கு துணையா இருக்க முடியாது, எப்பவும். எல்லாருமே தனியாளுகதான்'' அரிவாள்மனையை உள்ளே தள்ளிவிட்டார்.

கால்களை நீட்டிக்கொண்டார் ''இத்தனை பேர் இருக்கீங்க. வாடகை குடுத்து டீசல் புடிச்சு என்ன மிச்சமாகும். இத்தனை வயித்துக்கு சோறு போட முடியுதா?''

அவள் கூடாரத்தைப் பார்த்தாள். வாசலில் சிறுவர்கள் படுதாவை இழுத்து விளையாடிக்கொண்டிருந்தார்கள்.

''ஒருநாள் இருக்கும். இன்னொரு நாள் பத்தாது. காலையில ஒண்ணும் கெடையாது. டீயும் பன்னும் வாங்கிட்டு வந்தா அதோட சரி. மத்தியானம் சோறாக்குவோம். ஏதாவது ஒரு நாள் கோழிக்கறி. இல்லை மீன். ராத்திரி புரோட்டாதான். ஆட்டத்துக்கு முன்னாடி எல்லார்த்துக்கும் சரக்கு வேணும். அது தனிச் செலவு. கிராமத்துப் பக்கம் கொஞ்சம் பரவால்லே. இதுமாதிரி டவுண்லதான் சிரமம்.'' அவள் குரலில் எந்த உணர்ச்சியும் இல்லை. வெகு இயல்பாகக் கரடி பொம்மையைத் தூக்கிப் போட்டு விளையாடியபடியேதான் சொன்னாள்.

கண்ணுசாமி அவளையே வெறித்துப் பார்த்துக்கொண்டிருந்தார் ''நீயும் சரக்கு போடுவியா?''

அவள் சிரித்தாள் ''போடாம எப்பிடி ஆடறதாம்?''

''ஆடறதுக்கு யார் சொல்லிக்குடுத்தா?''

''வயிறுதான்.''

அவள் சொன்னது விளங்காததுபோல ஒருகணம் முகத்தைப் பார்த்தார். அவள் சிரித்தபோதுதான் புரிந்தது.

''கம்பியில தொங்கறது, கரணம் போடறது, வளையத்துல நெருப்பு வெச்சு தாவறதெல்லாம் யாரும் பாக்கறதில்லை. கொஞ்ச பேர் வர்றதே நாங்க போடற ஆட்டத்தைப் பாக்கத்தான். என்னோட சேத்து அவங்க ரெண்டு பேரும் ஆடுவாங்க...''

கூடாரத்துக்கு வெளியில் நின்று சிறுமி அவளை அழைத்தாள். பால் பாத்திரத்தை எடுத்துக்கொண்டு நகர்ந்தாள் அவள்.

''மத்தியானம் குடிக்கற தண்ணி வரும். ரெண்டு மூணு கொடம் புடிச்சு வெக்கறேன். வந்து எடுத்துக்க.''

திரும்பிப் பார்த்துத் தலையாட்டிச் சிரித்தாள். கண்ணுசாமி தாயத்தை நிரடிக்கொண்டு உள்ளே எழுந்து போனார்.

வெறிச்சோடிக் கிடந்த மைதானத்தைப் பார்த்தபடியே திண்ணையில் உட்கார்ந்திருந்தார் கண்ணுசாமி.

நேற்று காலையில் பால் வாங்க வந்தவள் இருநூறு ரூபாய் பணத்தை நீட்டினாள் ''இன்னிக்கு சாயங்காலம் போயிடுவோம் அய்யா. பால் பணம் இந்தாங்க.''

அவர் தலையைக் குனிந்திருந்தார். சொம்பில் பாலை நிறைத்து நீட்டியவர் கூடாரத்தைப் பார்த்தார். படுதாக்களைச் சுருட்டிக் கொண்டிருந்தான் சிறுவன். இரும்புச் சேர்களை மடக்கி அடுக்கிக் கொண்டிருந்தனர் மற்றவர்கள்.

"எந்த ஊருக்கு?" குரல் எழவில்லை.

"பெரியநாயக்கன் பாளையத்துக்குன்னு சொன்னாங்க." இன்னும் அவள் பணத்தை நீட்டிக்கொண்டிருந்தாள்.

"பணத்தை நீயே வெச்சுக்க" தாடையைச் சொறிந்தார். மூச்சை உறிஞ்சியபடி குனிந்து வாளித் தண்ணீரை முகத்தில் இறைத்துக் கொண்டார்.

"அய்யா ஒண்ணு சொல்றேன். தப்பா எடுத்துக்காதீங்க…" தயங்கி முகம் பார்த்தாள்.

ஒருமுறை நிமிர்ந்து பார்த்துவிட்டு தலைகுனிந்ததும் அவள் சொன்னாள் "இப்பிடி தனியாவே இருக்காதீங்க. பேரக் கொழந்தை களை கூப்பிட்டு வெச்சுக்குங்க."

வெறுமனே தலையாட்டினார். அவள் தலையைக் குனிந்து கொண்டு கொலுசொலிக்க நடந்துபோனாள்.

சாயங்காலம் நாலு மணிக்கு எல்லாவற்றையும் கழற்றியெடுத்து ஒரு வேனில் அடுக்கி ஏற்றிக்கொண்டு போய்விட்டார்கள். கூடாரங்களிலிருந்த அடையாளங்கள் மட்டுமே மைதானத்தில் மிச்சமிருந்தது.

நாள்முழுக்க எதுவுமே ஓடாமல் திண்ணையில் கிடந்தார். சமைக்கவில்லை. சாப்பிடவில்லை. மதியப் பொழுதில் உள்ளே போய் படுத்தார். ஆடுகளை ஓட்டி வந்த லட்சுமி எட்டிப் பார்த்த போதும் சுருண்டுதான் கிடந்தார்.

உள்ளேபோய் தொட்டுப் பார்த்தாள். அனல் கொதித்தது.

குமாரசாமியை அலைபேசியில் அழைத்தாள். ஆட்டோவுடன் வந்தான். குமரன் மருத்துவமனைக்குள் நுழைந்தபோது கண்ணு சாமி அனத்திக்கொண்டிருந்தார்.

"ஒண்ணும் சாப்பிடலை போலிருக்கு. காய்ச்சல் இருக்கு. ஊசி போட்டிருக்கேன். ரெஸ்ட் எடுத்தா சரியாயிடும்" என்று டாக்டர் சொன்னபோது கண்ணுசாமி கண்விழித்திருந்தார். சுற்றி நின்றவர் களை ஒருமுறை பார்த்துவிட்டு கண்களை மூடிக்கொண்டார்.

வெறிச்சோடிய மைதானம் கண்ணுக்குள் அழுந்த தலையை உலுக்கினார்.

நான்காவது நாள் காலையில் பாலை ஊற்றிவிட்டு விறுவிறு வென நடந்துபோனவரைப் பார்த்து லட்சுமி குரல்கொடுத்தாள் ''எங்க மாமா கௌம்பிட்டீங்க? குமாரை வரச் சொல்லவா?''

அவளுக்கு பதில் சொல்லாமலே பேருந்து நிலையத்துக்கு வந்து நின்றார். பையிலிருந்த பால் பாத்திரத்தின் மூடியைச் சரிபார்த்தார். பெரியநாயக்கன் பாளையத்துக்கான பேருந்து வந்து நின்றது.

காலச்சுவடு - செப்டம்பர் 2020

பித்து

தொலைபேசியை வைத்துவிட்டு அச்சகத்திலிருந்து கிருஷ்ணமூர்த்தி வெளியே வந்தபோது மழை வலுத்திருந்தது. மழையில் கரையும் தெருவிளக்கின் ஒளியை உற்றுப் பார்த்தபடி ஜன்னலருகே அவன்.

''அப்பாதானே?''

அறையின் எதிர்மூலையில் பாய் மீது கிடந்த புத்தகத்தை எடுத்துக்கொண்டு சுவரில் சாய்ந்தான் கிருஷ்ணமூர்த்தி.

''சாயங்காலத்துலேர்ந்து எத்தனாவது போன் இது?''

விரலிடுக்கில் புகைந்த சிகரெட்டின் சாம்பலை தட்டி உதிர்த்தான்.

''அவருக்கு இன்னும் பயம். மறுபடியும் மடத்தனமா ஏதாவது செஞ்சுக்குவேன்னு யோசிக்கறார்போல'' கண்ணீரைத் துடைக்கத் தோன்றாமல் கனத்த மழையை வெறித்திருந்தான். ஓட்டுக் கூரையில் விழுந்து தாழ்வாரத்தில் இறங்கின நீர்ச்சரடுகள்.

இடதுகை மணிக்கட்டை உயர்த்திப் பார்த்தான். சற்றே மேடிட்டு சிவந்த இரண்டு கோடுகள். அழுத்தினால் இப்போதும் வலிக்கிறது. புத்தம் புது டோபாஸ் பிளேடு சதையை வெட்டி உள்ளிறங்கிய சுவடுகள். தீர்ந்துபோன சிகரெட்டை நசுக்கி வெளியில் எறிந்தான்.

மூலையில் சுருண்ட பாயில் படுத்திருந்த கிருஷ்ணமூர்த்தி புத்தகத்திலிருந்து தலையை நிமிர்த்தவில்லை. மையும் மண்ணெண்ணையும் கலந்த வாடையுடன் வந்த காற்று ஜன்னல் வழியாக நழுவி அறைக்குள் புகுந்து சுழன்றது. அறைக்கு அடுத்திருந்த அச்சகத்தில் பிரஸ்ஸால் தேய்க்கும் சத்தம். கோர்த்து சட்டகத்தில் இறுக்கியிருக்கும் எழுத்துகளின் மீதிருக்கும் மையைத் தேய்த்துக் கழுவுகிறான் மணியன். இன்னும் அவனுக்கு வேலை முடியவில்லை.

கிளிப்பில் செருகியிருந்த தாட்கள் படபடத்தன. கருப்பு மசியுடனான பேனா மூடப்படாமல் கிடந்தது. அருகிலிருந்த சிகரெட் பெட்டியை எடுத்தான். மிச்சமிருந்த ஒன்றைப் பற்ற வைத்தான். தீக்குச்சி உரசலின் சத்தம்கேட்டு தலைநிமிர்ந்தான் கிருஷ்ணமூர்த்தி.

"முடிஞ்சுதா? விடியற வரைக்கும் என்ன பண்றது?"

அவன் பதில் சொல்லாமல் அப்போதுதான் முதல் சிகரெட்டை புகைப்பவன்போல நிதானத்துடன் உறிஞ்சினான்.

சீராகப் பெய்துகொண்டிருந்தது மழை. தெருவிளக்கின் மங்கலான ஒளியில் சாய்கோணத்தில் விழுந்துகொண்டிருந்தன கனத்த மழைத்துளிகள். வாளியில் நீர் வழிந்து சொட்டும் சத்தம். நடமாட்டமின்றி அடங்கிக் கிடந்தது தெரு. கால்களை நீட்டிக் கொண்டான்.

"அப்பா அன்னிக்கு இன்னும் கொஞ்ச நேரங் கழிச்சுப் பாத்திருக்கலாம். அதுக்குள்ள செத்திருப்பேன்."

சட்டென விளக்குகள் அணைந்தன. இருட்டு. ஓசைகள் அடங்கி மழையின் சத்தம் இன்னும் வலுத்தது.

"கரெண்ட் போயிடுச்சு. மெழுகுவர்த்தியைப் பத்த வை. அங்கதான் இருக்கு."

"வேண்டாம். இப்பிடியே இருக்கட்டும்."

சிகரெட்டின் நுனியில் தீக்கங்கு ஒளிர்ந்து அடங்கியது. அச்சகத்தின் வாசலில் சிறிது வெளிச்சம். "அண்ணே, மெழுகு வர்த்தி வேணுமா?" மணியனின் குரல்.

"இல்லடா மணி. உனக்கு இன்னும் வேலை முடியலையா?"

"மெஷினைத் தொடைச்சிட்டு போலாம்னு பாத்தேண்ணா. அதுக்குள்ள கரண்டு போயிடுச்சி."

சிறிதும் சலிப்பில்லாத உற்சாகமான குரல். எப்போதும் சிரிப்புடனே இருக்கும் அவன் முகத்துக்கு வெகுபொருத்தம்.

"மழை கொறஞ்சிருச்சின்னா நீ போடா. காலையில பாத்துக்கலாம்."

"இல்லண்ணா. முடிச்சிட்டே போயிடறேன். கொஞ்ச நேரந்தான்" அவன் மெஷினைத் துடைக்கத் தொடங்கிவிட்ட

எம்.கோபாலகிருஷ்ணன் • 47

சத்தம் கேட்டது. கிருஷ்ணமூர்த்தி அச்சக வாசலில் நின்று எட்டிப் பார்த்தான்.

''காலையில ஓனர் வர்றதுக்குள்ள கல்யாணப் பத்திரிகை புரூஃபை எடுத்து டேபிள் மேல வெச்சிடணும். இடதுபக்கக் குத்து விளக்கு பிளாக்கில முனை ஒடைஞ்சிருந்துது. வேற எடுத்து வெக்கணும். அப்பறமா தொழிற்சங்க அறிக்கை வேற இருக்கு. பாதிதான் கம்போஸ் பண்ணிருக்கேன். இந்த நெட்டையன் நாகராச வேற காணோம்.''

மணியன் சுறுசுறுப்பாகத் துடைத்துக்கொண்டிருந்தான். இடுப்புக்குக் கீழே தொங்கிய பனியனில் மைக் கறைகள். நிறம் தெரியாமல் டிராயரிலும் திட்டுத் திட்டாய் கறை.

''நீ வேணா வீட்டுக்கு சைக்கிள் எடுத்துட்டுப் போ.''

''உனக்கு வேணாமாண்ணே'' என்றவன் ஒரு நொடி சுதாரித்துக் கொண்டு அறைப் பக்கமாய் கைகாட்டி ஜாடை செய்தான். கிருஷ்ண மூர்த்தியும் ஆமோதிப்பது போலத் தலையாட்டினான்.

''மழை பெஞ்சிட்டே இருக்கணும். கரெண்ட் வரக்கூடாது. வெளிச்சமே இருக்கக்கூடாது. இந்த ராத்திரி இப்பிடியே விடியாம இருட்டா தீராம போயிட்டே இருக்கணும். அப்பறமா எதுவுமே இருக்கக் கூடாது.'' தீக்கங்கு ஒளிர்ந்து அடங்கிட காற்றில் கலைந்தது புகை.

''எல்லாருக்கும் உன்னை மாதிரியே பைத்தியம் புடிக்கணும்?'' அப்படிச் சொல்லியிருக்கவேண்டாம் என்று நினைத்ததுபோல உடனடியாகவே கிருஷ்ணமூர்த்தியின் குரல் அடங்கியது.

மழையின் ஓசைக்கு நடுவே சிரிக்கும் சத்தம்.

''பைத்தியந்தான். வேலை வெட்டி இல்லாத பயன்னு அவளும் வேண்டாம்னு சொல்லிட்டா. நான்தான் இன்னும் உசுரோட இருந்து கேவலப்பட்டுட்டு இருக்கறேன். எதுக்கும் உதவாத பைத்தியந்தான்.''

அழுகிறான். இருட்டில் தைரியத்துடன் கண்ணீர் விடுகிறான். கிருஷ்ணமூர்த்தி மெழுகுவர்த்தியைத் தேடி எடுத்திருந்தான். ஆனால் ஏற்றவில்லை. காற்றில் காலண்டர் தாள்கள் படபடத்தன. அதைச் சொல்லியிருக்க வேண்டாமோ? இல்லை. என்ன சொன் னாலும் சொல்லாவிட்டாலும் அவன் அழுதிருப்பான். இன்னும்

சற்று நேரம் மின்சாரம் வராமல் மழையும் ஓயாமல் இருந்தால் அவனே நிதானத்துக்கு வந்துவிடுவான்.

கிருஷ்ணமூர்த்தி அப்படியே திண்ணையில் உட்கார்ந்தான். ஈரத்தில் தரை குளிர்ந்திருந்தது. சிகரெட் இருந்தால் இந்த வேளைக்கு இதமாக இருந்திருக்கும். காலிப்பெட்டிதான் கிடக்கிறது. மூச்சை உறிஞ்சியபடி அவன் முகத்தைத் துடைப்பது தெரிந்தது. தணிந்துவிட்டான். இப்போது பேசக்கூடாது. மீண்டும் தொற்றிக்கொள்வான்.

மழையின் சத்தம் குறைந்திருந்தது. மெல்ல கதவருகே நகர்ந்து லேசாகத் திறந்து எட்டிப் பார்த்தான். குளிர்காற்று அவசராய் உள்ளே புகுந்தது.

ரகசியங்களைத் திடுக்கிடச் செய்து விரட்டுவதுபோல மின் விளக்குகள் ஒளிர்ந்தன.

''டீ சாப்டலாமா?''

எதுவும் பேசாமல் எழுந்தான். லுங்கி நழுவி விழுந்தது. அவசரமின்றி நிதானமாக எடுத்து இடுப்பில் சுருட்டிக்கொண்டான். கணநேரம் உடையின்றி அவன் நின்ற கோலத்தைப் பார்த்தான் கிருஷ்ணமூர்த்தி ''கோமதீஸ்வரா!''

''இந்த மசுரு வாழ்க்கையை வாழ்ந்து பாக்கணுமாம். வந்துட் டானுங்க.'' ஆணியில் மாட்டியிருந்த சட்டையைப் போட்டுக் கொண்டு வெளியில் வந்தான். சாரல் முகத்தில் தெறித்தது. கதவைச் சாத்திக்கொண்டு வாசலில் இறங்கி நடந்தனர். கிருஷ்ண மூர்த்தி முதுகுக்குப் பின்னால் கையை இறுகக் கோர்த்திருந்தான்.

இஸ்திரி வண்டிக்குக் கீழே படுத்திருந்த ஜிம்மி தலைதூக்கிப் பார்த்தது. சோம்பலுடன் வாலாட்டிவிட்டு தலையைத் தரையில் நீட்டிக்கொண்டது. தெருவிளக்கின் ஒளியில் ஈர இலைகள் பளபளத்தன. வீசும் காற்றுக்கு இசைந்ததுபோல துளிகள் மண்ணில் விழுந்தன.

''அரியர்ஸ் வெச்சு முக்கிட்டு இருக்கறமாதிரி பண்ணிட்டீங் களேடா. அப்பிடியே விட்டிருந்தா சோலி முடிஞ்சிருக்கும்'' தேங்கி நின்ற நீரை ஆத்திரத்துடன் உதைத்தான். தண்ணீர் தெறிக்கவும் கிருஷ்ணமூர்த்தி முகத்தை மூடிக்கொண்டான்.

''உனக்கென்னடா கிச்சா. பக்கத்து வீட்டுலயே அம்சமா ஒரு குட்டி. வியாழக்கிழமை பாலக்காடு பேசஞ்சர். செவ்வாய்க்கிழமை

சாந்தி தியேட்டர்ல காலைக்காட்சி. அதிர்ஷ்டம் இருந்தா கோபால புரத்துல அஞ்சா நெம்பர் ரூம். நீ உசுரோட இருக்கறதுலயும் ஒரு அர்த்தம் இருக்கு.'' அப்படியே திரும்பி நின்று வேட்டியைத் தூக்கிக்கொண்டு மூத்திரம் பெய்தான்.

''ஓரமா நின்னு போமாட்டியா? அக்குரமம் பண்ணாதடா.''

எகத்தாளமாய் சிரித்தான் ''இந்த ஒலகத்தோட மூஞ்சிலயே பேயணும்னுதான் ஆத்தரம், வெறி. ஆனா...''

பக்கத்தில் வந்தவனை ஏறிட்டுப் பார்த்தான் கிருஷ்ணமூர்த்தி ''சொல்றதைக் கேளுடா. டிபன் சாப்பிட்டுட்டு மாத்திரையைப் போட்டுட்டு தூங்கு நீ. ராத்திரில நீ தூங்கறதே இல்லை.''

கைகூப்பியபடி தலைகுனிந்தான் ''மாத்திரை வேணான்டா கிச்சா. ராத்திரில என்னை நீ இப்பிடியே விட்டுரு. நான் ஒண்ணும் பண்ணிக்கமாட்டேன். பயப்படாம நீ தூங்கு. விடிஞ்சப்பறமா நா படுத்துக்கறேன். வெளிச்சத்துல யார் மூஞ்சியையும் பாக்க முடியலடா. புரிஞ்சுக்கடா.''

தெருமுனையில் டீக் கடையின் வெளிச்சத்தைப் பார்த்ததும் கிருஷ்ணமூர்த்திக்கு சற்றே ஆசுவாசமாயிருந்தது. டீயும் புகையும் அவனது வேகத்தைக் குறைத்துவிடும். புலம்பல் அடங்கும். இந்த மழை மறுபடி பெய்யாமாலிருக்கவேண்டும்.

''ரெண்டு டீ'' சொல்லிவிட்டு நிமிர்ந்தபோது சேச்சி சிரித்தாள். டீ மாஸ்டரை காணவில்லை.

''சார் நன்னாயிட்டு உண்டல்லே...'' ஆவி பறக்கும் டீத் தூளை வாளியில் கொட்டிவிட்டுப் புதிய தூளை நிரப்பினாள். ஆடை கட்டிய பாலின் மணம்.

இதற்குள் அவன் சிகரெட்டைப் பற்ற வைத்திருந்தான். நனைந்த தந்தி தாளின் ஓரத்திலிருந்த சில்க் ஸ்மிதாவின் படத்தை உற்றுப் பார்த்தான். உதட்டில் புன்னகை. டீயை கொடுத்துவிட்டு கிருஷ்ணமூர்த்தி எட்டிப் பார்த்தான்.

''அண்ணே, ஜன்னல் திட்டுல சாவி வெச்சிருக்கேன்'' மணியன் இடதுகாலைத் தரையில் ஊன்றி சைக்கிளை சாய்த்து நிறுத்தினான்.

''டீ சாப்பிடறியா?''

''வேண்டாண்ணா. சேச்சி, ஒரு கட்டு பீடி எடுத்துக்கறேன்'' பணத் தாளை மேசையில் போட்டுவிட்டு தாவிக் குதித்து சைக்கிளில் ஏறிக்கொண்டான்.

''அவங்க அப்பாவுக்கு பச்சைகட்டு பீடிதான் பிடிக்கும்'' தெரு முனையில் திரும்பி மறையும் வரை அவனையே பார்த்துக் கொண்டிருந்தான் கிருஷ்ணமூர்த்தி.

''நீ வீட்டுக்குப் போகலியா?'' எழுந்து அடுத்த சிகரெட்டை பற்ற வைத்தான்.

''இனிமேல் எங்க போறது. மழை வேற'' என்றவன் சேச்சியிடம் கணக்கில் எழுதிக் கொள்ளும்படி சைகை செய்தான். சிரித்தபடியே தலையாட்டியவள் எச்சில் தம்ளர்களின் மேல் தண்ணீரை ஊற்றினாள்.

இரவின் இறுக்கத்தையும் ஓசைகளையும் மட்டுப்படுத்திவிட்டு மழை ஓய்ந்திருந்தது. மெல்ல நடந்தவன் நனைந்திருந்த 'எங்க பாட்டன் சொத்து' போஸ்டரை நிமிர்ந்து பார்த்தான்.

''அப்பா என்னை தனியா விட்டுட்டுப் போக வேண்டான்னு சொல்லிட்டாரா?''

தலை குனிந்திருந்த கிருஷ்ணமூர்த்தி பதில் சொல்லவில்லை.

''செத்துப் போறதுன்னு முடிவு பண்ணிட்டா யாராலயும் தடுத்து நிறுத்த முடியாது.''

''அதென்னவோ கரெக்ட்தான். உங்கம்மா செத்துப் போனப்ப உனக்கு ரெண்டரை வயசு. தெரியுமா?'' எரிச்சலுடன் கேட்டான்.

செருப்பைக் கழற்றிவிட்டு கதவைத் திறக்கும்போது அச்சகத்தில் தொலைபேசி ஒலிக்கும் சத்தம் கேட்டது. ஜன்னல் திட்டிலிருந்து சாவியை எடுத்துத் திறக்கும்போது மணியோசை நின்றுவிட்டது.

முன்பக்கத் திண்ணையில் உட்கார்ந்தவன் சிகரெட் துண்டை சுண்டி எறிந்தான். நெடியுடன் சுழன்று கரைந்தது புகை. வாசல் விளக்கைப் போட்டுவிட்டு அருகில் உட்கார்ந்தான் கிருஷ்ண மூர்த்தி. எதிர்ப் பக்கத்திலிருந்த துணி அறவை இயந்திரங்கள் மின்னொளியுடன் சுழல்வதைப் பார்த்தான்.

எதிர்பார்த்ததுபோலவே மீண்டும் மணியொலிக்க தாவி யோடினான்.

கதவைச் சாத்திவிட்டு வந்தபோது அவன் எழுந்து உள்ளே சென்றிருந்தான். முன்பு இருந்ததுபோலவே ஜன்னலோரத்தில் உட்கார்ந்திருந்தான்.

"அப்பாதானே?"

"ஆமா. எப்பிடியிருக்கேன்னு கேட்டாரு."

"வேறென்ன?"

"ஒண்ணுமில்லை. சாப்பிட்டியான்னு கேட்டாரு. காலையில வர்றேன்னாரு."

அதை கவனிக்காததுபோல வெளியே பார்த்தான்.

"தூங்கவே மாட்டாரு கிச்சா. அந்தளவுக்கு பயம் வந்துருச்சு..." அவன் குரலில் கலக்கம். கண்ணீர் துளிர்த்தது.

"உனக்கே தெரியுது. அப்பறமும் இப்பிடிப் பண்ணினா என்ன பண்றது? அதுவும் ரெண்டு தடவை தற்கொலை முயற்சி. ஆஸ் பத்திரி, போலீஸ்னு அலைய வெச்சுட்டே. பயம் இருக்காதா?"

மணிக்கட்டை உயர்த்தி வெட்டுத் தழும்புகளைப் பார்த்தான். இரண்டாம் முறை சற்றே ஆழமான காயந்தான். நிறைய ரத்த சேதம்.

"யோசிச்சு பாத்தா வேடிக்கையாத்தான் இருக்கு கிச்சா. முட்டாள்மாதிரிதான் செஞ்சிருக்கேன்."

கிருஷ்ணமூர்த்தி பாயை உதறிப் போட்டுக்கொண்டு சுவரில் சாய்ந்தான். காதோரத்தில் ரீங்கரித்தது கொசு.

"இதையே நான் சொன்னா நீ சண்டைக்கு வருவே. உனக்கே நல்லாத் தெரியும். யாருக்குத்தான் எல்லாம் அமைஞ்சு வந்துருக்கு. என்னவோ நீ மட்டுந்தான் இப்பிடி தோத்துப் போயிட்டே இருக்கற மாதிரி. வந்து படு. எனக்கு தூக்கம் வருது."

அவன் சிரித்தான் "உன்னை மாதிரி இருந்திருக்கலாம். இல்லையா அந்த மணிப்பய மாதிரி இருந்திருக்கலாம். நான் என்னை மாதிரி இருக்கறதுதான் பிரச்சினையே. நீ தூங்குடா."

கிருஷ்ணமூர்த்தி படபடத்துக்கொண்டிருந்த வெற்றுத் தாள்களை பார்த்தான் "ரெண்டு நாளா எழுதிக் கிழிச்சுட்டே. இப்ப புதுசா எழுதப் போறியா?"

அவன் எழுந்து உடைகளைக் களைந்தான். விரித்துப் போட்ட பாயில் சம்மணமிட்டு அமர்ந்து மடிமேல் அட்டையை எடுத்து வைத்துக்கொண்டு பேனாவை கையிலெடுத்தான்.

''சொல்லிட்டு செய்யுடா. இங்க நானும் இருக்கேன்ங்கறதை மறந்துடாதே'' கிருஷ்ணமூர்த்தி மறுபுறம் திரும்பினான்.

மின்விசிறிக் காற்றையும் மீறி கொசுக்கள் காதோரங்களில் சுற்றின. தெருவில் ஆட்டோ மிகுந்த ஓசையுடன் கடந்து போனது.

கிருஷ்ணமூர்த்தி மெல்ல திரும்பிப் பார்த்தான். தீவிரத்துடன் எழுதிக்கொண்டிருந்தான்.

''அந்த லுங்கியையாவது கட்டிக்கலாம்ல. எப்ப பார்த்தாலும் அம்மணக் கட்டையா உக்காந்துட்டுதான் எழுதறது. அப்பிடி என்ன எழுதிக் கிழிக்கறே. உருப்படியில்லாமே?''

அவன் தலைநிமிர்த்தவேயில்லை.

''பிரஸ்ல புரூப் பாத்துக் குடுத்தாலாச்சும் தேவலை. மொதலாளிகிட்ட சொல்லி சம்பளம் போடச் சொல்லலாம்.''

ஈர நெடியுடன் கிடந்த ஈரிழைத் துண்டையெடுத்து கண்ணை மறைத்துக் கட்டிக்கொண்டு சுவர்பக்கமாய் திரும்பிப் படுத்தான் கிருஷ்ணமூர்த்தி.

வெளியில் ஜிம்மி ஆக்ரோஷத்துடன் குரைக்கும் சத்தத்தைக் கேட்டு எழுந்தான். பாயில் அவனைக் காணவில்லை. தலைதூக்கிப் பார்த்தான். ஜன்னலருகே அமர்ந்து எழுதிக்கொண்டிருந்தான். இடதுகையில் புகையுடன் சிகரெட்.

அப்படியே சரிந்து படுத்தவுடன் கண்கள் அவசரமாய் மூடிக் கொண்டன.

போர்வையை இழுத்து எழுப்பியபோது வெளியே மழை பெய்துகொண்டிருந்தது.

''மணி நாலரையாச்சு. டீக் கடை தெறந்துருப்பாங்களா?'' கையில் சிகரெட் புகைந்திருந்தது.

''மழை கொட்டறது தெரியலையா? உனக்குத்தான் தூக்கம் வர்லை. என்னையாவது சித்தநேரம் தூங்க விடேன்டா'' போர்வையை இழுத்துத் தலையை மூடிக்கொண்டு புரண்டவன்

திடுக்கிட்டு எழுந்தான். கண்களைத் தேய்த்துக்கொண்டு நிதான மாகப் பார்த்தான்.

''என்னடா?''

இப்போதும் அவன் உடையற்றவனாகத்தான் சாய்ந்திருந்தான். எழுதிய தாள்கள் பாயில் கிடந்தன. சுவரோரமாய் எரிந்த தீக்குச்சி களும் நசுக்கிப்போட்ட சிகரெட் துண்டுகளும். பேனா அவன் கையில் இருந்தது.

ஒன்றும் சொல்லாமல் படுத்தபோது தூக்கம் காணாமல் போயிருந்தது. ஒருகணத்துக்கு முன்பிருந்த பதற்றத்திலிருந்து மனம் விடுபட்டிருந்தது. விடிந்துவிட்டது. இனி சற்று ஆசு வாசத்துடன் இருக்கலாம்.

எழுந்து கழிவறைக்குப் போய்விட்டு வரும்போது அவன் படுத்திருந்தான். போர்வை உடலை மூடியிருந்தது. தாள்களும் மூடப்படாத பேனாவும் அப்படியே கிடந்தன.

சிகரெட் பெட்டியை எடுத்துக்கொண்டு வெளியே வந்தபோது தேங்கிய நீரில் மங்கலான வானம். காற்றில் குளிர். தொலைவில் ஒலித்தது ஏதோவொரு பக்திப் பாடல். பசித்தது. திரும்பி உள்ளே பார்த்தான். இவன் எழுவதற்குள் வீட்டுக்குப் போய்விட்டு வரலாம். சாப்பிட எதையாவது கொண்டுவரலாம். ஆனால் சைக்கிள் இல்லை. மணியன் வரவேண்டும்.

செய்தித்தாள் பையனின் சைக்கிள் மணி ஒலித்தது. வழக்கமாய் சுருட்டிய செய்தித்தாளை திண்ணையில் விழும்படி காற்றில் சுழற்றி எறிவான். கிருஷ்ணமூர்த்தி எழுந்து சென்று வாங்கிக் கொண்டான். மை வாடை.

புகைத்தபடியே செய்தித்தாளைப் பிரித்தான்.

தொலைபேசி மணியடித்தது. பாவம், தூங்கியிருக்கமாட்டார். எழுந்து சென்று பேசியை எடுத்து காதில் வைத்தான்.

மணியன் வரும்போது வெயிலில் உக்கிரம் கூடியிருந்தது. சைக்கிள் சாவியை ஆணியில் மாட்டிவிட்டு சட்டையைக் கழற்றினான்.

''அப்பாக்கு எண்ணெய் போட்டு கை காலெல்லாம் தேச்சு விட வேண்டிருந்துது. ராத்திரி நல்ல மழைங்கறதுனால காத்தால எழுப்ப

முடியலை. அதான் லேட்டாயிருச்சுண்ணா. மொதலாளி கேட்டாரா?'' சுறுசுறுப்புடன் மேசையைத் துடைத்தான்.

''உங்கப்பாவுக்கு பரவால்லயாடா?'' கிருஷ்ணமூர்த்தியின் விரல்கள் மிகுந்த லாகவத்துடன் எழுத்துகளைப் பொறுக்கிச் சேர்த்து சொற்களாக்கிக் கொண்டிருந்தன.

''இந்த எண்ணெய் போட்டுத் தேக்கறது கேக்குதுபோல. வாய்தான் இன்னும் இழுத்தாமாதிரியே இருக்கு. பேச முடியலை.''

''அவுருக்கு நீ பீடி வாங்கிட்டுப் போறே?''

''எப்பவாச்சும் கேப்பாருண்ணா. பாவமாருக்கும். பத்த வெச்சு வாயில வெச்சா ரெண்டு மூணு தடவை உறிஞ்சுவாரு. அவ்ளோ தான்.''

அவன் திண்ணையில் சாய்ந்திருந்தான். கண்ணில் துளிர்த்த நீரைத் துடைத்துக்கொண்டு சிகரெட்டை சுண்டி எறிந்தான். எழுந்து உள்ளே சென்றவன் மறுபடியும் போர்வையை தலையை மூடிப் போர்த்திக்கொண்டான்.

''அண்ணனை எழுப்பவா?'' மணியனின் குரல் ஆழத்தில் எங்கோ ஒலிக்கிறது. தூக்கத்தின் இருட்சுழலிலிருந்து மேலெழா மல் அப்படியே மிதந்திருந்தான்.

''தூங்கறான்னா விட்டுரு பாவம். ராத்திரிதான் தூங்கவே யில்லேன்னு சொன்னில்ல'' அப்பாவின் குரலா? ஆமாம். அவர் தான். கனிவும் கருணையும் கூடவே சற்று தயக்கமும் சேர்ந்தாற் போன்று மெதுவாகப் பேசுவது வேறு யாராக இருக்கமுடியும். வீட்டிலிருந்து புறப்பட்டு வந்திருக்கிறார் இந்த வேகாத வெயிலில். இப்படித் தூக்கத்தில் கிடப்பதே அவருக்குப் பெரும் ஆறுதலாயிருக்கும்.

பக்கத்தில் உட்கார்ந்திருக்கிறார். அவருடைய அண்மையை அவனால் உணரமுடிகிறது. போர்வையை விலக்காமல் அப் படியே கிடக்கிறான். மிக மெதுவாக அவன் கைகளைத் தொடு கிறார். காற்றில் ஆடி இறங்கும் இறகைப் போன்ற தொடுகை. உள்ளங்கையின் வெம்மையுடன் லேசான நடுக்கம்.

அசையாமலே படுத்திருந்தான்.

"எழுப்புங்கப்பா. பரவால்லே" கிருஷ்ணமூர்த்தியின் குரல் அருகில் ஒலிக்கிறது.

"இல்ல விடுப்பா. கொஞ்ச நேரம் வெளியில உக்காருவோம். அவனா எழுந்திருக்கட்டும்."

நகர்ந்துவிட்டார்கள். அப்பா தயக்கத்துடன் காத்திருக்கிறார். எழுந்து போனால் முகம் பார்த்துப் பேசுவதற்குள் கண்கள் கலங்கி விடும். அவனைக் காயப்படுத்திவிடக் கூடாது என்பதுபோல சொற்களை கவனமாகத் தேர்ந்தெடுத்து உதடுகள் நடுங்க மெல்லச் சொல்லுவார். அதைக்கூட பொறுத்துக்கொள்ள முடியாமல் எரி சொற்களை அலட்சியமாய் உதிர்த்துவிட்டு புகையை ஊதுவான்.

போர்வையை மூடிக் கிடந்தவன் மறுபடி எழுந்தபோது கொய்யாப்பழ வாசனை. எதிர்வெயில் கண்களைக் கூசியது. வாசலில் நின்று சடவுமுறித்தான். மணியன் பெல் அடித்தபடி சைக்கிளை பந்தலுக்கு அடியில் நிறுத்தினான் "இவ்ளோ நேரம் தாத்தா இங்கதான் உக்காந்திருந்தாரு. இப்பதான் கொண்டுபோய் பஸ் ஸ்டாப்புல வுட்டுட்டு வந்தேன்."

முகத்தில் தண்ணீரை இறைத்துக் கழுவிவிட்டு திண்ணையில் அமர்ந்தான். சேறாகிக் கிடந்த மழைநீரில் வெயிலின் பளபளப்பு. துணி அறவை இயந்திரங்கள் அதே வேகத்தில் சுழன்றிருக்க வாசலில் நின்றவன் டீ குடித்துக் கொண்டிருந்தான்.

"சிகரெட் வாங்கிட்டு வந்தியா?" அச்சடித்த நோட்டீஸ் தாள்களை ஓரங்களில் தட்டி அடுக்கிக்கொண்டிருந்த மணியன் கழுத்தை நொடித்தான்.

திட்டுத்திட்டான மைக் கறையில் நிறம் இழந்திருந்த துணியில் கையைத் துடைத்தபடியே வெளியே வந்த கிருஷ்ணமூர்த்தி பையை நீட்டினான். சிறிய மஞ்சள் பை. கேள்வியுடன் வாங்கி பிரித்துப் பார்த்தான்.

கொய்யாப்பழங்களுக்கு நடுவில் கிடந்தன இரண்டு வில்ஸ் சிகரெட் பாக்கெட்டுகள்.

"உங்க வீட்டுப் பழந்தான். உனக்குப் புடிக்கும்னு உங்கப்பா கொண்டு வந்தாரு. எனக்கு இன்னொரு பழம் எடுத்துக்கறேன்" மணியன் பையை வாங்கிப் பழத்தை எடுத்துக்கொண்டான்.

வெயில் தணிந்து பொழுது இருட்டியது. சில நிமிடங்களில் துளிகள் விழத் தொடங்கின.

தலையைக் குனிந்தபடியே பையிலிருந்து சிகரெட் பெட்டியை எடுத்து நடுங்கும் விரல்களால் உறையைப் பிரித்தான்.

தமிழினி - ஜூலை 2021

சிவகாமி

1

மீதமிருந்த சாண உருண்டையைத் தண்ணீரில் கரைத்தாள் சிவகாமி. பந்தல் முகப்பில் ஊற்றினாள். குனிந்து விளக்குமாறால் வழித்துச் சீராக்கி நிமிர்ந்தவள் திண்ணையோரத்தில் தலையைக் குத்தி உட்கார்ந்திருந்த கணேசனைப் பார்த்தாள். காலையிலிருந்து அப்படியேதான் உட்கார்ந்திருக்கிறான். அவன் குடித்துவிட்டு வைத்திருந்த காபி தம்ளரின் விளிம்பில் ஈக்கள் பறந்தமர்ந்தன. ''நீ கௌம்பு. எனக்கு வேலைக்கு நேரமாச்சு.''

சிவகாமியின் குரலைக் கேட்டதும் நிமிர்ந்தான். வீங்கிய முகம். தூக்கமில்லாத கண்களின் ஓரத்தில் பீளை வழிந்திருந்தது. நரைத்த முடிகள் அடர்ந்த தாடி. சட்டையின் கழுத்துக் காலரின் உட்பக்கம் நைந்திருந்தது.

''ஒண்ணுமே சொல்லாமப் போன்னு சொல்றயே?'' கரகரத்த குரல் தேய்ந்து அடங்கியது.

சிவகாமி விளக்குமாறை ஆட்டாங்கல்லின் அருகே போட்டு விட்டுக் கையைக் கழுவினாள். வளையல்கள் முழங்கைக்கு மேலாக ஏறியிருந்தன. ஒடிசலான தேகம். கன்னத்து எலும்புகள் துருத்தி நின்றன. அடர்த்தியான முடியில் நரைவெண்மை கூடி யிருந்தது.

''என்ன சொல்லோணும் உனக்கு?'' சன்னமான குரல் அவனை வெருட்டியது.

''பழசையெல்லாம் மனசுல வெச்சுட்டு இப்பிடிப் பண்ணாத செவகாமி. ஒரு எட்டு வந்து நீ பாத்துட்டா அது நிம்மதியா கண்ணை மூடிடும்.''

கம்பியில் கிடந்த ஈரிழைத் துண்டை எடுத்து உதறி முகம் துடைத்தவள் நெற்றிப் பொட்டை கவனமாக ஒட்டிக்கொண்டாள். அவள் முகத்தில் சன்னமான சிரிப்பு.

''பரவால்லே. மாமனுக்கு பேரெல்லாம்கூட நெனப்பிருக்கு.'' பந்தற்காலில் படர்ந்திருந்த மயில்மாணிக்கத்தின் சிவந்த பூக்கள் காற்றில் அசைந்தன. சிவகாமி தம்ளரை எடுத்து வாளித் தண்ணீரில் அலசினாள். அருகிலிருந்த இலுப்பைத் தூள் மஞ்சியால் தேய்த்து மறுபடியும் அலசினாள். மர ஸ்டூலின் மேல் தம்ளரைக் கவிழ்த்தவள் படிகளருகே கிடந்த கால்மிதியில் கால்களைத் தேய்த்துத் துடைத்தாள். வெண்மையான பாதங்கள் பளிச்சிட்டன.

''ரெண்டு மாசமா இழுத்துட்டேதான் கெடக்குது. பின்னாடி கொட்டாயிலதான் படுக்க வெச்சிருக்கு. எல்லா பணித்தியமும் பண்ணி பாத்தாச்சு. எப்பவாச்சும் நெனப்பு வந்தாலும் உம் பேரத்தான் சொல்லுது. ஒரே ஒருதடவை வந்துட்டு போயிரேன்.''

வெடுக்கென்று முகத்தைத் திருப்பியபடி உள்ளே போனவள் ஒற்றைக் கதவை அடித்துச் சாத்தினாள்.

காம்பவுண்டு சுவர் மேலே படர்ந்திருந்த அவரைக் கொடியைப் பிடிக்க முயன்று தாவிய வெள்ளாடு திரும்பிப் பார்த்தது.

கணேசன் சுவரில் தலையைச் சாய்த்து கண்களை மூடினான்.

2

தலைமுடியிலிருந்து வெளியே எடுத்த ஈருகோலை உற்றுப் பார்த்துவிட்டு கட்டைவிரலுக்கும் ஆட்காட்டிவிரலுக்கும் இடையில் வைத்து அழுத்தினாள் அங்கயற்கண்ணி. சடசடவென ஈருகள் நசுங்கும் சத்தம். ஈருகோலை மீண்டும் கூந்தலுக்குள் நுழைத்தபடியே நிமிர்ந்தாள் ''அமராவதி பாலத்துமேல இவங்கப்பன் லாரில அடிபட்டுச் சாகும்போது இவனுக்கு வயசு மூணு. பால்குடியே மறக்காத மடியில கெடந்தவனை வளர்த்து நிமித்திருக்கேன் பாத்துக்கோ. தறிப்பட்டறையில நூல் சுத்துனேன். ஈஸ்வரன் கோயில் வாசல்ல பூக்கடை போட்டேன். கொஞ்ச நாள் இட்லி சுட்டு வித்தேன். இன்னிக்கு வண்டிக்கடையும் வாடகைக்கு ரெண்டு குடித்தனத்தையும் வெச்சு கவுரதியா இருக்கேன்னா சும்மா வந்தர்லே.''

சிவகாமி வளையல்களை மேலேற்றியபடி கிரைண்டரில் திரண்டு அரைபட்ட மாவை அள்ளி போசியில் போட்டாள். மூன்றாவது நாளாக இதே காட்சி தொடர்கிறது இன்றும். சுற்றுச் சுவரையொட்டி வளைந்து நின்ற முருங்கை மரத்தின் வெள்ளைப் பூக்கள் துணி துவைக்கும் கல்லருகே தேங்கிக் கிடந்த நீரில் மிதந்தன.

''இத்தனை இருந்தும் என்ன பிரயோசனம். கலியாணமாயி வருஷம் மூணாவப் போவுது. பேரனோ பேத்தியோ பெத்துப் போடுவேன்னு பாத்தா இப்பிடி வெளங்காமக் கெடக்கற. தோலு வெள்ளையா இருந்தாப் போதுமா. இவனுக்கப்பறம் ஒண்ணு மில்லேங்கற வெசனத்தோடவே செத்துப் போகற ஆளு நானில்லை.''

எவர்சில்வர் தூக்குவாளியைத் திறந்ததும் புளித்தமாவின் வாடை. அரைத்த மாவுடன் சேர்த்துக் கலக்கினாள். நடவையருகே நிறுத்தியிருந்த டி.வி.எஸ் 50யின் கைப்பிடி மீது உட்கார்ந்த காகம் கண்ணாடியைக் கொத்தியது.

''இப்ப முடிவு உங் கையிலதேன் சிவகாமி. நீயா சம்மதிச் சேன்னா ஒனக்கும் நல்லது. உங்கப்பாவுக்கும் நல்லது. மொரண்டு பண்ணினியா அப்பறம் அத்துவிட்டுட்டு வேற கல்யாணம் பண்ணவேண்டி இருக்கும் பாத்துக்கோ.'' அங்கயற்கண்ணியின் கண்ணாமுழிகள் பிதுங்கி மினுத்தன. இடதுமூக்கிலிருந்த கல் வைத்த மூக்குத்தி அசைந்து பளபளத்தது.

கத்தியின் வெட்டுத் தடங்களுடனிருந்த சிறிய முட்டியின் மேல் வைத்து பெல்லாரி வெங்காயத்தை நறுக்கிக்கொண்டிருந்த கணேசனை ஏறிட்டாள் சிவகாமி. அவனிடமிருந்து எந்தச் சலனமும் இல்லை என்பதை உணர்ந்து தலை கவிழ்ந்தாள்.

''உங்கிட்டதான் பிரச்சினை இருக்குன்னு டாக்டரம்மாவே சொல்லிட்டாங்க.. வம்சம் தளைக்கோணுமின்னா நீதான் விட்டுக் குடுக்கோணும். வர்றவளும் அன்னியமொண்ணும் இல்லை. உனக்குத் தெரியும். புடிவாதம் புடிக்காம நல்லா ரோசனை பண்ணு. அவ்ளோதான்.'' அங்கயற்கண்ணி தரையில் இடது கையை ஊன்றிப் பருத்த உடலை அசைத்து எழுந்தாள்.

கணேசன் இப்போது பச்சைமிளகாயைப் பொடிப்பொடியாக நறுக்கியபடியிருந்தான். சிவகாமி பதில் எதுவும் பேசாமல் ஆட்டாங்கல்லைக் கழுவிக்கொண்டிருந்தாள். புகையிலையை ஒடித்து கடவாயில் திணித்த அங்கயற்கண்ணி முறைத்தபடி முகம் சுளித்தாள்.

''நீ என்ன சொல்றது. இங்கயே இருக்கறதானா சொல்ற மாரி கேளு. இல்லேன்னா வழியப் பாத்துட்டு போயிரு'' சுருக்குப் பையை இடுப்பில் சொருகியபடி நடவைக் கதவைத் திறந்து கொண்டு வெளியே போனாள்.

3

தரைத் தொட்டிக்குள் இரண்டு படிகள் இறங்கி நசுங்கிய ஈய வாளியில் தண்ணீரை மொண்டு தூக்கினான் கணேசன். இரும்பு மூடியின் மேல் வைத்தான். இடுப்பிலிருந்து நழுவிய நீல டிராயரை மேலே இழுத்துவிட்டான். தாவி மேலே வந்தவன் வாளி நீரைத் தூக்கிக்கொண்டு கழிவறையை நோக்கி நடந்தான். துருப்பிடித்த தகரக் கதவைத் தள்ளிவிட்டு தண்ணீரை ஊற்றினான்.

''எவ்ளோ தண்ணி ஊத்துனாலும் போகவே மாட்டேங் குதும்மா'' ஓடிச் சென்று திண்ணையில் கழற்றிப் போட்டிருந்த கட்டம் போட்ட சட்டையை மாட்டினான். கடைசிப் பொத்தான் உடைந்திருந்தது. பள்ளிக்கூடப் பையைத் தூக்கித் தோளில் மாட்டினான்.

குப்பைத் தொட்டியருகே மேய்ந்துகொண்டிருந்த குஞ்சுகளைப் பிடித்து நடவைக்குள் விட்டான். தாவி உள்ளே சென்றது கோழி.

''சீக்கிரமா வாடா. நேரமாவுது'' அங்கயற்கண்ணி நடவைக் கதவைப் பூட்டினாள். சுற்றுச் சுவரின் மேலிருந்து தலையை நீட்டிப் பார்த்தது பூனை.

''மத்தியானம் பள்ளிக்கூடத்துல போடறதை ஒழுங்கா சாப்புடு. புடிக்கலே நல்லால்லேன்னு திங்காம வந்துட்டு பசிக்குதுன்னு உசுரே வாங்காதே.''

பாதையின் ஓரத்தில் கிடந்த பிளாஸ்டிக் பாட்டிலை காலால் எத்தினான். சத்தத்துடன் உருண்டு கம்பத்தில் மோதியது.

''ஏம்மா என்னையும் உங்கூட பட்டறைக்கு கூட்டிட்டு போயேம்மா. ஸ்கூலுக்குப் போவே புடிக்கலே'' தெருமுனையில் நின்றிருந்த டி.வி.எஸ் 50ஐத் திரும்பிப் பார்த்தபடியே நடந்தான்.

மண்டையில் ஒரு கொட்டு வைத்தாள் ''ஒழுங்கா மூணாங் கிளாஸ் பாஸ் பண்ற வழியப் பாரு. [illegible]றைக்கு வராணாம். உரிச்சிருவேன்.''

பள்ளிக்கூட மணியொலிக்கும் சத்தம் கேட்டது. பையை இழுத்துத் தோளில் போட்டுக்கொண்டு தபதபவென்று ஓடினான்.

''மெதுவா போடா...'' அங்கயற்கண்ணி கத்தியபடியே நின்றாள்.

‘ப்யூம்ம்...’ காதைப் பிளக்கும் சத்தத்துடன் மினி பஸ் கடந்துபோனது.

4

இட்லிப் பானையின் மூடியைத் திறந்ததும் ஆவி பறந்தது. கையில் அள்ளி நீரைத் தெளித்துவிட்டு மேல்தட்டை எடுத்து டேக்சாவில் கவிழ்த்தாள் அங்கயற்கண்ணி. துணியை நீக்கித் தட்டில் போட்டுவிட்டு இரண்டாவது தட்டையும் தூக்கிக் கவிழ்த்தாள்.

சற்றே தள்ளி நின்ற ஊஞ்சமரத்தின் கிளைகளில் இரைச்சல். எச்சில் இலைகளைப் போடுவதற்காக இருத்திய நீலத்தொட்டி யருகே சுருண்டு படுத்திருந்தது கருப்பு நாய்.

‘‘யாரு இட்லி கேட்டது?’’ அடுப்புக்குமிழைத் திருப்பி நெருப்பின் அளவைக் குறைத்தாள்.

நறுக்கிய இலைகளுடனான தட்டுகள் நீண்டன. சூடான இட்லிகளை வைத்துவிட்டு வாளி நீரில் கையை நனைத்தாள். துணியை எடுத்து விரித்து கீழ்த்தட்டை இடதுகையில் பிடித்தாள். மாவுப் போசியைக் கரண்டியால் தட்டிவிட்டு அள்ளி ஊற்றினாள்.

சிறிய குண்டாவிலிருந்து எண்ணெயை சட்டுவத்தால் அள்ளி புரோட்டாக்களின் மேல் தடவினான் கணேசன். இடமிருந்து வலமாக ஒவ்வொன்றாகப் புரட்டிப் போட்டான்.

‘‘ரெண்டு ஆம்லெட்டுக்கா...’’ தொப்பி அணிந்தவன் வண்டிக்குள் தலையை நீட்டிச் சொன்னான்.

புரோட்டாக்களை சட்டுவத்தில் அள்ளி கிரானைட் பலகையில் மேல் அடுக்கி உள்ளங்கைகளைக் கொண்டு தட்டிப் புரட்டினான். வலதுகையை மடக்கி குத்திவிட்டு குண்டாவில் போட்டான். வண்டிக் கூரையின் வலதுமூலையில் தொங்கிய ஈரிழைத் துண்டில் கையைத் துடைத்தவன் கைப்பிடியுடனிருந்த போசியை நகர்த்தினான். வண்டியின் அடிப்பக்கத்திலிருந்து இரண்டு முட்டைகளை எடுத்தவன் பலகையின் நுனியில் தட்டி போசியில் ஊற்றினான். வெட்டி வைத்த வெங்காயம், பச்சைமிளகாய், தக்காளித் துண்டுகளை அள்ளிப் போட்டு சிட்டிகை அளவு உப்பையும் கொஞ்சமாய் மிளகுப் பொடியையும் தூவிக் கலக்கி

இரும்புக் கல்லின் ஓரத்தில் ஊற்றினான். எண்ணெயை அள்ளித் தெளித்த கையோடு தேய்த்து வைத்திருந்த புரோட்டாக்களை எடுத்து வரிசையாகப் போட்டான்.

''கொஞ்சம் காரச் சட்னிக்கா'' பாதி தோசையுடன் நீண்ட தட்டில் சட்னியை அள்ளிப் போட்ட அங்கயற்கண்ணி மூடிவைத்திருந்த சிறிய தூக்கிலிருந்து இன்னும் கொஞ்சம் காரச் சட்னியை அள்ளி வாளியில் ஊற்றினாள்.

தண்ணீரை அள்ளித் தெளித்ததும் சுரீர் என்றது இரும்புக் கல். சீமாரைப் புரட்டித் தேய்த்தான். இன்னும் கொஞ்சம் நீரைத் தெளித்துவிட்டு தோசை மாவை அள்ளி ஊற்றினான்.

''ரெண்டு இட்லி, ஒரு தோசை, ஒரு ஆம்லெட்... முப்பது ரூவா'' என்றபடியே சில்லறையை எடுத்து நீட்டிய கையோடு திரும்பிப் பார்த்தாள்.

பீடியைப் புகைத்தபடியே வேடிக்கை பார்த்திருந்தவர் செருப்பைப் போட்டபடி எழுந்து நின்றார் ''வேவாரம் தேவலதான் போல...''

''இன்னிக்கு என்னவோ பரவால்லே. ஒருநா மாரி இன்னொரு நா இருக்காது மாமா. ரெண்டு நாளைக்கு முன்னாடி செரியா மழை புடிச்சுது. ஒண்ணும் பண்ண முடியலே'' முந்தானையில் வேர்வையைத் துடைத்தவள் கணேசனிடம் திரும்பிச் சொன்னாள் ''புரோட்டா போதுண்டா. தோசை கேட்டா மட்டும் போட்டுக் கலாம்.''

''இன்னொரு ஆளு இருந்தா ஒத்தாசையாத்தான் இருக்கும்.'' பிளாஸ்டிக் தம்ளரிலிருந்த நீரை ஊற்றி வாயைக் கொப்புளித்தார்.

''ரெண்டு இட்லிமட்டும் சாப்புடு மாமா'' தட்டில் வைத்து நீட்டினாள்.

''ஒரே புள்ளதான். பத்தாவது படிச்சிருக்கு. வீடு வாசல் இருக்கு. சின்ன வயசுலேயே அம்மா போயிட்டாங்க. அதனால பொறுப்பா வளந்துருக்கு. ஜாதகம் சேந்துருக்குன்னு அவங்கப்பா சொல்றாரு. நீதான் என்னன்னு சொல்லணும்.''

அங்கயற்கண்ணி கணேசனைத் திரும்பிப் பார்த்தாள். அவன் தோசையைத் திருப்பிப் போடுவதில் மும்முரமாய் நின்றிருந்தான். காதுகள் அவள் சொல்வதை கவனித்திருந்தன.

''நா என்னத்த சொல்றது. கட்டிக்கப் போறவன் அவன். அவனுக்கு செரின்னா கட்டி வெச்சர்லாம். வர்றவ வந்து கூடமாட நின்னான்னா சீக்கரமா கடனக் கட்டிட்டு அக்கடான்னு ஒக்காந்துக் கலாம்.''

அவர் கணேசனின் முகத்தைப் பார்த்தார். போன வாரம் செவ்வாய்கிழமையன்று மாசாணியம்மன் கோயிலில் பச்சைப் புடவையுடன் சிவகாமியைப் பார்த்தபோதே கணேசன் சம்மதம் சொல்லியிருந்தான்.

''ஆனாலும் மாமா, அம்மா எப்பிடி சொல்லுதோ அதுமாதிரி செய்ங்க.''

எச்சில் இலைகள் நிறைந்திருந்த பிளாஸ்டிக் டப்பாவின் மேல் தாவி நின்ற நாயின் மேல் சுடுதண்ணீரை எடுத்து இறைத்தாள் அங்கயற்கண்ணி.

'ள்ன்ய்ய்' வாலைச் சுருட்டிக்கொண்டு தாவியோடியது கருப்பு நாய்.

5

தெருக்கோடியில் நவீனக் கழிப்பிடத்துக்குப் பின்னால் பன்றிகள் புரண்டிருக்கும் சாக்கடையிலிருந்து கிளர்ந்த நாற்றத்துட னான காற்று ஜிவ்வென்று சுழன்றடித்தது. தாழ்வாரத் திண்ணை யில் ஒருக்களித்துப் படுத்திருந்த சிவகாமி சாக்கடை வாடையை உள்ளிழுத்தாள். தலைமாட்டுக்கு மேலே சாத்தியிருக்கும் கதவுக்குப் பின்னிருந்து ஊதுபத்தியும் பூக்களுமாய் ஒன்றுகலந்து கசிந்திருந்த கலவையான மணம் அப்போதைக்கு விலகிப் போனது.

புரண்டு படுத்தாள். சற்றே தள்ளி சமையலறை வாசலில் கிடந்த அங்கயற்கண்ணியின் உடல் அசைந்தது.

''பசும்பாலை நல்லா சுண்டக் காச்சி வெச்சுருக்கேல்ல'' இருட்டில் ஒலித்தது அவளது குரல்.

''ம்...''

''குண்டு பல்பு பீஸ் போயிருந்துச்சே. மாத்தியாச்சில்ல'' அடுத்த கேள்வியும் தொடர்ந்தது.

''ம்...''

மூடிய கூடைக்குள்ளிருந்து அனத்தியது கோழி. முழங்கையில் கொசு கடித்தது. ஒருக்களித்துப் படுத்து போர்வையை இழுத்துத் தலையை மூடினாள்.

"காலையில தாலி கட்டினதுமே கால்ல சுடுதண்ணியக் கொட்டினவ மாதிரி ஊருக்குப் போறேன்னு பறந்தே. இதெல்லாம் யாரு ரெடி பண்ணறது? வூட்டுக்கு வந்துட்டு போன்னு உங்கப்பஞ் சொன்னானா?" எரிச்சலான சொற்கள் உக்கிரத்துடன் தைத்தன.

சிவகாமி வெடுக்கெனப் போர்வையை விலக்கிவிட்டுத் திரும்பினாள். இருட்டில் அங்கயற்கண்ணியின் உருவம் அவளையே உற்றுப் பார்த்திருந்தது. எதுவும் பேசாமல் உத்தரத்தை வெறித்தாள். காதோரத்தில் கொசுக்கள் ரீங்கரித்தன.

கண்ணாடி வளையல்களின் ஓசை அறைக் கதவின் இடுக்கிலிருந்து கசிந்தது. புரண்டாள். காதை இறுகப் பொத்தினாள்.

"இன்னிக்குன்னி இல்லே. தெனமும் நீ இங்கதான் படுத்துக்கோணும். அடுப்படில கெடக்கறேன் அங்கணத்துல படுக்கறேன்னு மொனங்கினியா பாரு. திருகிருவேன்." பற்கள் நெரிபடும் சத்தம்.

எழுந்து உட்கார்ந்தாள். முகத்தருகே கொசுக்கள். கைகளை விரித்து காற்றில் அடித்தாள்.

"என்னடி?" அங்கயற்கண்ணி தலை நிமிர்த்திக் கேட்டாள்.

'வேணா வெளக்கெடுத்துட்டு உள்ள போயரவா?' சொற்கள் தொண்டையிலேயே சிக்கிக் கொண்டன. "ஒண்ணுமில்லே" போர்வையை தலையைச் சுற்றி மூடிக்கொண்டு குறுகிப் படுத்தாள்.

6

கூரையின் உடைந்த ஓடுகளின் வழியாகச் சொட்டிய மழைத் துளிகளுக்கு நேராக ஈயக் குண்டாவை வைத்துவிட்டு உள்ளங் கையில் துளிகளை ஏந்தினான் கணேசன். தாழ்வாரத்தில் தொட்டிலைப்போல் கட்டிய வேட்டியிலிருந்து அண்டாவுக்குள் மழைநீர் இறங்கியது. விறகுகளை அடுப்படியில் போட்டவள் படிக்கு மேலாகச் சுருட்டிச் செருகியிருந்த சாக்குப் படுதாவின் சுருக்கை அவிழ்த்து இறக்கினாள்.

‘‘ஏம்மா நாம புது வீட்டுக்குப் போகலே’’ கணேசன் கப்பல் செய்ய காகிதத்தை மடித்தான். வீட்டுக்குப் பின்னால் காலியாய்க் கிடந்த ஒன்றரை செண்ட் இடத்தில் மூன்று குடித்தனங்களுக்காக லைன் வீட்டைக் கட்டிய கையோடு வாடகைக்கு விட்டிருந்தாள் அங்கயற்கண்ணி. தங்கராசுவின் உயிருக்கு கிடைத்த ஏழு லட்ச ரூபாயுடன் சேர்த்து பட்டறை முதலாளியிடம் கொஞ்சம் கடனும் வாங்கவேண்டியிருந்தது.

மரப்பெட்டியின் மூடிக்கு அடியில் ஒதுங்கி நின்றன கோழிக்குஞ்சுகள்.

‘‘நம்ம அப்பா இருந்த வூடுடா இது. இதை வாடகைக்கு விட முடியுமா. நீ படிச்சு சம்பாதிச்சு பெரிய வீடா கட்டுடா’’ திண்ணையில் தேங்கிய நீரைக் கைகளால் ஒதுக்கித் தள்ளினாள்.

கத்திக் கப்பலை மடக்கியவன் சிரித்தான் ‘‘நாந்தான் அஞ்சாம்ப்புல பெயிலாயிட்டனே. எப்பிடி படிக்கறது?’’

மினுமினுக்கும் கருத்த உடலுடன் சுவரில் சாய்ந்து காலை நீட்டியிருந்தவனைக் கூர்ந்து பார்த்தாள் அங்கயற்கண்ணி. வாய்க்கு வெளியே சுருண்டு நீண்டிருந்தது சிவந்த நாக்கு.

‘‘கருத்தா படி கண்ணு. இந்த வருஷம் பாஸ் பண்ணிர்லாம்.’’

‘‘போம்மா. நாந்தான் பட்டறைக்கு வரேன்னு சொல்றேன்ல.’’

கத்திக் கப்பல் நினைத்தபடி அமைந்துவிட உற்சாகத்துடன் எழுந்தான். தழும்பிய பானைக்குள் கப்பலை மிதக்கவிட்டான். சற்றே தடுமாறி சாய்ந்து நிதானித்தது. விரல்களால் தண்ணீரை அளைய மிதந்தது கப்பல்.

‘‘அடப்போடா... நானே பட்டறை வேலையை விட்டுட்டு இட்லிக்கடை போடலாம்னு இருக்கேன். நீ வேற...’’

புரண்டு திரும்பியவன் உற்சாகத்துடன் கத்தினான் ‘‘அய்... அப்ப நானும் கடைக்கு வந்துருவேன்.’’

7

ஆட்டோவிலிருந்து இறங்கியதும் லலிதாவிடமிருந்து குழந்தையை வாங்கிக்கொண்டாள் அங்கயற்கண்ணி. எரியும் சூடத்துடன் மஞ்சளும் சுண்ணாம்பும் கலந்த ஆரத்தியை ஏந்தி வாசலில் நின்ற சிவகாமியைக் கண்டதும் முறைத்தாள்.

அவளருகில் நின்ற இலைக்கடை ராமாயியைப் பார்த்துச் சொன்னாள் ''தட்டை அவ கையிலேர்ந்து வாங்கு மொதல்ல. நீ எடு.'' எதிர்பார்த்ததுதான். எதுவும் பேசாமல் ஆரத்தித் தட்டை இலைக்கடைக்காரியின் கையில் தந்துவிட்டு நகர்ந்து நின்றாள் சிவகாமி. உருக்கத்துடனான பதினோருமணி வெயில். அருணா பேப்ரிக்ஸில் ஜெனரேட்டர் புகை கக்கியபடி தடதடத்தது. டி.வி.எஸ் 50யை ஓரமாக நிறுத்தி சாவியை எடுத்தவன் ஆட்டோ காரரிடம் பணத்தைத் தந்தான்.

இளமஞ்சள் துவாலைக்குள் கால்களை அசைத்திருந்த கைக் குழந்தையை ஏந்தி நின்ற அங்கயற்கண்ணியும் லலிதாவும் தரையில் வழிந்த ஆரத்திக் கோட்டைத் தாண்டி உள்ளே கால் வைத்தபோது கமலராணி உற்சாகத்துடன் ஓடிவந்தாள் ''தங்கச்சி பாப்பா வந்துருச்சு...''

பெரிய துணிப்பைகளை சமையலறைத் தொட்டியருகே வைத்து விட்டு சுவரில் சாய்ந்து உட்கார்ந்தான் கணேசன். சின்னவள் விமலராணி மடியில் தாவிக்கொண்டே கேட்டாள் ''ஏம்ப்பா தம்பி பாப்பா வரும்னு சொன்னே. பாட்டி தங்கச்சி பாப்பாவ தூக்கிட்டு வந்துருக்காங்க?''

கணேசன் எதுவும் சொல்லாமல் அவள் கன்னத்தைக் கிள்ளினான். சட்டைப்பையில் நீட்டிக்கொண்டிருந்த செல் போனை வெளியில் எடுத்துத் திரையைத் தொட்டபடியே கீழே இறங்கி உட்கார்ந்தாள்.

அறைக்குள் ஜன்னலுக்கு அருகில் பாயை விரித்து பழைய புடவைகளை மடித்துப் போட்டாள் சிவகாமி. அட்டாரியிலிருந்து இறக்கித் துடைத்து வைத்த விலையில்லா மின்விசிறியின் பொத்தானை அழுத்தினாள். விரித்திருந்த பாயில் குழந்தையைக் கிடத்தினாள் அங்கயற்கண்ணி. காற்று பட்டதும் குழந்தை உதட்டைப் பிதுக்கி சிணுங்கியது. குழந்தையருகே மண்டியிட்டி ருந்தாள் கமலாராணி ''செல்லக்குட்டி அழாதே. அழாதே... டுர்ர்ர்...'' நைட்டியின் மேல் துண்டைப் போர்த்தியபடி லலிதா அருகில் அமர்ந்ததும் சிரித்தபடியே சொன்னாள் ''பாப்பாக்கு பசிக்குது போல...''

''தூக்கந்தான் அதுக்கு. கண்ணைமூடித் தூங்குது பாரு'' பாதங்களை மூடும்படி துணியை மெதுவே இழுத்துப் போர்த் தினாள். கமலாராணி பாப்பாவின் இறுகமூடிய உள்ளங்கையை

உற்றுப் பார்த்தாள். எண்ணெயிட்டுத் தலைபின்னி திருத்தமாகப் பொட்டிட்டிருந்தாள். ‘‘ரிப்பனெல்லாம் வெச்சு தலைபின்னி ரெடியா இருக்கே. நேரத்துலயே குளிச்சிட்டியா’’ அவள் தாடையைத் தொட்டுத் திருப்பினாள் லலிதா. ‘‘ஆமாம்மா. பெரிம்மா காலைலேயே குளிப்பாட்டி தலைபின்னி விட்டிருச்சு. பாப்பா வந்துட்டா நெறைய வேலை இருக்கும். அது தூங்கும் போதே எல்லாத்தையும் செய்யலேன்னா கஷ்டம்னு சொல்லிச்சு. விமலிதான் குளிக்கமாட்டேன்னு அடம். பெரிம்மா பாப்பா கதையெல்லாம் சொல்லி அதையும் குளிப்பாட்டிருச்சு.’’

ஜலதாரையில் முகத்தை கைகால்களைக் கழுவிக்கொண்டு வந்து சமையலறைக்குள் எட்டிப் பார்த்தாள் அங்கயற்கண்ணி. தேநீரைக் கலந்துகொண்டிருந்த சிவகாமியைக் கண்டதும் எரிச்சலுடன் திண்ணையில் உட்கார்ந்து சற்றே உரக்க முணு முணுத்தாள் ‘‘இவ ஒருத்தியோட வயித்தெரிச்சல்தான் இப்பிடி மூணாவதும் பொட்டையாப் பொறந்துருக்கு. இந்த வீட்ல இவளை வெச்சிருந்ததே பெரிய தப்பாப் போச்சு.’’

ஆவிபறக்கும் தேநீர் தம்ளர்களை அருகில் வைத்துவிட்டு உள்ளே நகர்ந்தாள் சிவகாமி. திரும்பும்போது நிறம் மங்கிய மெட்டிகள் கணேசனின் கண்ணில் பட்டன.

‘‘கொஞ்சம் சும்மா இருக்கியாம்மா’’ கணேசன் தம்ளரை எடுத்து உள்ளங்கைகளுக்கு நடுவில் வைத்து உருட்டினான். செல்போனில் ஆழ்ந்திருந்த விமலா ஓரக்கண்ணால் அங்கயற்கண்ணியைப் பார்த்தாள். விறுக்கென எழுந்து சமையலறைக்குள் ஓடினாள்.

மூக்குத்தியின் திருகாணியைச் சரிசெய்தவள் ஒரு நொடி உற்றுப் பார்த்தாள் ‘‘நா எதுக்குடா சும்மா இருக்கணும். வீட்டுக்கு ஒரு ஆம்பளப்புள்ள வேணும்னு ஆசப்படறது தப்பாடா? சும்மா இருங்கறே...’’

‘‘அதான் பெத்தாச்சு. வீட்டுக்கு வந்தாச்சு. இப்பவும் அதையவே சொல்லிட்டிருந்தா என்ன ஆவப்போவுது.’’ கணேசன் அலுப்புடன் சொன்னதும் கையிலிருந்த தம்ளரை தூக்கி எறிந்தாள். துவை கல்லில் மோதி ஓசையுடன் தரையில் உருண்டது.

‘‘என்னடா வாய் நீளுது. நீயும் அவ பக்கமா சாயறியா? பழசெல்லாம் மறந்து போச்சா’’ அங்கயற்கண்ணி தோள்சீலையை உதறிப்போட்டபடி எழுந்து நின்றாள். பருத்த உடல் குலுங்கி அசைந்தது. கண்களை உருட்டினாள்.

‘‘யார் பக்கமும் சாயலே. சித்த பேசாம இரு’’ தாடியை சொறிந்தபடியே கீழே இறங்கி செருப்பைத் தொட்டுக்கொண்டு வெளியே போனான். துவைகல்லின் மேல் வந்தமர்ந்த காகம் கழுத்தை நொடித்துவிட்டு கரைந்தது. தேங்கி நின்ற நீரின் அருகே சரிந்திறங்கித் தலைதூக்கிப் பார்த்தது.

நடவைக் கதவருகே நின்று எட்டிப் பார்த்தாள். தண்ணீரைச் சிந்தியபடி பள்ளத்தில் இறங்கி மெல்ல ஊர்ந்து மேலேறியது மஞ்சள் லாரி. பத்து நாட்களாக வண்டிக்கடை இல்லை. நிழலில் ஆடுகள் அசைபோட்டபடி படுத்திருந்தன. ஜீவன் எக்ஸ்போர்ட்ஸ் வாசலில் நின்ற லாரியில் அட்டைப் பெட்டிகளை ஏற்றிக் கொண்டிருந்தனர். காக்கிச் சுடிதார் அணிந்த தபால்காரி ஸ்கூட்டியை நிறுத்தினாள். தலையிலிருந்த தொப்பியைக் கழற்றிய படியே அங்கயற்கண்ணியைப் பார்த்துச் சிரித்தபடியே கேட்டாள் ‘‘பேத்திய வீட்டுக்கு எடுத்துட்டு வந்தாச்சா அக்கா?’’

‘‘வேறென்ன பண்ண. தூக்கிப் போட்டுட்டா வரமுடியும்’’ எரிச்சலுடன் கழுத்தை நொடித்தவளை விநோதமாகப் பார்த்தாள் தபால்காரி.

‘‘தங்கம்க்கா தங்கம். பொம்பள புள்ளைங்கதான் கருத்தா இருக்கும். பேத்திக மூணு ஆளாகி வந்து உங்களைத் தாங்கப் போறாங்க பாருங்க அக்கா’’ பையிலிருந்த தபால்கற்றையைச் சரிபார்த்தபடியே ஸ்கூட்டியை முறுக்கிக்கொண்டு நகர்ந்தாள்.

சிகரெட் வாடையுடன் உள்ளே வந்த கணேசன் குரல்கொடுத் தான் ‘‘போன எடுத்துட்டு வா குட்டி.’’

விமலா உள்ளிருந்து ஓடிவந்து நீட்டினாள் ‘‘போன் எதுவும் வரலப்பா.’’

நடவைக் கதவை தள்ளியபடி உள்ளே வந்தாள் அங்கயற்கண்ணி ‘‘வெளியில தலைகாட்ட முடியலே. கருமத்தயெல்லாம் காதுல கேக்க வேண்டிருக்கு. அவளுக்குத்தான் முடியலே, இவளாச்சும் பெத்துப் போடுவான்னு பாத்தா இவளுமில்ல மூஞ்சில கரியப் பூசறா.’’ சீலையை உதறி விரித்து திண்ணையில் ஒருக்களித்தாள். செல்போனை உற்றுப் பார்த்துக்கொண்டிருந்த கணேசன் எழுந்து அறைவாசலில் நின்று எட்டிப் பார்த்தான். கமலா சிரித்தபடியே நிமிர்ந்து பார்த்து சொன்னாள் ‘‘பாப்பா பால் குடிக்குதுப்பா.’’

மறுபடி வெளியே வந்து தென்னைமரத்தை அண்ணாந்து பார்த்தான். அரிசி களைந்த நீரை ஆடுகளுக்கான தண்ணீர் வாளியில்

ஊற்றிவிட்டுத் திரும்பிய சிவகாமி ஈக்கள் மொய்க்க தரையில் கிடந்த தம்ளரை எடுத்து அலசினாள்.

தோள்துண்டைப் போர்த்தியபடியே லலிதா வெளியே வந்தாள். கன்னத்தில் கண்ணீரின் ஈரத்தடம். திண்ணையில் படுத்திருந்த அங்கயற்கண்ணியைப் பார்த்தபடியே சொன்னாள் "இப்பவும் ஒண்ணுங் கெட்டுப் போகல மாமா. வேற ஒரு பொண்ணைப் பாக்கச் சொல்லுங்க. அவ வந்து ஆம்பள பையனா பெத்துப் போடட்டும். புதுசா வர்றவளுக்கு ஒண்ணுக்கு ரெண்டு பேரா அக்காவோட சேந்து நானும் சேவகம் பண்றேன்.''

8

வாசலில் கழுவி உலர்த்தியிருந்த எவர்சில்வர் பாத்திரங்களின் மேல் வெயில் பட்டுத் தெறித்தது. கண் கூசியது. தடித்த குதிகால் பகுதியுடன் கிடந்த புதிய செருப்பை நகர்த்திவிட்டு வாசலைப் பெருக்கும்போது நடவைக் கதவைத் திறந்துகொண்டு உள்ளே வந்தாள் அங்கயற்கண்ணி. கையில் பிளாஸ்டிக் கூடை நிறைய ஊதாநிறத்தில் ஜாதிமல்லி மொக்குகள். தென்னை மரத்தருகே ஜலதாரியில் கணுக்காலுக்கு மேலே கொலுசுகள் ஒலித்திருக்க சுருட்டி ஏற்றிய புதிய நைட்டியுடன் முகம் கழுவிக் கொண்டிருந்தாள் லலிதா. முகத்தை மூடியிருந்தது சோப்பு நுரை.

"நல்ல தண்ணிலதானே மூஞ்சி கழுவறே கண்ணு'' என்றவள் முறத்தில் குப்பையை அள்ளிக்கொண்டிருந்த சிவகாமியைப் பார்த்துக் கத்தினாள் "அப்பவே சொல்லிட்டுத்தானே போனேன். அவளுக்கு நல்ல தண்ணி எடுத்து வெய்யின்னு.''

"நல்லதண்ணிதுதான் வெச்சிருக்கு'' முகத்தைப் பார்க்காமல் விளக்குமாறை ஓரமாகப் போட்டாள். தண்ணீர் தொட்டியின் சந்திலிருந்து தலைநீட்டிப் பார்த்தது பூனை. "மியாவ்'' கழுநீர் பக்கெட்டுக்குள் எட்டிப் பார்த்து நின்ற ஆட்டுக்குட்டி சோம்பலுடன் திரும்பிப் பார்த்தது.

"ரோஷத்துக்கு ஒண்ணும் கொறச்சல் இல்லை. கையைக் கழுவிட்டு வந்து சீக்கரமா இந்த பூவைக் கட்டு'' பூக்கூடையைத் திண்ணையில் வைத்தாள்.

முகத்தைத் துடைத்தபடியே கொலுசொலிக்கப் படிகளில் ஏறிய லலிதா சோப்பு நுரை பட்டு சிவந்திருந்த தாலிச்சரட்டை நைட்டிக் குள் போட்டபடியே அறைக்குள் நுழைந்தாள். கால்தடங்கள் ஈரத்துடன் மின்னின.

சிவகாமியின் விரலிடுக்கில் மொக்குகள் கூடிய சரம் நீண்டது. அவளுக்கு மிகவும் பிடித்தமான ஊதாவண்ணம் காட்டும் சின்னஞ் சிறு மொக்குகள். கிறக்கமான அதன் வாசனை இன்னும் கூட வில்லை. உருட்டும் விழிகளுடன் அருகில் வந்து நின்றாள் அங்கயற்கண்ணி ''நல்லா நெருக்கமா கட்டோணும் தெரியுதா. ரெண்டு பேரும் சினிமாவுக்கு போறாங்க. இன்னிக்கு கடைய நாம ரெண்டு பேர்தான் பாத்துக்கணும். அவங்க வர கொஞ்சம் லேட்டாகும். நீ பாட்டுக்கு கமுந்து படுத்து தூங்கிறாதே. கதவைத் தொறந்து வுடோணும். வேணும்னா பாலைக் காச்சிக் குடுத்துட்டு அப்பறமா என்னமோ பண்ணு.''

கொலுசொலிக்க வெளியே வந்த லலிதா தூணருகே நின்று புடவைத் தலைப்பைச் சீராக்கினாள். சிவகாமி தலைநிமிர்த் தாமலே பூச்சரத்தை நீட்டினாள். ''உங்களுக்கு இருக்கில்ல'' லலிதா மெல்லக் கேட்டபோது வெறும் கூடையைக் கவிழ்த்துவிட்டு காம்புடைந்த மொக்குகளை கையில் அள்ளினாள் சிவகாமி.

கைகடிகாரத்தை மணிக்கட்டில் இறுக்கியபடியே செண்ட் வாசத்துடன் அறையிலிருந்து வெளியே வந்தான் கணேசன். சிவகாமியை ஏறிட்டவன் தலையைக் குனிந்தபடியே சொன்னான் ''இன்னிக்கு புரோட்டா கெடையாதுன்னு சொல்லிரு. இட்லி தோசையோட முடிச்சுக்க.''

எரிச்சலுடன் தலைநிமிர்ந்தவள் சற்றே உரக்கச் சொன்னாள் ''எங்கிட்ட எதுக்கு சொல்றீங்க. உங்கம்மாகிட்ட சொல்லிட்டு போங்க.''

வெருண்டு திரும்பியது வெள்ளாடு. பெருமூச்செறிந்தபடி கீழே இறங்கியவன் டி.வி.எஸ் 50யை வெளியே தள்ளினான்.

9

தலையில் சுற்றியிருந்த மப்ளரைக் கழற்றி கொடியில் போட்டு விட்டு திண்ணையில் கிடந்த மசால் தழை கட்டொன்றை எடுத்து இரண்டாகப் பிரித்தார் சித்தணன். பந்தற்கால்களில் கட்டியிருந்த ஆடுகளுக்கு முன்னால் போட்டுவிட்டு சடவு முறித்தார். வறட் வறட்டென நரைத்த முடிகளடர்ந்த தலையைச் சொறிந்தபடியே நடந்தவர் தொட்டியிலிருந்த தண்ணீரை முகத்தில் இறைத்துக் கழுவினார்.

''வந்துட்டியாப்பா'' குடத்துத் தண்ணீரைத் திண்ணையில் இறக்கிவைத்தாள் சிவகாமி. காதோரத்தில் அலைந்திருந்தது நரைத்த தலைமுடிக் கற்றை.

''ஒரே கொசுக்கடி. சித்தநேரம் ஒக்கார வுடல கெரகம்'' காற் சட்டையை கழற்றிவிட்டு கட்டம்போட்ட லுங்கியை இடுப்பில் சுருட்டினார்.

''ஏ டி எம்முக்குள்ள ஏசிதானே. உள்ள போயி உக்கார வேண்டிது தானே'' சிவகாமி சூடான டீயை தந்தாள்.

''அதுக்குள்ளாறயும் ரொம்ப நேரம் இருக்க முடியல. குளுரு துல்ல.''

''நைட் ஷிப்ட் வரமாட்டேன்னு சொல்லவும் மாட்டேங்கற. தூக்கமும் இல்லாம ஒடம்பக் கெடுத்துட்டு அப்பிடியென்ன டூட்டி. அதான் நானிருக்கேன்ல. யாருக்கு சம்பாதிக்கோணும்?''

தம்ளரை கீழே வைத்துவிட்டு பீடியைப் பற்றவைத்தார். கத்தரிக்காயைக் கழுவி எடுத்துக்கொண்டு அரிவாள்மனையை காலுக்கடியில் இருத்தியபடி உட்கார்ந்தவளை ஏறிட்டார். காரலுடன் பீடிப்புகை சுழன்றது. சிவகாமி முகத்தைச் சுளித்தாள்.

''நீ இன்னும் கௌம்பல?''

''ஆச்சுப்பா. சோறு வடிச்சிட்டேன். கொழம்பும் கொதிச்சிருச்சு. தட்டுல போட்டு வெக்கவா.''

''இல்லம்மா. அப்பறமா சாப்பிட்டுக்கறேன். நீ போயிட்டு வா.''

தோள்பையில் சுருட்டி வைத்திருந்த மப்ளரையும் சால்வையையும் வெளியில் எடுத்தார். உதறிக் கொடியில் போட்ட போது குட்டி ஆடு கத்தியது ''ம்மே...'' தண்ணீர் பாட்டிலில் மீதியிருந்த நீரைப் பந்தற்காலில் படர்ந்திருந்த அவரைக் கொடியின் வேரில் ஊற்றினார்.

சாப்பாட்டுப் போசியின் மூடியை இறுக்கி பையில் வைத்தாள் சிவகாமி. ''ஒரு மணிக்கு வந்துருவேன். நீ சாப்பிட்டுட்டு தூங்கு. எங்கயும் வெளியில போயிராத.'' தலைமுடியை அவிழ்த்து வாரினாள். கணிசமாக நரைத்திருந்தது.

''புதுசா வந்திருக்கற மேனேஜர் கெடுசுன்னு டீக்கடை சம்முவம் சொன்னப்பல. வேலைய சுத்தபத்தமா செஞ்சுரு தாயி. வேணாம்னு

எங்கயாச்சும் சொல்லிறப் போறாங்க.'' கண்ணாடியைப் பார்த்து ஸ்டிக்கர் பொட்டை ஒட்டிக்கொண்டவள் திரும்பிப் பார்த்துச் சிரித்தாள்.

''யாரு வந்தா நமக்கென்னப்பா. ஒம்பது மணிக்கு டான்னு போயி நிக்கறேன். கூட்டிப் பெருக்கறேன். தண்ணி புடிச்சு வெக்கறேன். அதுக்கப்பறமா டீ வேணுன்னா வாங்கிட்டு வரேன். சொல்ற வேலைய செய்யறேன். நிக்கறதுக்கு நேரமிருக்காது.'' ஆணியில் மாட்டியிருந்த கைப்பையை எடுத்து தோளில் மாட்டிக் கொண்டு அலமாரி எதிரில் நின்றாள். மாசாணியம்மனின் படத்தின் முன்னால் நின்று கைகூப்பினாள். குங்குமத்தை நெற்றி வகிட்டில் கீற்றுபோல் இழுத்தாள்.

''இந்த மேனேஜரும் நல்லவருதான். நாலுமணி வரைக்கும் இருக்க முடியுமான்னு போன வாரத்துலயே கேட்டாரு. நாந்தான் உங்கிட்ட பேசிட்டு சொல்றேன்னு சொன்னேன்.''

தலையணையை எடுத்துத் திண்ணையில் போட்டுக்கொண்டு சாய்ந்தார் சித்தணன்.

''டீ வேணா சூடு பண்ணிக் குடிப்பா.'' வாசற்கதவைச் சாத்திக் கொண்டு தெருவில் இறங்கினாள். ''மே... மே...'' கழுத்து மணி யொலிக்க வெள்ளாடு காலை உயர்த்தி பந்தற்காலை முட்டியது.

''புள்ளைங்க எத்தன மணிக்கு வரேன்னு சொன்னாங்க?'' தலையை உயர்த்திக் கேட்டார்.

''சாயங்காலந்தான் வரேன்னு போன் பண்ணாங்க. அதுக் குள்ளாற வந்துருவேன்.'' சிவகாமியின் குரல் மட்டும் ஒலித்தது.

தலையணையில் சாய்ந்து பந்தலை வெறித்தார். சங்கராந்திக்கு ஓட்டிடுக்கில் செருகிய பூளைப் பூவும் வேப்பிலையும் ஆவரம் பூவும் காய்ந்திருந்தன.

10

சிவகாமி குடத்து நீரைத் தொட்டியில் ஊற்றிவிட்டுத் திரும்பிய போதுதான் லலிதா வண்டிக்கடை அருகே வந்து நின்றாள். தலை வாரி பூச்சூடி நின்ற அவள் முகம் விளக்கொளியில் பளிச்சிட்டது. கடலைமாவுக் கரைசலை சாம்பார் வாளியில் கலந்துவிட்டு நிமிர்ந்த அங்கயற்கண்ணி கூர்ந்து பார்த்தாள் ''வா கண்ணு இந்தப் பக்கமா வா.''

சாம்பாரில் தோசையைப் புரட்டி நின்றவர்கள் ஆவலுடன் அவளை வெறிப்பதைக் கண்டதும் கிசுகிசுத்தாள் ''நீயெதுக்கு புள்ளே இங்கல்லாம் வர்றே. எதாச்சும் வேணுமா?''

தோசையைச் சட்டுவத்தில் புரட்டியெடுத்து நீட்டிய தட்டில் போட்டாள் சிவகாமி. நெற்றி வேர்வையை முந்தானையில் துடைத்தபடியே அடுத்த தோசைக்கான மாவை அள்ளிக் கல்லில் ஊற்றினாள்.

''வீட்ல சும்மாதானே இருக்கேன். போரடிச்சுது. இங்க வந்தா ஏதாச்சும் வேல செய்யலாமேன்னுதான்'' தயக்கத்துடன் லலிதா சொன்னபோது கணேசன் ஓரக்கண்ணால் அவளைப் பார்த்தான்.

''அதெல்லாம் ஒண்ணும் வேணாங் கண்ணு. நீ வீட்டுக்கு போய் ரெஸ்ட் எடு. போரடிச்சா டிவி பாரு. நாங்க சீக்கரமா வந்துருவோம்.'' அங்கயற்கண்ணி அவள் தோளில் கைவைத்தபடி சொன்னாள்.

''கொஞ்ச நேரம் இருந்துட்டு போறனே. வேணா தட்டெல்லாம் கழுவித் தரவா?'' பிளாஸ்டிக் கூடையில் கிடந்த தட்டுகளைப் பார்த்தாள். ஒடிந்த மரக்கிளையின் எச்சில் இலைக் குவியலின் அருகே நாக்கைத் தொங்கபோட்டபடி நின்றிருந்தது செவலை நாய்.

''எச்சத் தட்டு கழுவற வேலைக்குன்னுதான் இவ இருக்காளே. நீயெதுக்கும்மா. வேணா இப்பிடி உக்காந்து வேடிக்கை பாரு.'' கணேசனுக்கு அருகிலிருந்த சிறிய ஸ்டூலைக் காட்டினாள். தலையைத் திருப்பி அவளை ஒருமுறை பார்த்துவிட்டு முட்டையைத் தட்டினான் கணேசன்.

தெருவிளக்கில் பறந்தலைந்தன விட்டில்பூச்சிகள். மாரியம்மன் கோயிலிலிருந்து ஒலித்தது எல்.ஆர்.ஈஸ்வரியின் குரல். சிவப்புக் கொண்டை விளக்குடன் சைரன் ஒலித்தபடி விரைந்த ஆம்புலன்ஸை எட்டிப் பார்த்தாள் லலிதா.

காதோர முடிக்கற்றையை ஒதுக்கிவிட்டு எவர்சில்வர் தட்டுகளில் நறுக்கின இலையை வைத்துத் துடைத்தாள் சிவகாமி. எரியும் நெருப்பை மட்டுமே உற்றுப் பார்த்திருந்தவளின் பார்வை ஒரேயொரு முறை லலிதாவைத் தொட்டுத் திரும்பியது. அதே கணத்தில் லலிதாவும் அதை உணர்ந்து திரும்பினாள்.

உடனே எழுந்து தலையாட்டிவிட்டு வீட்டை நோக்கி நடந்தாள்.

11

திண்ணையில் படுத்திருந்த சித்தணன் இருமியபடியே எழுந்து சுவரில் சாய்ந்தார். கரித்துணியில் பிடித்திருந்த எவர்சில்வர் குண்டாவை கீழே வைத்த சிவகாமி தம்ளரை தொட்டி நீரில் அலசினாள். ஓமவல்லியோடு திருநீறுபத்திரி, திப்பிலி, சுக்கு, மிளகையெல்லாம் சேர்த்துக் கொதிக்க வைத்த கசாயம் காரலுடன் மணத்தது.

''ராத்திரிலே போய் தூக்கங் கெட வேணான்னு சொன்னா கேட்டாத்தானே. இப்ப யாரு அவஸ்தை படறது?'' தம்ளரில் ஊற்றி நீட்டினாள்.

உள்ளடங்கின கண்களோடு சித்தணன் மூச்சிழுக்க நெஞ்சுக்கூடு ஏறித் தாழ்ந்தது. நடுங்கும் கைகளால் தம்ளரை வாங்கிக் கொண்டார்.

''தூக்கங் கெடறதுக்கு என்ன இருக்கு?''

சிவப்புத் துண்டால் அவர் கழுத்தைத் துடைத்தாள் சிவகாமி ''மொதல்ல இப்பிடி பொலம்பறத நிறுத்து. என்னாயிருச்சுன்னு உனக்கு தூக்கம் வரமாட்டேங்குது.''

சிரிக்க முயன்றார். இருமல் முட்டியது. துண்டை வாங்கி வாயைப் பொத்தினார்.

''மனசைப் போட்டுக் கொழப்பிக்காதப்பா. அங்கேர்ந்து சீரழியறதுக்கு உங்கூட இருக்கலான்னு வந்து வருஷம் பதிமூணு ஆச்சு. இனியும் அதையவே சொல்லிட்டுக் கெடந்தா என்ன பண்றது? எல்லாத்தையும் அப்பிடியே வுட்டுட்டனா. அதான் புள்ளைங்க வராங்க போறாங்க. நாந்தானே நல்லது கெட்டது எல்லாத்தையும் செய்யறேன். அப்பறமென்ன ஒனக்கு?''

கசாயத்தை ஒரு மடக்கு குடித்தார். தொண்டையில் காரலுடன் இறங்கியது. வலது கையை உயர்த்தி அசைத்தார்.

''அப்பறமெதுக்கு அப்பிடி எழுதிக் குடுத்தே?''

தலைநிமிர்ந்து முறைத்தாள். அவர் முகத்தையே வெறித்தவள் சட்டென சிரித்தாள். ''வாட்ச்மேன் வந்துட்டுப் போனாரா?''

தம்ளரை வாங்கி குண்டாவுடன் சேர்த்து தொட்டிப் பலகையின் மேல் வைத்தவள் கையைத் துடைத்துக்கொண்டே உட்கார்ந்தாள். சித்தண்ணனின் நெஞ்சை நீவியவள் அவர் கையைப் பற்றினாள்.

''எதையாச்சும் போட்டு கொழப்பிட்டே கெட. அப்பறம் உடம்பு எப்பிடி சொகமாகும்?''

அவர் பதில் சொல்லாமல் அவள் முகத்தையே பார்த்துக் கொண்டிருந்தார்.

''எனக்கப்பறமா பென்ஷன் யாருக்குன்னு எழுதிக் குடுக்கச் சொன்னாங்க. வழக்கமா எல்லார்த்துகிட்டயும் கேக்கறதுதான். யாருக்குன்னு நான் எழுதிக் குடுக்கறது. பொண்ணுங்க பேரை யெல்லாம் எழுத முடியாது. அதான் ஒருத்தர்க்கும் வேணாம்னு எழுதினேன். இதுல வெசனப்படறதுக்கு என்ன இருக்கு. நான் இருக்கற வரைக்கும் பென்சன் இருந்தா பத்தாதா.''

மீண்டும் இருமினார். வாயை மூட முடியாதபடி தொடர்ந்து இருமல். திண்ணைக்குக் கீழே கைகாட்டினார். சிவகாமி குனிந்து மணல்போட்டு வைத்திருந்த பழைய பிளாஸ்டிக் வாளியை எடுத்து நீட்ட சித்தணன் கோழையை காறித் துப்பினார்.

களைப்புடன் நிமிர்ந்தவர் சுவரில் சாய்ந்து கால்களை நீட்டிக் கொண்டார். தலையணையை முதுகுப்பக்கமாய் செருகியவள் துண்டில் தண்ணீரை நனைத்து வாயைத் துடைத்தாள்.

மழைத்தூறல் விழத் தொடங்கிய அதே நேரத்தில் காற்று வீசியது. பந்தலிலிருந்து தொங்கிய அவரைக்கொடியின் பழுத்த இலைகள் உதிர்ந்தன. ஆட்டுப் புழுக்கையின் மணம் கிளர்ந் தெழுந்தது.

''உள்ள போய் படுத்துக்கப்பா. விசுவிசுன்னு தூறல் போட்டுட்டே இருக்கில்ல.''

அவர் தலையை மட்டும் அசைத்தார். ஆடுகள் நான்கும் தொட்டியருகே ஒண்டி நின்றன. குட்டியாடு ஆட்டாங்கல்லின் மேல் தாவி நின்றது.

தொண்டையைச் செருமினார். சொம்பிலிருந்த வெந்நீரை எடுத்துக் குடித்தார். நிதானத்துடன் கேட்டார் ''உனியும் இந்த புடிவாதத்தை வெச்சிட்டு என்ன சாதிக்கப் போறேன்னு தெரியல. போட்டும்'' பேச்சை நிறுத்திவிட்டு அவளது கண்களைப் பார்த்தார்.

அவளும் நிமிர்ந்து என்ன சொல்லப் போகிறார் என்பதுபோல் நின்றாள்.

''அதா அவனும் ரெண்டு வெசக்கா வந்து சொல்லிட்டுப் போயிட்டான். சின்னவளும் போன் போட்டு வரச் சொல்லி அழுதா. கெடையில கெடக்கறா. ஒருக்கா போய் பாத்துட்டுதான் வந்துரேன். என்ன கொறஞ்சற போறே நீ?''

சிவகாமி கொடியில் கிடந்த துணிகளை மடித்தபடியே சிரித்தாள் ''இத சொல்றதுக்குத்தான் இத்தன பாடா?''

மழை இப்போது வலுத்திருந்தது.

12

அடர்பச்சை பீரோவின் உள்ளறையில் நகைப்பெட்டிகளை பத்திரப்படுத்திப் பூட்டி சாவியை மாசாணியம்மன் படத்துக்குப் பின்னால் வைத்துவிட்டு நகர்ந்தாள் சிவகாமி. அதுவரையிலும் ஒன்றுமே பேசாமல் பாயில் உட்கார்ந்திருந்த லலிதா மெதுவாகக் கேட்டாள் ''உம் மனசுல என்ன இருக்குன்னு ஒண்ணுமே புரியலக்கா.''

தீயணைப்பு வண்டி மணியொலித்தபடி விரையும் சத்தம். வெளியே எட்டிப் பார்த்தாள். ''மஞ்சி குடோன் எங்கியோ தீ புடிச்சிக்குச்சு போல. வெயில் காலமாயிட்டா இதொரு செரமம்.''

ஜவுளிக்கடைப் பைகளை மூலையிலிருந்த மரமேசையின் அடியில் நிறுத்தினாள். மொடமொடப்பான புதுத்துணிகளின் வாசனை. கிளுவை வேலிக்கருகில் வேப்பமரத் தூரியில் நிர்மலா ராணி உட்கார்ந்திருக்க கமலா ஆட்டிக்கொண்டிருந்தாள். வெள் ளாட்டின் தலையைத் தடவியபடி கொய்யாப்பழத்தைக் கடித்தாள் விமலா.

''கடைவீதிலயே சாப்பிட்டீங்களா?'' திண்ணையில் உட்கார்ந் திருந்த சித்தணன் மடியிலிருந்த பீடிக்கட்டைத் தேடி எடுத்தார்.

''புள்ளைங்க பிரியாணி சாப்புடோணும்னு கேட்டாங்க. நகையுந் துணியும் எடுத்துட்டு கறி சாப்புட முடியமா. லீவுக்கு வரும்போது சாப்படலான்னு சொல்லிட்டு அன்னபூர்ணாவுல புரோட்டா வாங்கிக் குடுத்தேன்.''

‘‘சீரு எப்ப வெச்சிருக்கு அம்மிணி?’’ வெயில் வட்டங்கள் சாய்ந்து விழுந்திருந்த பந்தலுக்கடியில் பீடிப்புகை நெடியுடன் அலைந்தது.

‘‘அப்பிசி மாசத்துல மொதா ஞாயித்துக் கெழமைங்க அப்பா. கணக்குக்கு இன்னோம் பன்னெண்டு நாள்தான் இருக்குது.’’ லலிதா எலுமிச்சையை தரையில் வைத்து உருட்டினாள்.

எவர்சில்வர் குண்டாவில் சக்கரையைக் கலக்கியபடி கால் மடக்கி அமர்ந்தாள் சிவகாமி. பொடித்த ஏலக்காயின் வாசனை. ‘‘பெரியவ சீருக்கு மூணு பவுன் போட்டு பட்டுப் பொடவை எடுத்துக் குடுத்திருக்கே. இப்ப இவளுக்கும் மூணு பவுன் சங்கிலி துணிமணின்னு செலவு பண்ணிருக்கே. சின்னவ நடக்க ஆரம்பிச் சதுமே ஒருநாள் திடுப்புன்னு கெளம்பி இங்க வந்துட்டே. அத்தோட விட்டுதுன்னு இருந்தர வேண்டிதுதானே?’’

சிவகாமி கரண்டியிலிருந்து ஒரு துளியை உள்ளங்கையில் விட்டு ருசிப் பார்த்தாள். சப்புக்கொட்டியபடியே இன்னும் கொஞ்சம் சக்கரையைக் கொட்டிக் கலக்கினாள் ‘‘இதையவே எத்தன தடவதான்டி கேப்பே நீ. வேலை முடிஞ்சதும் வந்துட் டேன். இப்ப இங்கேர்ந்து செய்யவேண்டிய வேலைய மட்டும் செஞ்சுட்டிருக்கேன்.’’

‘‘மாமாவும் இப்பல்லாம் கடை போடறதில்லை. கால் வீக்கம். நிக்க முடியலே. ராத்திரில தூக்கம் வர்றதில்லை. தண்ணியப் போட்டுட்டு வந்து திண்ணையில கெடக்குது. வாடகைக் காசுதான் வருமானம். இந்த நெலமையில இப்பிடிச் செலவு பண்ணி சீர் பண்ணணுமான்னா கெழவி தைதைன்னு குதிக்குது. எல்லா நீ குடுக்கற எடந்தான்க்கா.’’

எலுமிச்சைச் சாறை குடித்துவிட்டு தம்ளர்களைக் கழுவி வைத்த கமலா உள்ளே வந்தாள். சிவகாமியின் எதிரில் உட்கார்ந்து அவளையே உற்றுப் பார்த்தாள் ‘‘பெரிம்மா ஒண்ணு கேக்கலாமா?’’

‘‘என்னடி?’’

‘‘கோச்சுப்பீங்களா?’’ சிவகாமி நிமிர்ந்து பார்த்ததும் விமலாவும் நிர்மலாவும் முதுகுப்பக்கமாய் மறைந்தனர்.

‘‘ஒவ்வொரு தடவையும் எங்க மூணு பேருக்கும் துணி எடுக்கறீங்க. அப்பா அம்மா பாட்டிக்கு ஏன் எதுவுமே

வாங்கறதில்லே'' கமலா கேட்டதும் தலைகுனிந்தாள் சிவகாமி. லலிதா குழந்தைகளை முறைத்தாள்.

சிரித்தபடியே நிமிர்ந்த சிவகாமி சின்னவளின் கன்னத்தைப் பற்றினாள் ''அதெல்லாம் உங்க ஆத்தாவே பாத்துப்பாங்க. உங்க மூணு பேர்த்துக்கும் இன்னோம் என்ன வேணா கேளுங்க. பெரிம்மா செய்யறேன். சரியா...''

''என்னக்கா இது? அதுகதான் வெளையாடுதுன்னா நீயும் ஒளறிட்டு. கெழவி சொல்றது செரியாத்தான் இருக்கு.''

''என்ன சொல்லுது?'' கண்ணாடியைப் போட்டுக்கொண்டு துணிக்கடை விலைப்பட்டியலை கவனமாகப் பார்த்தாள்.

''பேங்குல நெறைய சம்பளம் வாங்கறயாம். சேத்து வெச்சிருக்கியாம். ஏங்க்கா இப்பிடிக் கூட்டிப் பெருக்கி தண்ணி புடிச்சி வெக்கறதுக்கே இவ்ளோ சம்பளம் குடுப்பாங்களா?''

விலைப்பட்டியலை உறையில் போட்டு அலமாரியில் வைத்தாள் ''சீரழிஞ்ச பொழப்புல நல்லதா ஒண்ணு அதுதான் நடந்துருக்கு. என்னமோ ஒரு யோகம். ரெண்டு வருஷமா தெனச் சம்பளத்துக்குத்தான் போயிட்டிருந்தேன். ஒருநாள் இதுமாதிரி இருக்கறவங்களையெல்லாம் பேங்குலயே கூட்டிப் பெருக்கற வேலைக்கு வெச்சுக்கறதா யூனியன்காரங்க சொன்னாங்க. நாலு காயிதத்துல கையெழுத்து போடுன்னு சொன்னாங்க. அவ்ளோ தான். இப்ப மாசமானா சம்பளம் வருது. இதுகளப் படிக்க வெக்க முடியுது. நோம்பி நொடின்னா செய்ய முடியுது. அதுகளாச்சும் சிரமப்படாம இருக்கட்டும்.''

லலிதா கண்ணைத் துடைத்துக்கொண்டு பாயில் சரிந்தாள்.

வெளியே நிர்மலாராணி வெள்ளாட்டுக் குட்டியைத் துரத்திக் கொண்டிருந்தாள்.

13

உதிர்ந்த காரைப் பூச்சுடனான சுற்றுச் சுவரின் மேலிருந்து குதித்தோடியது பூனை. பாதாள்ளச் சாக்கடைக்காக தோண்டிப் போட்டிருந்த பள்ளத்தில் மழைநீர் தேங்கிக் கிடந்தது. சுவரில் செம்மண் சகதியின் புள்ளிக் கோலங்கள். இட்லிக்கடைத் தள்ளு வண்டியின் சக்கரங்கள் வளைந்திருக்க கூரையின் தகரம் அங்கங்கே துருவேறி உடைந்திருந்தது. வண்டிக்கு அடியில் பிளாஸ்டிக்

பாட்டில்களும் எச்சில் இலைகளுமாய் குவிந்திருக்க அழுக் கடைந்த தலையுடன் ஒருவன் முடங்கிப் படுத்திருந்தான்.

நடவைக் கதவைத் தள்ளினாள். முனகியபடி சரிந்து விலகியது. ஜலதாரையின் நுரைத்த சாக்கடை அருகே காகங்கள் தத்தி நின்றன.

''யாரு?'' லலிதா எட்டிப் பார்த்தாள்.

சிவகாமியைக் கண்டதும் கண்ணில் நீர்வழியத் தாவி எழுந்தாள். பேச முடியாமல் ஓடிவந்து கையைப் பற்றினாள். சுண்ணாம்புப் பூச்சுதிர்ந்த சுவரில் மழையின் ஈரம்.

''ஒரு போன் பண்ணிருக்கலாமில்ல. மாமா இப்பதான் எங்கியோ போனாங்க'' தண்ணீர் சொம்பை நீட்டினாள். சிவகாமி தாங்குமரத்தில் சாய்ந்து உட்கார்ந்து சுற்றிலும் பார்த்தாள். காய்ந்த ஓலைகளுடன் தென்னை. உடைந்த முருங்கை. கொடிக் கயிறு தளர்ந்து தொங்கியது.

''சீர் முடிஞ்சு நாலாவது நாள் சாயங்காலம் இங்கதான் உக்காந்துருந்தாங்க. எப்பவும்போல மாமாவ சத்தமா திட்டிட்டு இருந்தாங்க. அன்னிக்குத்தான் கடைக்கு வேணுங்கற சாமானெல் லாம்கூட வாங்கியாந்தாங்க. ஒருவாய் சுடுதண்ணி வெச்சுக் குடுன்னு சாஞ்சு உக்காந்தாங்க. தண்ணி எடுத்துட்டு வந்து பாக்கறேன், கண்ணெல்லாம் மேல போயி ஒடம்பெல்லாம் வேத்து நனைஞ்சு அப்பிடியே உக்காந்திருந்தாங்க. சத்தம்போட்டு ஆஸ்பத்திரிக்கு தூக்கிட்டுப் போறவரைக்கும் மாமாவக் காணம். ஒருவாரம் ஐசில வெச்சிருந்து பாத்துச்சு. ஒங்களுக்குக்கூட போன்ல சொன்னனே. ஒண்ணும் பண்ண முடியல. பக்கவாதம். கையும் காலும் இழுத்துக்கிச்சி. இப்ப எல்லாமே படுக்கையில தான். மாத்தி மாத்தி ரெண்டு பேருந்தான் செய்யறோம். புள்ளைங்க பக்கத்துல போறக்கே பயப்படுதுக. இப்ப ஒரு மாசமா ஒண்ணும் எறங்கறதில்ல. எப்பவாச்சும் நெனவு வரும். என்னத்தையோ அனத்தும். உம் பேரைச் சொல்லும். வைத்தியம் பண்றதுக்கு இனி ஒண்ணுமில்லேன்னு டாக்டருங்க கைவிரிச்சிட்டாங்க. நீ வந்து பாத்தாலாச்சும் நிம்மதியா போகுமேன்னுதான் பாத்தோம். எத்தனை பேர்த்தோட வயித்தெரிச்சல கொட்டிக்கிட்டாங்க. அதான் இப்ப அனுபவிக்கறாங்க'' மூக்கைச் சிந்தினாள்.

கலைந்த தலையும் அழுக்குச் சட்டையுமாக உள்ளே வந்தான் கணேசன். சிவகாமியைக் கண்டதும் தலையை அசைத்தான்.

எதுவும் பேசாமல் துவைகல்லின் மேல் உட்கார்ந்தான். மஞ்சள் பாவிய கண்களுடன் தயக்கத்துடன் சிவகாமியை ஏறிட்டான்.

சிவகாமி மெதுவே எழுந்து லலிதாவை பின்தொடர்ந்தாள். வீட்டுக்கும் இடதுபக்கமாய் சுற்றுச்சுவருக்கும் நடுவிலிருந்தது ஓலைக்கொட்டாய். காய்ந்த ஆட்டுப் புழுக்கைகள். கோணிப் படுதாவை விலக்கி மேலே போட்டாள் லலிதா. காரலான மூத்திர நெடி உடலை உலுக்கியது. மங்கலான வெளிச்சம். பழைய இரும்புக் கட்டிலில் முறுக்கிப் பிழிந்த பழந்துணிபோல உடல் வற்றி கிடந்தாள் அங்கயற்கண்ணி. தொண்டையிலிருந்து எழுந்த கரகரத்த ஓசையுடன் சீரற்ற மூச்சு. வற்றிய கன்னங்களில் துருத்தி நின்ற எலும்புகள் அவளது அடையாளத்தை குலைத்திருந்தன.

சிவகாமி அங்கயற்கண்ணியின் முகத்தை உற்றுப் பார்த்தபடியே அருகில் உட்கார்ந்தாள். சதையிழந்து எலும்பு போர்த்திய தோலு டன் கம்புபோல் கிடந்த இடதுகையை மெல்லத் தொட்டாள். வறண்ட சருமம். கழுத்து நீண்டிருக்க தொண்டைக்குழி சிரமத்துடன் ஏறி இறங்கியதைத் தாளமாட்டாமல் பார்த்தாள்.

''அக்கா வந்திருக்காங்க பாருங்க...'' லலிதா தலைமாட்டி லிருந்து உரக்கச் சொன்னாள்.

சிவகாமி அங்கயற்கண்ணியின் சிரசில் கைவைத்தாள். நரைத்து சிடுக்கு விழுந்த தலைமுடி உள்ளங்கையை நெருடியது. ஒருமுறை உடல் மெல்ல நடுங்கிற்று.

''ம்மா... அவ வந்துருக்கா பாரும்மா'' கணேசன் கால்களை அசைத்தான்.

அங்கயற்கண்ணியின் கண்ணிமைகள் மெல்ல அசைய திடுக் கென கண்ணீர் வழிந்தது. உதடுகள் துடித்தன. சிவகாமியின் தொடுகையை அவள் உணர்ந்திருக்கவேண்டும். தொண்டைகுழி வேகமாக ஏறி இறங்கியது.

லலிதா தண்ணீர் தம்ளரை நீட்டினாள். சிவகாமி ஏறிட்டாள். ''ஒருவாய் தண்ணி குடுக்கா. அதுக்குத்தான் உசுரெப் புடிச்சு வெச்சிட்டு இருக்குபோல...''

தம்ளரை வாங்கிய சிவகாமி வாயருகே கொண்டுபோனாள்.

ஒருகணம்தான். வெடுக்கென அங்கயற்கண்ணியின் முகம் மறுபக்கம் திரும்பிக் கொண்டது.

காலச்சுவடு - டிசம்பர் 2019

சங்கரன் நாயர் லைப்ரரி

குருமூர்த்தி அண்ணாச்சி சொன்ன இடத்தில் சங்கரன் நாயர் லைப்ரரி இருக்கவில்லை. அவர் சொன்ன இடத்தின் எல்லா அடையாளங்களும் பொருந்தியிருந்தன. அங்கேரிபாளையம் சாலை இருந்தது. இடதுகைப்பக்கம் அந்தக் காலத்து சினிமா பாணியினாலான அகன்ற பால்கனியுடன் பைசன் பங்களாவும் இருந்தது. ஆனால் அடர்ந்த தென்னந்தோப்பையோ அதன் எதிர்ப்புறத்தில் வேலிமுட்களுடன் கூடிய குப்பைமேட்டையோ காணவில்லை. எல்லா இடங்களிலும் இடைவெளியின்றிக் கட்டடங்கள். அதிலிருந்து கொஞ்ச தூரத்தில் ஜீவா காலனி. பக்கச் சுவர்களில் துருப்பிடித்து உடைந்த கழிவுநீர்க் குழாய்கள். விரிசல்களில் வேர்பிடித்துத் தலைகாட்டும் அரசிலைகள். சுவர்ப் பரப்பில் கோலமிட்ட நீர்த்தடங்கள். முதுமையைக் கூடுதலாய் காட்டும் மங்கிய காவி வர்ணம் என நடுத்தர வர்க்கக் குடியிருப்பின் அச்சான அடையாளங்களுடன் கூடிய அடுக்குமாடிக் குடியிருப்பு. முகப்பு வளைவும் இருந்தது. ஆனால் அதன் எதிரில் சாலையின் மறுபுறம் குருமூர்த்தி அண்ணாச்சி சொன்ன சலூனைக் காணவில்லை. கருப்பு வட்டத்தில் வெள்ளை எண்கள் இட்ட மரப்பலகைகள் வரிசையில் அடுக்கியிருக்கும் 'மாடர்ன் சலூன்.'

''சலூனுக்கு அடுத்தாப்பல டீக்கடை. அண்ணா தேநீரகம்னு போர்டுகூட இருக்கும். நல்லா புளி போட்டுத் தேச்சு பளிச்சின்னு விபூதிப் பட்டையோட வாங்க வாங்கன்னு சொல்றமாதிரி முன்னாடியே நிக்கும். ஆறுச்சாமியும் நெத்தில அதேமாதிரிதான் விபூதி பூசிருப்பாரு. கடை வாசல்லே கரிபூசின சின்ன போர்டு இருக்கும். டெய்லி ஒரு பொன்மொழி. அண்ணாவோ பெரியாரோ சொன்னதா இருக்கும். அப்பறமாத்தான் சங்கரன் நாயர் லைப்ரரி. சின்னதா ஒரு வீட்லதான். நெலவு மூலையில சின்னதா காலிங் பெல். ஜன்னலுக்கு நேர்கீழே கல்வாழையும் பக்கத்துலயே ஜாதிமல்லிக் கொடியும் இருக்கும்.'' குருமூர்த்தி சொன்னதை உறுதிசெய்யும்படியான எந்த அடையாளமும் அங்கிருக்கவில்லை.

பதிலாக ஆறு கடைகளைக் கொண்ட நீண்ட வளாகமே அங்கிருந்தது.

பெங்களூர் தக்காளிகள் நிறைந்த நீலப்பெட்டிகள் அடுக்கிக் கிடந்த மளிகைக் கடையில் காலைநேர நெரிசல். கறிவேப் பிலையை ஒடித்து மடக்கி பாலிதீன் பைக்குள் திணித்தவர் நான் கேட்டதையே காதில் போட்டுக்கொள்ளவில்லை. அடுத்து மூன்று கடைகள் சாத்திக் கிடந்தன. ஒரு பிரவுசிங் செண்டர். அடுத்தது ரிலையன்ஸ் மொபைல் கடை. மூன்றாவதாக டெய்லர் கடை. கடைசியாக இருந்தது டிரைக்ளீனிங். நீண்ட கண்ணாடிப் பெட்டி யில் ஒழுங்காய் மடித்த புடவைகள் தொங்கியிருக்க கடையின் நடுவில் அழுக்குத் துணிகளை உதறிப் போட்டுக்கொண்டிருந் தவள் வாசலில் நிழலாடியதும் நிமிர்ந்து பார்த்தாள். அடர்பச்சை சேலைகட்டிய நடுத்தர வயதுக்காரியின் இடுப்பு மடிப்பு பளிச்சிட்டது. சட்டெனப் பார்வையை மாற்றியபடி தயக்கத்துடன் சங்கரன் நாயர் லைப்ரரியைப் பற்றிக் கேட்டேன். கேட்கும்போதே அவளுடைய பதில் என்னவாக இருக்குமென்பது எனக்குத் தெரிந்திருந்தது.

லைப்ரரியைக் கண்டுபிடிக்க முடியவில்லை என்று அலை பேசியில் அழைத்துச் சொன்னபோது குருமூர்த்தியால் நம்பமுடிய வில்லை. மறுபடியும் அதே அடையாளங்களைக் குறிப்பிட்டுக் கேட்டபோது எரிச்சல் மூண்டது. பக்கவாதத்தில் இடதுபக்கம் செயலிழந்து பெரும் போராட்டத்துக்குப் பின் நடமாட்டத்தை மீட்க முடிந்திருந்தாலும் அவரால் பயணம் செய்யமுடியாது. ஒருவேளை நேரில் பார்த்திருந்தாலும்கூட அவர் அத்தனை எளிதில் நம்பமாட்டார். அவருடைய நினைவில் நிற்கும் அந்த லைப்ரரியை என் முன்னால் நிறுத்தவே பாடுபடுகிறார்.

''நீ ஒரு காரியம் பண்ணு. காலனிக்குள்ள எம் பிளாக்குல ரெண்டாவது மாடில 5ம் நம்பர் வீடு. படில ஏறுனதும் வலதுகை பக்கம் ரெட்டைக் கதவு போட்டது. அங்க பரமேஸ்வரன்னு கேளு. என்னோட பிரெண்டுதான். நிச்சயமா அவருக்குத் தெரியும்.''

ஆனால் பரமேஸ்வரன் வீட்டில் இல்லை. கல்பாத்திக்கு போயிருப்பதாகவும் மறுநாள் காலையில்தான் வருவாரென்றும் ஒருபாதி திறந்த கதவின் வழியாகப் பதில் கிடைத்தது.

குருமூர்த்தியிடம் சொல்லவில்லை. காலனி வீடுகளுக்கு மத்தியில் விஸ்தாரமான மைதானம். தென்மேற்கு மூலையில்

உயரமான தண்ணீர்த் தொட்டி. மைதானத்தைச் சுற்றி ஓங்கி அடர்ந்த மரங்கள். வேம்பும் புங்கையும் வாகையுமாய் செழித்து நின்றன. பிள்ளையார் கோயிலை அடுத்திருந்த அரசமரத்தடி பெஞ்சில் உட்கார்ந்தேன். காலனியின் வரிசை வீடுகள் குருமூர்த்தி சொன்னதுபோலத்தான் இருந்தன. பெரிய மாற்றங்கள் இல்லை. பெட்டி பெட்டியாய் ஜன்னல் சதுரங்களுடன் அடக்கமாய் நின்றன. மைதானத்தின் மத்தியில் கிரிக்கெட் ஆடிக்கொண்டிருந்தார்கள். கிழக்குப் பக்கமாய் அடுத்தடுத்து நான்கு இறகுப் பந்துக் களங்கள். தளர்ந்த வலைகள் காற்றில் அசைந்திருந்தன. கோயில் மணி ஒலித்தது. வேப்பமரத்திலிருந்து மைனாக்கள் சடசடத்து மேலேறி மறைந்தன. மூன்றாவது பெஞ்சில் தலைசாய்த்துக் கண்மூடியிருந்த வன் ஒருமுறை நிமிர்ந்து பார்த்தான். மறுபடியும் படுத்துக் கொண்டான்.

குருமூர்த்தி சொல்வதுபோல அப்படியொரு லைப்ரரி உண்மை யிலேயே இங்கிருந்ததா? நாளைக்கு ஒருமுறையாவது சங்கரன் நாயரைப் பற்றி அவரது புத்தகங்களைப் பற்றிச் சொல்லாமல் இருக்கமுடியாது. எத்தனை முறை சொன்னாலும் அவருக்கு அலுக்காது. நான் வெகுகாலமாகத் தேடிக்கொண்டிருக்கும் ஒரு மொழிபெயர்ப்பு நாவலைப் பற்றி எதேச்சையாக பேசிய சமயத்தில் அது சங்கரன் நாயர் லைப்ரரியில் இருப்பதாகச் சொன்ன போதுதான் நான் சற்று ஆர்வம் காட்டத்தொடங்கினேன்.

சங்கரன் நாயரை ஜீவா காலனியில் குடியேற்றியது பரமேஸ்வரன்தான். இருவரும் மலையாளிகள் என்பதைத் தவிர தனலட்சுமி மில்லில் ஒன்றாக வேலை பார்ப்பவர்கள். சங்கரன் நாயருக்கு பூர்விகம் பாலக்காட்டை அடுத்த திருவில்லாமலை. பஞ்சாலைத் தொழிலுக்காகப் பத்தொன்பது வயதிலேயே திருப்பூருக்கு வந்துவிட்டார். பொள்ளாச்சியை அடுத்திருந்த மீனாட்சிபுரத்தில் மாதவியை அவர் மணம் முடித்தபோது வயது முப்பதைக் கடந்திருந்தது. ஒண்டுக்குடித்தனம் இருந்த ஓடக்காடு வீடு ஒத்துவராது என்று வீடு தேடியபோதுதான் பரமேஸ்வரன் ஜீவா காலனி வீட்டைப் பற்றிச் சொன்னது. அது காலனி வீடு அல்ல. காலனிக்கு எதிரிலிருந்த லைன் வீடு. காலனியின் அமைப்பும் போக்குவரத்து நெரிசலற்ற சூழலும் சங்கரன் நாயருக்குப் பிடித்துப் போயிருந்தது. முக்கியமாக ஓடக்காட்டில் இருந்த அளவுக்குத் தண்ணீர் பிரச்சினை இங்கு இல்லை.

இடுப்பளவு நீண்ட கருங்கூந்தலும் அடர்த்தியான கண்மை யிட்ட சுடர்விழிகளுமாய் மாதவி வந்திறங்கியபோது பெருமழை பெய்து ஓய்ந்திருந்தது. காலனியின் முகப்பு வளைவை ஒட்டி ஈரம் சொட்ட வரிசையில் நின்ற அசோக மரங்களும் இலைதழை களுடன் செம்மண் குழம்பெனப் பெருக்கெடுத்த மழைநீரும் அவளுக்குப் பிடித்திருக்கவேண்டும். மழைத்தூறல்களை உள்ளங் கையில் ஏந்திச் சிரித்தபடியே நின்றாள். சங்கரன் நாயர் கதவைத் திறந்ததும் உள்ளிருந்து சாம்பல்நிறப் பூனையொன்று வெளியில் தாவியது. சிணுங்கினாற்போல் சிரித்தாள்.

நீண்ட கூடத்தையடுத்து இடதுபக்கம் படுக்கையறை. பின்னால் சமையலறை. பாதுகாப்பான சுற்றுச்சுவருடன் அடக்கமான புழக்கடை. மூலையில் துவைகல். சின்னதாய் பாத்தி. கனகாம் பரமும் தக்காளிச் செடியும் வாடாதிருந்தன. ஆட்டாங்கல், அதற்கு பக்கத்தில் இரண்டுபேர் உட்காரும்படியான திண்ணை.

மாதவிக்கு வீடு வெகுவாகப் பிடித்திருந்தது. விறுவிறுவென பெருக்கித் துடைத்து சமையல் மேடையை தயார்படுத்திக் கொண்டிருந்தபோதுதான் நனைந்த குடையை வாசலில் கவிழ்த்து விட்டு ''புதுவீட்ல சமையல் ஆயிடுச்சா?'' என்று குரல்கொடுத்த படியே பரமேஸ்வரன் உள்ளே வந்தார். கூடத்து நாற்காலியில் உட்கார்ந்தவரின் கண்ணில்பட்டது பிரிக்கப்படாமல் கிடந்த அட்டைப்பெட்டிகள்.

சங்கரன் நாயர் மூக்குப்பொடி டப்பாவை ஆட்காட்டி விரலால் தட்டியபடியே தரையில் உட்கார்ந்தார். ''எல்லாம் அவளோட சாதனமாக்கும். புக்ஸ். வல்லிய படிப்பாளி.'' மூடியைத் திறந்து பொடியை கவனமாக எடுத்து மூக்கின் நுனியில் தடவினார்.

பரமேஸ்வரன் ஆச்சரியத்துடன் பெட்டிகளை எண்ணினார். பதினாறு பெட்டிகள்.

''இத்தரயும் புக்ஸோ?''

''அதே.''

''இத்தரயும் அடுக்கி எடுத்தா வல்லிய லைப்ரரி அல்லே?''

பக்கத்தில் இருந்த பெட்டியைத் திறந்து ஒரு புத்தகத்தை எடுத்தார். 'வாஸவேச்வரம்'. நாயரை நிமிர்ந்து பார்த்துவிட்டு தரையில் உட்கார்ந்து அடுத்தப் புத்தகத்தை எடுத்தார். 'செம்பருத்தி'

ஆச்சரியம் தாளாமல் ஒவ்வொன்றாக எடுத்துப் புரட்டிவிட்டு தரையில் வைத்தார்.

மூக்குப்பொடியின் லாகிரியில் லயித்திருந்த சங்கரன் நாயர் பரமேஸ்வரனின் பதற்றத்தைக் கண்டு சிரித்தார்.

''மாதவி...'' பரமேஸ்வரன் அழைத்தபோது தேநீர் கோப்பை களுடன் வந்து நின்றாள். தரையில் கிடந்த புத்தகங்களைப் பார்த்து விட்டு நாயருக்குப் பக்கத்தில் உட்கார்ந்தாள்.

''என்ன மாதவி இது? இதெல்லாம் நீ படிச்சதா?''

''ம்.''

''எப்பிடி இத்தனை புக்ஸ்?''

''பக்கத்து வீட்ல இருந்த சந்திரா அக்கா லைப்ரரியன். பழைய புக்ஸை கழிக்கும்போது சொல்லுவாங்க. கொறைஞ்ச வெலைக்கு எடுத்துக்கலாம். அப்பிடிச் சேத்ததுதான் நெறைய. மலை யாளத்துல கொஞ்சம் இருக்கும். அதெல்லாம் கோட்டயத்துல டிரெயினிங் போனபோது வாங்கினது.''

பெட்டிகளைப் பிரித்து புத்தகங்களைக் கூடத்து அலமாரியிலும் நீண்ட பெஞ்சிலும் அடுக்கிய பின்பு பரமேஸ்வரன்தான் முதன் முதலாய் ஒரு புத்தகத்தை இரவல் வாங்கிச் சென்றார். நா.பார்த்த சாரதியின் குறிஞ்சிமலர்.

பரமேஸ்வரனை முதல் உறுப்பினராகக் கொண்டு இயங்கத் தொடங்கிய நூலகத்துக்கு இரண்டாவதாக உறுப்பினர் அமை வதற்கு அடுத்து மூன்று மாதங்கள் ஆயின.

பிரகாசமான வெயிலில் ரெட்டைப் பின்னலும் பச்சை வெள்ளைச் சீருடையுமாய் மாணவிகள் உற்சாகத்துடன் காத்திருந் தார்கள். எட்டேகாலுக்கு ஆறாம் நம்பர் பஸ். முதல் சிப்டுக்கு சங்கரன் நாயர் ஐந்து மணிக்கே புறப்பட்டுப் போயிருந்தார். நெளிமயிர்க் கற்றையை உலர்த்தியபடி வாசலில் நின்ற மாதவியிடம் தாவணிப்பெண் கேட்டாள் ''லைப்ரரியா அக்கா?''

மைகோதியை விலக்கி நிறுத்தியவள் சிரித்தவாறே சொன்னாள் ''அப்பிடித்தான்.''

''கத புக்கா?''

''ம்.''

"பாக்கலாமாக்கா?"

ஒருகணம் அவள் முகத்தைக் கூர்ந்து பார்த்துவிட்டுச் சொன்னாள் "பாக்கற புக் இல்லை. படிக்கற புக். படிக்கறதுன்னா உள்ள போய் பாரு."

மாதவி அப்படிச் சொன்னது அவளுக்குத் தயக்கத்தை ஏற்படுத்தி யிருக்கவேண்டும். உடனடியாகவே தலையாட்டினாள். "இப்ப லேட் ஆயிடுச்சுக்கா. சாயங்காலமா வர்றேன்."

மாலை ஐந்துமணிக்கு அழைப்புமணி ஒலித்தது. உள்ளறையில் சங்கரன்நாயர் ஒருக்களித்துப் படுத்திருந்தார்.

காலையில் விசாரித்தவள் சட்டை பாவாடையோடு இன்னும் அழகாக நின்றாள். கண்மை தீட்டிய மாதவியின் கத்திக் கண்களை வியந்தபடியே தயக்கத்துடன் பேசிக்கொண்டிருந்தாள். வாராந்தரி களில் தொடர்கதைகள் வாசித்துப் பழக்கம் என்றவளுக்கு சாண்டில்யனை பாலகுமாரனை சுஜாதாவைத் தெரிந்திருந்தது. பதினோராம் வகுப்பிலிருந்த அவளுக்கு சாண்டில்யனின் 'ஜலதீப'த்தை எடுத்துத் தந்தாள் மாதவி.

உற்சாகத்துடன் விடைபெற்று செருப்பைப் போட்டுக் கொண்டவள் வெட்கத்துடன் சொன்னாள் "உங்க கண்ணு பயங்கரமா டிஸ்டர்ப் பண்ணுதுக்கா."

அந்த வாரத்தின் சனிக்கிழமை மாலை அவித்து நறுக்கிய பனங்கிழங்கும் பால் கலக்காத தேநீருமாய் மாதவி பின்திண்ணை யில் சங்கரன்நாயருடன் பேசிக்கொண்டிருந்த வேளையில் இரண்டு தோழிகளுடன் வந்தாள் அவள். 'ஜலதீபம்' பிடித்திருந்த தாகவும் தோழிகள் அதைப் படிக்க விரும்புவதாகவும் சொன்னவள் உறுப்பினராவது எப்படி என்று கேட்டாள்.

மாதவி வாய்விட்டுச் சிரித்த சத்தம் சங்கரன் நாயரைக் கூடத்துக்கு வரவழைத்தது.

"எந்தா காரியம்?"

சந்தோஷத்தில் மிதக்கும் கண்களில் நீர் துளிர்க்க மாதவி கேட்டாள் "நம்மோட ஈ லைப்ரரியில மெம்பர்ஷிப் வேணம். பறயு."

மூன்று பெண்களை ஏறிட்டவர் நெற்றியைத் தடவினார். "அதாக்கும் காரியம். மில் லைப்ரரியில கணக்குண்டு. ஒரு

மெம்பருக்கு ரெண்டு புக். பத்து நாள் அவகாசம். மெம்பர்ஷிப் பத்து ரூவா. பின்னே புக்குக்கு அஞ்சு ரூவா வாடகை. அத்தரயும் மதி.''

கம்பிச் சுருளெனத் தலைமுடிகள் அலைய மாதவி தலையசைத்து மறுத்தாள். ''ஏய். அங்ஙன இல்ல. ஸ்கூல் ஸ்டூடன்ஸ்க்கு அத்தர அமவுண்ட் செரியல்ல. அஞ்சு ரூபா மெம்பர்ஷிப். ஒரு ரூவா ரெண்ட். அது மதி.''

உறுப்பினர் கட்டணம், நூல் வாடகை விபரங்களுடன் இன்னும் சில நிபந்தனைகளைச் சேர்த்து சிறிய அட்டையை கதவருகில் ஸ்விட்ச் போர்டுக்குக் கீழே தொங்கவிட்டார். புத்தகங்களில் கிறுக்கவோ அடிக்கோடிடவோ கூடாது. பக்கங்களின் மூலைகளை மடக்கக்கூடாது. புத்தகத்தைப் பத்து நாட்களுக்குள் திருப்பித் தரவேண்டும்.

பரமேஸ்வரன் தன்னிடமிருந்த சோவியத் நாவல்களைக் கொண்டுவந்து அடுக்கிவிட கூடத்தின் நாலாப்பக்கமும் புத்தகங்கள் ஆக்கிரமித்தன. ஜீவா காலனியின் பெண்களுக்கான நூலகமாக உருமாறியபோது சங்கரன் நாயர் லைப்ரரி என்ற பெயரும் நிலைத்தது.

தாடியை நீவியபடியே ஏற இறங்கப் பார்த்தவர் பெட் பாட்டில் மூட்டைகளுக்கு நடுவே ஓரமாகக் கிடந்த பிளாஸ்டிக் நாற்காலியைக் காட்டிச் சொன்னார் ''உக்காருங்க.''

பழைய புத்தகங்களின் மக்கிய வாடை. அடுக்கிக் கிடந்த செய்தித்தாள் கட்டுகள். துருவேறிய சங்கிலிகளுடனான தராசு. அழுக்கேறிய பனியன் வேர்வையில் நனைந்திருக்க எழுந்து நின்றார். தயக்கத்துடன் நாற்காலியில் உட்கார்ந்ததும் பீடியைப் பற்றவைத்தார். உள்ளங்கைகளுக்கு நடுவே நெருப்பை நிறுத்திய கணத்தில் முகம் சுடர்ந்தது. நரைமயிர் அடர்ந்த தாடி. காய்ந்த உதடுகள்.

''நாயர் லைப்ரரியைப் பத்தி ஒங்களுக்கு எப்பிடித் தெரியும்?''

மைதானத்தில் படுத்துக் கிடந்தவன் மெல்ல எழுந்து என்ன செய்வதென்று தெரியாமல் மேற்கில் சென்ற பாதையில் நடந்தபோதுதான் நாற்சந்தி முனையிலிருந்த இந்தக் கடை கண்ணில் பட்டது. பழைய பேப்பர் கடை. இவருக்குத் தெரிந்திருக்க வாய்ப்பிருக்கிறது என்ற எண்ணத்துடன்தான் விசாரித்தேன்.

"குருமூர்த்தி சார் சொன்னார்" என்று தகவலைச் சொன்னதும் புகையை உள்ளிழுத்து நிறுத்திவிட்டு தரையைப் பார்த்தார்.

"நாயர் இப்ப இங்க இல்லை."

அவரே தொடரட்டும் என்று காத்திருந்தேன்.

"அந்த லைப்ரரியும் இல்லை. நாயரும் இல்லை. எல்லாம் போச்சு. மாதவி போனதோட எல்லாமே போயிருச்சு."

ஈரம் உலர்ந்த கூந்தல் காற்றில் அலைபாயத் தலையணையில் முதுகைச் சாய்த்துப் படுத்திருந்தாள் மாதவி. கையில் ஏந்தியிருந்த புத்தகத்தில் ஆழ்ந்திருந்தவளின் முகத்தில் புன்னகை.

சங்கரன் நாயர் தலை துவட்டியபடியே உள்ளே நுழைந்தார். மெல்லிய சீகக்காய் வாசனை. மாதவி புத்தகத்திலிருந்த கண்களை விலக்காமலே மெல்லச் சொன்னாள் "டிபன் ரெடி. இதோ வந்தர்றேன்."

புத்தகத்தை உற்றுப் பார்த்தவர் துண்டின் நுனியைத் திருகி இடது காதில் நுழைத்தபடியே கேட்டார் "இத எத்தனவாட்டிதான் படிப்பே நீ? பரீட்சைக்குப் படிக்கற மாதிரி."

புத்தகத்தின் அட்டையைத் திருப்பிப் பார்த்தாள். 'அகலிகை' தலைப்புக்குக் கீழே 'சதானந்தன்' என்றிருந்தது. விரல்கள் அந்த எழுத்துகளை மெல்லத் தடவி நகர்ந்தன.

"இப்பல்லாம் நீ வேற யார் புக்கையும் படிக்கற மாதிரியே தெரியலை. எப்பவும் சதானந்தனோட புக்ஸ்தான். இல்லே?"

அவள் தலையை அசைத்தபடியே எழுந்தாள். புத்தகத்தை கட்டிலின்மேல் இருத்திவிட்டு கூந்தலை உதறிக் கொண்டை யிட்டாள். நீண்ட கழுத்தின் பின்புற வெளுப்பில் பொற்சரடு மின்னியது.

அவள் பதில் சொல்லவில்லை. சங்கரன் நாயருக்கும் தெரியும், இந்தக் கேள்விக்கு எப்போதும் அவள் பதில் சொல்வதில்லை என. படுக்கையறை அலமாரியில் இருக்கும் சதானந்தனின் புத்தகங் களைத் தொட யாருக்கும் அனுமதி இல்லை. ஒரேயொரு முறை புத்தகத்தின் முதல் பக்கத்தை அவருக்குக் காட்டியிருக்கிறாள். 'பிரியமான மாதவிக்கு...' சற்றே சாய்ந்தவாக்கிலான அழுத்தமான கையெழுத்து. கீழே சதானந்தனின் ஒப்பம். 2001ம் ஆண்டின் ஜனவரி முதல்நாள் தேதியிட்டிருந்தது.

எம்.கோபாலகிருஷ்ணன் • 89

''எல்லா புக்லேயும் ஒப்பம் உண்டு. எல்லாமே புது வருஷப் பொறப்பன்னிக்குத் தந்ததுதான்.'' சொன்னபோது அவள் கண்கள் மின்னின.

''என்னோட வாசிப்பெல்லாம் பேப்பரோட நின்னு போயி. எனிக்கு இத்தர பெரிய புக்குல கதை படிக்கறதை நெனச்சாவே... ஐய... எனிக்கு வேணாம்'' நாயர் தலையாட்டியபடியே நகர்ந்தார்.

''இதுல கதை மட்டும் இல்லை. சத்யம் உண்டு. நம்மள மனசைக் காட்டற கண்ணாடியாக்கும் ஒவ்வொன்னும். அதுலயும் சதானந் தனோட எழுத்து இன்னும் கூடுதலாயிட்டு ஸ்பெஷல்.''

கட்டிலில் கிடந்த உலர்ந்த துணிகளை மடிக்கத் தொடங்கிய போது மாதவி முதுகைக் காட்டியபடி அலமாரியின் பக்கமாய் நின்றாள்.

''எவிடயாக்கும் ஈ ரைட்டர்?''

புடவையை உதறி மடித்து நீவியபடியே கேட்டபோது மாதவி திரும்பினாள். நாயரை உற்றுப் பார்த்தாள்.

''கோட்டயத்தை அடுத்து. எந்தா?''

''ஏய்... அது ஒண்ணுல்ல.''

ஒளிர்பச்சை நூலால் ஓரங்கள் தைக்கப்பட்ட கருப்புப் பாவாடையை மடித்தவர் மீண்டும் கேட்டார் ''ரைட்டரைக் கண்டதுண்டோ மாதவி?''

மாதவி கையிலிருந்த புத்தகத்தைப் புரட்டினாள். பின்னட்டை யில் இருந்த சதானந்தனின் படத்தைப் பார்த்தாள். உதடுகளில் நகை மின்ன தோள்களை குலுக்கினாள்.

''ரெண்டு மூணு தடவை. புக் ஃபேர்ல வெச்சு.''

சிறிய இடைவெளியில் கேட்டார் ''ஓ..''

மாதவி சிரித்தபடியே அருகில் வந்தாள். ''கல்யாணத்துக்கு அழைச்சேன். வரலை. அவரோட புது புக்கை பரிசா அனுப்பி வெச்சார்.''

''ஓ''

''ஆயாளுக்கு விவாகம் கழிஞ்ஞோ?''

''ம். ஆனா பாரியாளோட இல்லை. தனிச்சுதான்.''

90 • அமைதி என்பது

நாயர் சிரித்தபடியே சொன்னார் ''அதாக்கும் காரியம். ஞான் கேட்டுட்டுண்டு. ஈ சினிமாக்காரங்களுக்கும் ரைட்டருங்களுக்கும் குடும்பம் சரிப்படாதுன்னு. அங்ஙனயோ?''

காதோரத்தில் அலைந்த தலைமுடியை ஒதுக்கிய மாதவி உற்றுப் பார்த்தாள். தோள்களைக் குலுக்கினாள். ''ரெண்டு பேரோட குடும்பம் நடத்தறது எந்தப் பொம்பளைக்கும் கஷ்டந்தான்.''

''யாரது ரெண்டு பேரு?'' வியப்புடன் கேட்டபோது அவரது பெரிய கண்களின் விழிப்படலத்தில் சிவப்பு நரம்புகளைப் பார்க்க முடிந்தது.

''எழுத்துக்காரன் ஒண்ணு. அவன் சரியான பிராந்து. இன்னொருத்தன் எழுதாம இருக்கற புருஷன். அவன் மனுஷன். இவனைக்கூட சமாளிக்கலாம். பிராந்தை எப்பிடி சமாளிக்கறது?'' மாதவி சிரித்தாள். பிறகு சொன்னாள் ''அந்த பிராந்தை இந்த மனுஷனுக்கே பிடிக்காது. அப்பறம் எப்பிடி பொண்டாட்டிக்குப் புடிக்கும்.''

நாயர் கண்களை மூடியபடி தலையை ஆட்டினார் ''எனிக்கு எதும் வெளங்கலை. விடு.''

நான்காவது பனியனையும் மடித்து வைத்துவிட்டு எழுந்தவர் வேட்டியை உதறிக் கட்டிக்கொண்டார். துணிகளை எடுத்து அலமாரியில் அதனதன் இடத்தில் சீராக அடுக்கினார். ''பின்ன ரைட்டர் இப்ப லெட்டரெல்லாம் எழுதறதில்லையா?''

மாதவி புத்தகத்தை அலமாரியில் வைத்துவிட்டு ஜன்னலுக்கு வெளியே பார்த்தபடி சொன்னாள் ''இப்ப பெரிசா எழுதறதுக்கு ஒண்ணுமில்லை.'' குரலில் தலைகாட்டிய வருத்தத்தை உணர்ந்த நொடியில் திரும்பிச் சிரித்தாள்.

''எப்பயாச்சும் ஒரு போன். எப்பிடி இருக்கே? படிக்கிறியா? ஊருக்கு வருவியா? இப்பிடி... மத்தபடி இப்ப ஆயாளோட எழுத்துலயும் வல்லிய ஜீவன் இல்லை. அதான் பிரச்சினை. பாக்கலாம். முடிஞ்சா ஒருதரம் போய் பாக்கலாம்.''

நாயர் ஜன்னல் விளிம்பில் வைத்திருந்த மூக்குப்பொடி டப்பாவை எடுத்து ஆட்காட்டி விரலால் தட்டினார். மூடியை கவனமாகத் திறந்து ஒரு சிட்டிகையை எடுத்தார். மூக்கின் நுனியில் ஈசியபோது மாதவி கட்டிலில் அமர்ந்து சிரித்தாள்.

நாயர் பொடி டப்பாவை வைத்துவிட்டு வேட்டி நுனியால் மூக்கைத் துடைத்தார். மூக்கை உறிஞ்சியபடியே கேட்டார் ''எந்தா சிரிப்பு?''

''அதொண்ணில்லை. பொடி உறிஞ்சறதைப் பத்தி சதானந்தன் எழுதிருக்கார். அது ஞாபகம் வந்துச்சு.''

''நாயர் ரொம்ப நல்ல மனுஷன். அதுந்து பேசமாட்டாரு. காலனில எதுன்னாலும் முன்னாடி வந்து நிப்பாரு. இத்தன வருஷமா இங்கிருந்து பாஷைதான் சரியா வர்லையே தவிர ரொம்ப தங்கமான ஆளு. அவருக்கு மாதவி வந்தது அதிர்ஷ்டந்தான். அந்தப் பொண்ணு இவரை எப்பிடிக் கல்யாணம் கட்டிக்கிச்சுன்னு எரிச்சல்படாத ஆளே இல்லேன்னு சொல்லணும். நானே அப்பிடி சமயத்துல யோசிச்சிருக்கேன். அனாவசியமா வீட்ட விட்டு வெளிய வராது. எதாச்சும் நோம்பி நொடின்னா கோயிலுக்கு வரும். அந்தப் பொண்ணைப் பாக்கறதுக்காகவே நெறையப் பேரு அந்த லைப்ரரில மெம்பர் ஆனாங்க. இல்லன்னா நம்மெல்லாம் எங்க போயி புக் படிச்சோம்.''

பீடியைச் சுண்டி எறிந்துவிட்டு எச்சிலைத் துப்பினார். கழுத்துப்புற வேர்வையைத் துடைத்தவர் சிக்னலுக்காக புகை கக்கியபடி காத்திருந்த வண்டிகளை வெறித்துப் பார்த்தார்.

''அவங்க வீட்டுல மலையாளப் பேப்பர்தான். மூணு மாசத்துக்கு ஒருக்கா போயிருவேன். தேதிவாரியா கட்டி வெச்சிருப்பாங்க. எப்பப் பாத்தாலும் ஒரேமாதிரிதான் இருக்கும் அந்தப் பொண்ணு. அப்பத்தான் குளிச்சுட்டு வந்தா மாதிரி குளுகுளுன்னு இருக்கும். அசதியாவோ அலுப்பாவோ முகஞ்சுளிச்சுப் பாத்ததில்லை. என்ன கேட்டாலும் லேசா சிரிப்பாங்க. ஒத்த வார்த்தை பேசுவாங்க.''

இவன் தேவையில்லாமல் மிகைப்படுத்துவதாய் ஒருகணம் நினைத்தேன்.

''நல்லபடியாத்தான் இருந்துச்சு. என்னவோ திடீர்னு பத்து நாள் அந்தம்மா ஊர்ல இல்லை. ஊருக்குப் போயிருக்காங்கன்னு நாயர் சொன்னாரு. அப்பறம் ஒரு வாரம் ஆச்சு. ஒரு மாசம் ஆச்சு. ஆளே காணலை. நாயரும் கண்ணுல தட்டுப்படலை. வெளியில ஒரு அட்டை மட்டும் தொங்கிச்சு 'விடுமுறை'ன்னு. என்ன ஏதுன்னு யாருக்கும் தெரியலை.''

மிகுந்த விசனத்துடன் அவன் சொன்னபோது ஆச்சரியமா யிருந்தது. கூடவே கொஞ்சம் சந்தேகமும். 'இவனுக்கு உண்மை யிலேயே மாதவியைத் தெரியுமா?'

மீண்டும் ஒரு பீடியைப் பற்றவைத்துக்கொண்டவன் புகையை ஊதியபடியே பேப்பர் கட்டுகள் அடங்கிய பெஞ்சின் முனையில் உட்கார்ந்தான்.

''அதுக்கப்பறமா நான் நாயரைப் பார்க்கலை. பக்கத்துவீட்டு பீட்டர் சார்தான் சொன்னாரு. ஒருநா ராத்திரி நாயர் மட்டும் வந்துருக்காரு. எல்லாத்தையும் மூட்டை கட்டிட்டு விடிகாலை லேயே போய்ட்டாருன்னு. எங்க போனாரு என்னாச்சுன்னு எந்த விபரமும் தெரியலை.''

திடீரென்று இந்த இழை இப்படி அறுபட்டுப் போகுமென்று நினைக்கவில்லை. எரிச்சலைக் காட்டிக்கொள்ளாமல் சிக ரெட்டைப் பற்றவைத்தேன்.

''டீ சொல்லட்டுமா?'' என்றவன் எதிர்ப்பக்கத்துக் கடைக்கு கைகாட்டினான். டம்ளர்களைக் கழுவிக்கொண்டிருந்தவன் தலையையாட்டினான்.

''அந்த பீட்டர் சார் இருக்காரா?''

அவன் சிரித்தபோது பற்களின் மஞ்சள் கறை பளிச்சிட்டது. ''பீட்டர் சாரெல்லாம் காலமாயி வருஷம் பத்தாயிருச்சு. அந்த வீட்டையே வித்துட்டுப் போயிட்டாங்க. இப்ப நாயரைப் பத்தி தெரிஞ்ச ஒரே ஆளு அந்த பரமேஸ்வரன்தான். அவரும் இப்ப ஊர்ல இல்லேன்னு சொல்றீங்க.''

சூடான தேநீர் சற்றே நிதானத்தைத் தந்தது. ஊருக்கே திரும்பிப் போயிருப்பாரோ?

''அவரு எந்த மில்லுல வேலை செஞ்சாரு?''

''தனலட்சுமி மில்லு. அங்க போயி விசாரிக்கலாம்னு பாக்கறீங்களா?'' பீடியைத் தரையில் போட்டு நசுக்கியவர் டீ தம்ளர்களை பெஞ்சின் கீழே வைத்தார்.

''திருப்பூர்ல இப்ப ஒரு மில்லும் கெடையாது. எல்லாத்தையும் இடிச்சு நொறுக்கி சைட் போட்டாச்சு. ஒரு காலத்துல பத்து பன்னெண்டு மில்லுக இருந்துச்சு.''

''எதையும் யோசிக்காம நீங்க நாளைக்கு காலையில வந்து பரமேஸ்வரனைப் பாருங்க. செரியா?'' பேப்பர் கட்டுகளைத் தரையில் போட்டு அடுக்கலானார்.

'இது பழைய மாதவி இல்லை. இவள் வேறொருத்தி' சங்கரன் நாயரின் மனதில் அந்த எண்ணம் எழுந்ததும் பயந்தார்.

ஒருபாதி திறந்திருந்த பின்வாசல் கதவு வழியாக சமையல் கட்டில் விழுந்த வெளிச்சத்தையே உற்றுப் பார்த்திருந்தவளது முகம் பிரகாசித்தது. மூக்கு நுனியில் வெயில் கற்றை விழுந்து சரிந்தது. ஈர உதடுகள் பளிச்சிட்டன. கருப்புப் புடவையின் ஓரச் சிவப்பும் அவள் நெற்றிப் பொட்டும் ஒரே நிறத்திலிருந்தன.

''ஒடம்புக்கு முடியலை. போய் பாத்துட்டு வரணும்னதானே சொன்னே. இப்ப என்ன திடீர்னு.''

சற்று முன்பு மதியம் மூன்று மணிக்குத் தொலைபேசி ஒலித்த போது சங்கரன் நாயர் ஷிப்டு முடிந்து வந்திருக்கவில்லை. எப்போதும்போல மின்விசிறிக் காற்றில் கூந்தல் பறந்திருக்க மாதவி தரையில் படுத்திருந்தாள். தூங்குவதில்லை. ஆனால் கண்களை மூடியபடி நினைவுகளில் ஆழ்ந்திருப்பாள். முகத்தில் அவ்வப்போது விரியும் புன்னகையும் சிலவேளைகளில் களுக் கென்ற சிரிப்புமாய் கழியும் அந்த வேளை அவளுக்கு மிகப் பிடித்தமானது.

அழைத்தது சதானந்தன். ஆச்சரியம்தான் என்றாலும் சில நாட்களாகவே மாதவி இந்த அழைப்பை எதிர்பார்த்திருந்தாள். இது ஏதேனும் ஒரு நாளில் இதுபோன்ற பொழுதொன்றில் வரக்கூடும் என்று அவளுக்குத் தெரிந்திருந்தது. அடிக்கடி இல்லை யென்றாலும் மாதம் ஒரு முறையேனும் அவன் அழைப்பதுண்டு. இதே நேரத்தில்தான். அரைமணி நேரம் வரை நீளும் பேச்சில் பெரும்பகுதி அவனேதான் பேசுவான். சில சமயங்களில் இரண்டு நிமிடங்களில் அழைப்பு முடிந்துவிடும்.

சமீப நாட்களில் அவனது அழைப்பில் இருந்த பதற்றத்தையும் இவளைப் பார்க்கவேண்டும் என்று கட்டாயப்படுத்தும் தவிப்பை யும் உணர்ந்திருந்தாள். சங்கரன் நாயரிடம் ஒன்றும் சொல்ல வில்லை.

''மாதவி, இனியும் யோசிக்காத. எனக்கு ரொம்ப முடியல. எத்தனை நாள்னு தெரியலை. டயாலிஸிஸ் போயிட்டிருக்கு. நீ

வந்தா பரவால்லேன்னு கெஞ்சறேன். பதிலே சொல்ல மாட்டேங்கற.''

''உங்களுக்குத் தெரியாதா? எப்பிடி நான் வரமுடியும்?''

''உசுரோட இருக்கும்போது பாக்கணும்னா ரெண்டு நாள்ல வா. இல்லேன்னா எப்பவும் வராதே.''

அழைப்பு துண்டிக்கப்பட்டது. காற்றின் வெற்றோசையைக் கேட்டபடியே அமர்ந்திருந்தவள் அவனது எண்ணைச் சொடுக்கினாள்.

மூன்று முறை ஒலித்து அடங்கியது. மீண்டும் முயன்றபோது மூச்சிரைத்தபடி கேட்டான் ''என்ன?''

''ஏன் இப்பிடி பண்றீங்க. டாக்டர் என்ன சொல்றாங்க?''

''டயாலிஸிஸ் பண்ணலைன்னா ரெண்டு நாள்தான் இருப்பேன்னு சொல்றாங்க.''

''ஏன் டயாலிஸிஸ் பண்ணவேண்டாம்?''

''அதப் பண்ணி உசுரோட இருந்து நான் என்ன பண்ணப் போறேன்?''

சட்டென உடைந்து கண்ணீர் திரண்டது.

''கெட்டுப் போன ஒடம்பு. எத்தனை நாளைக்கி இப்பிடி ஊசியும் மருந்துமா காப்பாத்தி வெக்கறது? அப்பிடி காப்பாத்தி என்ன ஆகணும்?''

''சரி. ஓகே. நீங்க சொல்றபடியே பாத்தாலும் நான் அங்க வந்து என்ன பண்ண முடியும்?''

பதில் வரவில்லை. அழைப்பைத் துண்டித்திருந்தான்.

மொபெட்டை நிறுத்திவிட்டு நாயர் கதவைத் திறந்துகொண்டு உள்ளே வந்தபோது மாதவி தொலைபேசி மேசைக்கு அருகில்தான் உட்கார்ந்திருந்தாள். உலர்ந்த கண்ணீர்த்தடம். இறுகிய பார்வை.

சங்கரன் நாயர் ஒன்றும் கேட்காமல் குளியலறைக்குள் புகுந்தார். எப்போதும்போல நிதானமாக உடலைக் கழுவினார். துவட்டிய ஈரிழைத்துண்டைக் கொடியில் உலர்த்திவிட்டு அடுப்பைப் பற்ற வைத்தார். பால் கொதித்ததும் தேயிலையைப் போட்டுக் கலக்கினார்.

சூடான தேநீரை அவள் முன்னால் வைத்துவிட்டு மின் விசிறியை முடுக்கினார். தேநீரை பருகியபடியே அவளை உற்றுப் பார்த்தார்.

''ரைட்டருக்கு ரொம்ப முடியலையா?''

தம்ளரை கையிலெடுத்தவள் நிதானமாகப் பருகினாள். குடித்து முடித்தவுடன் முகத்தைத் துடைத்தவள் கால்களை நீட்டிக் கொண்டாள். ''மதுரம் கூடுதலான்னு...''

''ஓ''

''ம். போன் வந்நு. டெய்லி டயாலிஸிஸ். கூட யாருமில்லை. அதான் கொழப்பம்.''

''போய் பாத்துட்டு வரலாம்ல?''

''ம். போணும். அதான்...''

''போயிட்டு வா. மனுஷன் முடியாமக் கெடக்கறார். இப்ப யாராச்சும் போய் என்னன்னு கேட்டாத்தானே ஆறுதலா இருக்கும். எத்தர வல்லிய ரைட்டர். எவ்வளவு எழுதியிருப்பார். எத்தர பேர் படிச்சிருப்பாங்க. இந்த நேரத்தில யாரும் இல்லேன்னா கஷ்டந்தான்.''

நாயரையே உற்றுப் பார்த்திருந்தவள் அழத் தொடங்கினாள். உடல் குலுங்க முழங்காலில் தலைகவிழ்த்தாள். நாயர் தம்ளர்களை எடுத்துக்கொண்டு சமையலறைக்குள் புகுந்தார். பாத்திரங்களைக் கழுவித் துடைத்து மேடையில் கவிழ்த்துவிட்டு உள்ளே வந்த போது அவள் தரையில் கிடந்தாள்.

''அழுதிட்டு கெடந்து காரியம் ஒண்ணுமில்லை. கெளம்பு. ராத்திரி பஸ்ல போனா சரியா இருக்கும். நான் போய் டிக்கெட் மேடிச்சிட்டு வராம்.''

துணிகளை அடுக்கிக்கொண்டு புறப்பட்டபோது அவள் அதே கருப்புப் புடவையுடன்தான் இருந்தாள். தண்ணீர் நிரப்பிய பாட்டிலை அவள் கையில் கொடுத்தபோது நாயர் கேட்டார் ''ஒரு சம்சயம். தப்பா நெனக்கான்டா. இப்ப நீ போய் பாக்கப் போறது பிராந்தனையா இல்லை மனுஷனையா?''

மாதவி இந்தக் கேள்வியை எதிர்பார்த்திருக்கவில்லை. சிறு திடுக்கிடலுடன் தலையாட்டிவிட்டு செருப்பை மாட்டிக் கொண்டாள்.

பரமேஸ்வரன் கண்ணாடியைக் கழற்றித் தலையணை அருகில் வைத்தார். மூக்குத்தண்டின் மேலிருந்த தழும்பை மெல்லத் தடவியபடியே கால்களை நீட்டிக்கொண்டார். நெடிய உடலில் தளர்ச்சி துலக்கமாகத் தெரிந்தது. கைவைத்த பனியனில் அங்கங்கே சிறு பொத்தல்கள்.

காலை பதினோரு மணிக்கு அதே வீட்டுக்கு மறுபடி வந்து கதவைத் தட்டியபோது பரமேஸ்வரனே திறந்தது எனக்கு பெரும் ஆசுவாசத்தைத் தந்திருந்தது. மருமகள் ஏற்கெனவே நான் தேடி வந்த விஷயத்தைச் சொல்லியிருக்கவேண்டும். ''நீங்கதான் நேத்திக்கு வந்தீங்களா?''

என்னை அறிமுகப்படுத்திக்கொண்டதும் தனது அறைக்குள் அழைத்துச் சென்றார். அறையில் எல்லா இடங்களிலும் புத்தகங் களே நிறைந்திருந்தன. மூலையில் இருந்த மேசை, அடுத்திருந்த நீண்ட பெஞ்சு, கதவருகில் நின்ற இரும்பு அலமாரி, கட்டிலுக்கு அடியில் இருந்த இடம் என எல்லா இடங்களிலும் புத்தகங்கள். கட்டிலில் உட்கார்ந்து கால்களை நீட்டிக்கொண்டு என்னை நிதானமாகப் பார்த்தார். அடர்ந்த தலைமுடி முழுக்க நரைத் திருந்தது. சதுரமான பட்டைக் கண்ணாடி. இடது தாடையில் அழுத்தமான தழும்பு பளபளத்தது.

''இத்தனை வருஷம் கழிச்சு சங்கரன் நாயர் லைப்ரரியைத் தேடி ஒருத்தர் வருவார்னு நான் யோசிக்கவேயில்லை.''

வயது எழுபதைக் கடந்திருக்கவேண்டும். இன்னும் பத்திரிக்கை, புத்தகங்கள் என அலைந்திருப்பது அவரை உற்சாகத் துடன் வைத்திருந்தது.

வெகுநேரம் பேசிக்கொண்டிருந்துவிட்டு, பின்னர் இணக்க மான நிலையில் அந்தக் கேள்வியைக் கேட்டேன்.

''அதுக்கப்பறமா மாதவி வரவேயில்லை. ரெண்டு நாளாச்சு மூணு நாளாச்சு. இன்னிக்கு வந்துருவா நாளைக்கு வந்துருவான்னு நாயரும் பாத்துட்டிருந்தார். ஒரு வாரங் கழிச்சு ஒரு லெட்டர் வந்துச்சு.''

அந்தக் கடிதத்தை அவர் மீண்டும் நினைவிலிருந்து வாசிப்பது போல கண்களை மூடி யோசனையில் ஆழ்ந்தார்.

''சுருக்கமா அவ எழுதிருந்தது இதுதான். இனிமே நான் வரலை. கடைசிக் காலத்துல அவர்கூட இருக்க விருப்பம். நான் இல்லாம நீங்க சமாளிச்சுக்குவீங்கன்னு தெரியும். இதுமாதிரிதான் எழுதிருந்தா. நாயருக்கு பெரிய அதிர்ச்சியில்லைன்னுதான் சொல்லணும். ஒருமாதிரி அவருக்குத் தெரியும்போல. இதுல சமாதானம் பண்றதுக்கோ சண்டை போட்டுக் கூட்டிட்டு வர்றதுக்கோ என்ன இருக்கு? இருக்கட்டும். அவளுக்கு எது சந்தோஷமா அப்பிடியே இருக்கட்டும்னு மனுஷன் ஷிப்டுக்கு கௌம்பிப் போயிட்டார். மறுநாள் காலையிலதான் தெரியும் ராத்திரியோட ராத்திரியா வீட்டை காலிபண்ணிட்டு போயிட் டாருன்னு.''

''நீங்க அவரைப் பாக்கவேயில்லையா?'' நான் ஆவல் தாளாமல் கேட்டேன்.

''ஒரு மாசமிருக்கும். வேலை வேண்டான்னு எழுதிக் குடுக் கறதுக்காக மில்லுக்கு வந்தப்பத்தான் பாத்தேன். மனுஷன் அப்பிடியேதான் இருந்தார்.''

கட்டிலில் இருந்து எழுந்து கட்டமிட்ட வெள்ளை வேட்டியைச் சரிசெய்தார். பானையில் இருந்த தண்ணீரைப் பிடித்துக் குடித்தார்.

''எங்க போனாரு?''

''இனி வேல பாத்து என்னாகப் போகுது? புள்ளையா குட்டியா? அவ விட்டுட்டுப் போன சொத்து புஸ்தகந்தான். அந்தத் தொழிலையே நடத்தறேன்னு சொன்னாரு. உடுமலைப்பேட்டை பக்கத்துல லட்சுமி மில் ஒண்ணு இருந்துச்சு. அங்க இருந்த தொழிற்சங்கக் கட்டடத்துல ஒருபகுதியை ஒதுக்கிக் குடுத்தாங்க. அங்கதான் லைப்ரரியை வெச்சாரு. பக்கத்துல ஒரு சின்ன வீட்ல தான் தங்கிக்கிட்டாரு.''

''இப்பவும் அங்கதான் இருக்காரா?''

''இல்லை. உடுமலைப்பேட்டைக்கே போயிட்டாரு. கோர்ட்டுக்கு பின்னாடி புளியமர பஸ் ஸ்டாப் இருக்கு. அங்க போயி சங்கரன் நாயர்னு கேட்டா சொல்லுவாங்க.''

''கடைசியா நீங்க அவரை எப்பப் பாத்தீங்க?''

''மில்லுல இருந்து போனதுக்கப்பறமா ரெண்டு தடவை உடுமலைப்பேட்டையில சந்திச்சேன். பழைய ஆட்கள் போயி அவரைப் பாக்கறதை அவர் விரும்பலை. எதையும் ஞாபகப்படுத்த

வேணாம்னு நெனச்சிருக்கலாம். அதான் இப்பல்லாம் போய் பாக்கறதில்லை. இப்ப நீங்க அங்க போனாக்கூட நீங்க தேடற புக்கை அவர் தருவார்னு சொல்ல முடியாது.''

அலமாரியின் மேலடுக்கிலிருந்து உருவி எடுத்துத் தந்த பழைய புத்தகத்தின் முதல் பக்கத்தில் அந்த முத்திரை. 'சங்கரன் நாயர் லைப்ரரி, அண்ணா காலனி, திருப்பூர்.' பழுப்புக் காகிதத்தில் ஊதா மசியில் அழுத்தமான முத்திரை. 187 என்ற எண் கருப்பு மசியால் எழுதப்பட்டிருந்தது.

''இந்த ஒண்ணுதான் எங்கிட்ட இருக்கு.''

''அந்த சதானந்தன் என்ன ஆனார்? அப்பறம் மாதவியைப் பத்தி ஏதாவது தெரிஞ்சதா?''

பரமேஸ்வரன் மேசையின் மேல் அடுக்கியிருந்த கோப்புகளில் ஒன்றை எடுத்தார். செய்தித்தாள் நறுக்குகள், படங்கள் எனத் தேதி வாரியாக கோர்க்கப்பட்டிருந்தன.

''இதப் பாருங்க. சதானந்தன் இறந்து போன செய்தி. மாதவி இங்கிருந்து போயி ஒரு வருஷம் கழிச்சு எறந்துருக்கார். அதுவரைக்கும் அவர்கூடத்தான் இருந்தாளா என்னன்னு விவரம் தெரியலை.''

பழுப்பேறிய மலையாளச் செய்தித் தாளில் மங்கலான படம். முன்னர் எப்போதோ எடுக்கப்பட்ட படமாக இருக்கவேண்டும். நீண்ட தலைமுடி, தாடையில் ஒட்டிக்கொண்ட குறுந்தாடி, நடுமூக்கு வரை இறங்கிய கண்ணாடி வழியாக உற்று நோக்கும் கண்கள், ஜிப்பா என எழுத்தாளனின் அநேக லட்சணங்களையும் கொண்டிருந்தது அந்தக் கருப்பு வெள்ளைப் படம்.

''மாதவியோட படம் எதுவும் இருக்கா?''

எப்படி அந்தக் கேள்வியை நான் கேட்டேன் என்று எனக்கே புரியவில்லை. அவர் சற்றே முறுவலித்தார். பிறகு நிதானத்துடன் தலையாட்டினார். ''சங்கரன் நாயரோட கல்யாணப் படத்துல இருக்கா. ஆனா அது எங்கிட்ட இல்லை.''

மாடியிலிருந்து கீழே வந்த பின்பு ஜன்னலை நிமிர்ந்து பார்த்தேன். பரமேஸ்வரன் பார்த்துக்கொண்டு நின்றார்.

உடுமலைப்பேட்டைக்கு டிக்கெட் வாங்கியிருந்த நான் ''லட்சுமி மில் எறங்கு'' என்று கண்டக்டரின் குரல் கேட்டதும் அவசரமாக எழுந்து இறங்கினேன்.

பேருந்து நகர்ந்த பின்பு நிறுத்தத்தை அடுத்து பெரிய அரச மரத்தின் கீழிருந்த இளநீர்க் கடையருகே சென்றேன். குளுமையான நிழல். சில்லென்ற இளநீர். எதிர்புறமிருந்த மைதானத்தை அடுத் திருந்த கம்பங்களில் நிறமிழந்த கொடிகள் தளர்ந்து அசைந்தன.

"எந்த சங்கத்தை கேக்கறீங்க? கதுரா, சுத்தியலா?"

எனக்குச் சொல்லத் தெரியவில்லை.

"எதுத்தாப்பல செல்போன் கடை இருக்கு பாருங்க. அங்க போய் கேளுங்க."

செல்போன் கடையை ஒட்டிய சந்தில் பின்பக்கமாய் ஒடுங்கி யிருந்தது சங்கம். துணி போர்த்திய கேரம்போர்டுக்கு அருகில் முகத்தை மூடிப் படுத்திருந்தவர் சோம்பலுடன் எழுந்தார். இடுங்கிய கண்களால் எரிச்சலுடன் பார்த்தவர் லுங்கியை இறுக்கிய படியே யோசித்தார்.

"ஆமா. முன்னாடி இருந்ததா சொல்லுவாங்க."

பானையிலிருந்து தண்ணீரை எடுத்து முகத்தில் இறைத்தார். கண்களைத் துடைத்துவிட்டு கொப்புளித்துத் துப்பினார்.

"இப்ப லைப்ரரியெல்லாம் இங்க ஒண்ணும் இல்ல."

"உள்ள பாக்கலாமா?"

"உள்ளெயெல்லாம் ஒண்ணுமில்ல. இதா இப்பிடி எட்டுக்கு எட்டுதான். மீதியெல்லாம் கடைக்கு வாடகைக்கு விட்டாச்சு."

இனி எதையும் கேட்கவேண்டாம் என்ற எண்ணம் எழுந்தது. நிறுத்தத்தை நெருங்கும்போது வந்து நின்ற பேருந்தில் ஏறி அமர்ந்தேன். சங்கரன் நாயர் லைப்ரரி இனி எங்கும் இருக்கக்கூடும் என்ற நம்பிக்கை முற்றிலுமாக மறையலானது.

பேருக்குத்தான் புளியமர நிறுத்தம். அந்த இடத்தில் எந்த மரமும் இருக்கவில்லை. வரிசையாய் கடைகள். வாசலில் ஏராள மான வாகனங்கள். எல்லா இடத்திலும் பரபரப்பு. விதவிதமான அலங்காரங்களுடன் செல்போன் கடைகள். நீலமும் சிவப்புமாய் குடைகள். 'மாமன் பிரியாணி' கடை வாசலில் ஆட்கள் இலை வைத்த தட்டில் சுடச்சுட பிரியாணியை சுவைத்து நின்றார்கள்.

பூக்கடையிலிருந்தவளின் கழுத்தில் ஏராள நகைகள். "நாயர் கடையா?"

"கடை இல்லை. லைப்ரரி."

பூக்களை அடுக்கி லாவகத்துடன் விரல்கள் நூலை முடிச் சிட்டிருக்க தலைநிமிர்த்தாமல் அலட்சியமாகச் சொன்னாள் "அது தெரியாது. அங்க பாத்திரக் கடை இருக்கு. அதத்தான் நாயர் கடைன்னு சொல்லுவாங்க."

"எங்க இருக்கு?"

"இதா கெழக்க போற ரோட்டுல போனா ரெண்டாவது முக்குல இருக்கு. பக்கத்துல ஆட்டோ மாரியம்மன் கோயில் இருக்கும் பாருங்க. அங்கதான்."

மெல்ல நடந்தேன். இதுதான் கடைசி வாய்ப்பு. சங்கரன் நாயரும் அவருடைய புத்தகங்களும் இல்லையில்லை மாதவியின் புத்தகங்களும் இங்கேதான் இருக்கின்றனவா? பாத்திரக் கடையா? சற்றே படபடப்பாக உணர்ந்தேன். நொதித்தோடிய சாக்கடைப் பள்ளத்தின் அருகில் பிளாஸ்டிக் குப்பைகள் கருப்பாய் குவிந் திருந்தன. பாதாளச் சாக்கடைக்காக தோண்டிய பள்ளங்களினூடே வாகனங்கள் தடுமாறி ஊர்ந்தன.

ஆட்டோ மாரியம்மன் கோயிலை அடையாளம் காண முடிந்தது. சாலையின் நடுவில் சிறிய கோயில். நின்றேன். நாற் புறமும் பிரியும் சாலைகள். எந்த மூலையில் இருக்கிறார் சங்கரன் நாயர்?

'தல தளபதி' சலூன். அதையடுத்து ஜெராக்ஸ் கடை. ராஜதானி பேக்கரி.

பேக்கரி வாசலில் நின்ற ஆட்டோக்காரர் டீயை உறிஞ்சிய படியே அலட்சியமாகச் சொன்னார் "பின்னால திரும்பிப் பாருங்க."

நான் திரும்பிப் பார்த்தேன். எனக்கு எதுவும் புரியவில்லை. "அந்தப் பாத்திரக் கடைதான். போங்க."

அப்போதுதான் கவனித்தேன். 'நாயர் பாத்திரக்கடை' ராஜதானி பேக்கரிக்கும் ஜெராக்ஸ் கடைக்கும் நடுவில்.

கடையில் யாரும் இருக்கவில்லை. முன்னால் ஒரு மேசை. தொலைபேசி. நாற்காலியை ஒட்டி பின்னால் சாமியானாவுக்கான கம்பங்களும் வண்ணப் படுதாக்களும் கிடந்தன. இடது ஓரத்தில் பெரிய அடுப்புகள். அதையொட்டி பாத்திரங்கள் அடுக்கிய அலமாரி. ஒரு ஆள் மட்டுமே நுழையும் வாசலில் திரை.

"சார்..."

இரண்டாவது முறை அழைத்தபோது திரையைத் தள்ளிக் கொண்டு நிதானமாக வெளியே வந்தவர் என்னை நிமிர்ந்து பார்க்காமல் நாற்காலியில் அமர்ந்தவுடன் கேட்டார் "என்ன வேணும்?"

இவர்தான் சங்கரன் நாயரா?

"சங்கரன் நாயர்..."

நான் சொன்னதும் தடித்த கண்ணாடியை மேலே தள்ளியபடி நிமிர்ந்து பார்த்தார். இணக்கமில்லாத முகபாவம் மேலும் இறுகியது.

"உங்களுக்கு என்ன வேணும்?"

"அவரத்தான் பாக்கணும். நான் ரொம்ப தூரத்துலேர்ந்து வரேன்"

நாற்காலியின் முதுகில் கிடந்த துண்டை எடுத்து அருகில் கிடந்த ஸ்டூலைத் துடைத்தார்.

"உக்காருங்க."

மின்விசிறியின் வேகத்தைக் கூட்டினார். குட்டையான தடித்த உருவம். கழுத்துச் சதைத் தொங்கி தோளைத் தொட்டிருந்தது. காது மடல்களில் கட்டையான மயிர்க்கற்றை. பிடரியிலும் புறங்களிலுமாய் ஒட்டியிருந்தது நரைமயிர். காவி வேட்டி கணுக்காலுக்கு மேலாக நின்றது.

"சொல்லுங்க.'

தயங்கினேன். எதிலிருந்து தொடங்குவது?

"குருமூர்த்தி சார்னு இப்ப பெங்களூர்ல இருக்கார். முன்னாடி அண்ணாகாலனில..."

அவர் கையை உயர்த்தி நிறுத்தினார் "குருமூர்த்தியா... நல்லா இருக்காரா?"

ஒரு பிடி கிடைத்த மகிழ்ச்சியுடன் தொடர்ந்தேன். "இப்ப முடியலை. ரொம்ப ஆசைப்பட்டார் வரணும்னு. ஆனா அவரால நடக்க முடியாது. அதான் என்னைப் பாத்துட்டு வரச் சொன்னார்."

"என்னத்தைப் பாக்கணுமாம் அவனுக்கு?" ஒருகணம் அவர் கண்கள் சினந்தன.

''உங்க லைப்ரரி... அதுலேர்ந்த புக்ஸ்...''

அவர் பார்வை என்னை நிறுத்தியது.

''வேற வேலையில்லையா தம்பி உங்களுக்கு. அந்தப் பைத்திய காரன்தான் சொன்னான்னா நீங்களும் வந்துட்டீங்க. லைப்ரரியாம் புஸ்தகமாம். மடையன்.''

கோபத்தில் உதடுகள் துடித்தன. மேசையின் மீதிருந்த அவரது கையின் நடுக்கத்தை என்னால் பார்க்க முடிந்தது.

அவர் தணியும் வரை பொறுத்திருக்க முடிவு செய்தேன். ஒன்றும் சொல்லாமல் வெளியே வேடிக்கை பார்த்தேன்.

''யாருக்கு வேணும் புஸ்தகம். இத்தன பேரு இருக்காங்களே. எவனாச்சும் எதையாச்சும் கெவனிக்கறான்னு பாருங்க. எல்லாத்து கையிலயும்தான் ஒலகம் இருக்கே. அப்பறம் எதுக்கு வேணும் புஸ்தகம்...''

அவராகவே பேசட்டும். ஏதேனுமொன்று உடைபட்டு வெளியே கொட்டும். பார்க்கலாம். அதுவாக நடக்கட்டும்.

''இப்ப என்ன. இன்னும் கொஞ்ச நாள் கழிச்சு பாருங்க. பேப்பர் படிக்கக்கூட ஆள் இருக்காது. புஸ்தகமாம் புஸ்தகம்...''

மேசையின் ஓரத்திலிருந்த பாட்டிலை எடுத்து நடுக்கத்துடன் தண்ணீர் குடித்தார். நைந்திருந்த கை பனியனின் கழுத்தை இழுத்துவிட்டுக் கொண்டார். ''எந்த லைப்ரரிக்கு எவன் போறான்? கவர்மெண்டும் புஸ்தகம் வாங்கறதில்லை. இருக்கற புஸ்தகத்தை எடுத்துப் பாக்கறதுக்குக்கூட ஆள் வரதில்லை. எல்லாத்தையும் வெச்சுட்டு என்ன பண்றது? யாருக்கும் வேணாத பொருளை அடுக்கி அடுக்கி வெச்சுட்டு என்ன பிரயோசனம்?''

''புஸ்தகமே எங்கயும் இருக்கக்கூடாது. மரஞ் செடி கொடி இல்லாத பாலைவனம் மாதிரி இந்த ஊரே புஸ்தகம் இல்லாம பாழாப் போகணும். அதையெல்லாம் நான் பாக்கப் போறதில்லை. ஆனா அப்பிடித்தான் நடக்கும்.''

மூச்சு வாங்கியது. கண்களை மூடிக்கொண்டு நாற்காலியில் சாய்ந்தார்.

''ஒவ்வொரு புக்கும் ஒரு கண்ணாடி, சத்யம்னு சொல்லுவா. இப்ப ஒருத்தர்க்கும் சத்யம் வேணாம். கண்ணாடியும் வேணாம்.''

நான் எதிர்பார்த்த தருணம். நிமிர்ந்தேன். ஒருகணம் அவர் தன் வார்த்தைகளை உணர்ந்திருக்கவேண்டும். சட்டென முகம் இறுகியது.

எரிச்சலுடன் முறைத்தார் "யார் எக்கேடு கெட்டா எனக்கென்ன? உங்களுக்கு என்ன வேணும்?"

"உங்ககிட்ட நான் தேடற புத்தகம் இருந்தா பாக்கலாம்னு தான்…"

"எங்கிட்ட இப்ப எந்த புத்தகமும் இல்லை."

"யார்கிட்ட குடுத்தீங்கன்னு தெரிஞ்சா அங்க போய்…"

கசப்புடன் சிரித்தார். "யார்கிட்டயும் நான் குடுக்கலை."

"அப்பறம் என்ன பண்ணுனீங்க?"

மேசை இழுப்பறையைத் திறந்து எதையோ வெளியே எடுத்து மேசையின் மேல் வைத்தார். பொடி டப்பா. நிதானத்துடன் மூடியைத் திறந்து சிட்டிகை அளவுப் பொடியை எடுத்தார். முகர்ந்து பார்த்துவிட்டு மூக்கின் நுனிகளில் தேய்த்தார்.

சிறிய தும்மல். மூக்கை உறிஞ்சினார். கண்கள் நீர் கோர்த்தன.

"எல்லாத்தையும் போட்டுக் கொழுத்திட்டேன்."

கிளைமேட் மாத இதழ் - ஜூன் 2019

மரங்கொத்தி

இன்றைய மாலைப்பொழுது அத்தனை அழகு. நீலமும் பொன்னிறமுமான வானம். சருமத்தில் மோதி இளைப்பாற்றிய இளங்காற்று. வீட்டிலிருந்து புறப்படும்போதே அந்த மரங் கொத்தியைக் கண்டேன். அடுத்த வீட்டுத் தோட்டத்தில் ஓங்கி நிற்கும் மருதமரத்தின் பருத்த அடிமரப் புடைப்பின் மேல் தத்தி நின்றபடி கொத்திக் கொண்டிருந்தது. திறவாத மரத்தின் கதவைத் தட்டித் திறப்பது போலிருந்தது அதன் ஓசை. நீண்ட கூரிய அலகுடன் சிலிர்த்தெழுந்த கொண்டையுடன் சொரசொரத்த மரப்பட்டையின் மேல் காலூன்றி நின்றிருந்தது.

மனத்தில் குழப்பங்கள் இல்லை. உன்னைப் பார்க்க முடியுமா பேச முடியுமா என்பது போன்ற தடுமாற்றங்களும் இல்லை. கல்லூரி வாசலிலும் கோயில் முகப்பிலுமாய் காத்திருக்கத் தேவையில்லை. உன் வீட்டில் உன்னை சந்திக்கவிருக்கிறேன். இந்தச் சந்திப்பு ஒருவகையில் சம்பிரதாயமானது. இருவருக்கும் சங்கடம் தராதது.

ஆசிரியர் காலனிக்குள் நுழையும்போதே கொந்தளித்தது மனம். பழைய நாட்களின் வாசனை. பூப்பந்து மைதானத்தில் விளக்குகள் ஒளிர்ந்து நின்றன. லேசான மழை. வீட்டு வாசலில் நின்று அழைப்பு மணியை அழுத்தினேன். தலையைக் கோதியபடி உதடுகளை ஈரப்படுத்திக்கொண்டேன். கதவு திறந்தது. ஆவலுடன் முகம் நிமிர்த்திப் பார்த்தேன்.

"வாப்பா. நல்லா இருக்கியா?" உன் அம்மா இரு கதவு களையும் விரியத் திறந்தாள்.

நாற்காலியில் அமர்ந்த நொடியில் தண்ணீர் சொம்புடன் வெளியே வந்தாய்.

இளம்பச்சைத் தாவணி. கோடாலி முடிச்சிட்ட கூந்தலில் ஜாதி மல்லிச் சரம். சிறு மேசையில் சொம்பை வைத்துவிட்டு ஒதுங்கிக் கதவோரமாய் நின்றாய்.

''காப்பி சாப்புடுவேல்ல...'' அம்மா சமையலறைக்கு நகர்ந்தாள்.

''எப்ப வந்தே?'' மெல்லிய குரலில் கேட்டாய். பதில் சொல்ல நிமிர்ந்தேன். உன் கண்களைக் கண்டேன்.

''காலைலேதான்.'' அலைபாய்ந்த கண்களைப் பார்க்க முடியாமல் பார்வையைத் திருப்பினேன்.

''புதன்கிழமை வீடு கிரகபிரவேசம்.'' முனைகளில் மஞ்சள் தடவிய அழைப்பிதழை நீட்டினேன். கை நடுங்கியது.

அழைப்பிதழை வாங்கி அலமாரியில் வைத்தாய். கண்கள் என்னிடமிருந்து துளியும் விலகவில்லை. என்னையே உற்றுப் பார்த்திருந்தாய். தண்ணீரை எடுத்துப் பருகினேன். சட்டையில் கொட்டி நனைத்தது.

''வரணுமா வேண்டாமா? ஒண்ணும் சொல்ல மாட்டேங் கறே.''

நிமிர்ந்து உன்னைப் பார்த்த நொடியில் அம்மா காபியுடன் வந்தாள். பெருமூச்சுடன் சிரித்தபடியே சொன்னேன் ''புதன் கிழமை காலைலே கிரகபிரவேசம். வந்துருங்கம்மா.''

''வீடு நல்லா இருக்குன்னு சேகரம்மா சொன்னாங்க. பரவால்லே. நெனச்சதை சாதிச்சுட்டே. அடுத்தது கல்யாணந் தானே?'' அழைப்பிதழை எடுத்துப் பிரித்தாள்.

உன் பார்வை இன்னும் என் மீதே நிலைத்திருந்தது. நான் என்ன சொல்லப் போகிறேன் என்பதுபோல இமைக்காமல் பார்த்து நின்றாய்.

பதில் சொல்லாமல் காபியை குடித்துவிட்டு எழுந்தேன். அழைப்பு மணி ஒலித்தது. கூடவே 'காய்வண்டி வந்திருக்கும்மா' என்று குரல் ஒலிக்கவும் அம்மா எழுந்து வெளியே சென்றாள்.

''நான் கிளம்பறேன்.''

''அம்மா கேட்டதுக்கு பதில் சொல்லலை'' மார்பின் குறுக்கே கைகட்டியபடி கேட்டபோது மீண்டும் உன் கண்களைப் பார்த்தேன். சிலநொடிகள்தான். பனிக்கத்தியின் கூர்நுனியெனத் துளைத்து நின்றது. முன்னெப்போதும் நான் உணராத கூர்மை அது. பொறுக்க முடியாத வெப்பத்துடனும் விடுபட இயலா தண்மை யுடனும் கொதித்துத் தழும்பியது.

அதற்கு மேலும் தாளமுடியாமல் எழுந்தேன். தலையைச் சாய்த்து முகம் பார்த்தாய். ''சொல்லிட்டுப் போ'' என்றபோது முற்றிலுமாய் என்னை ஆட்கொண்டிருந்தாய். இனி ஒரு நிமிடம் அங்கிருந்தாலும் எல்லாமே வீணாகிவிடும். தலையைக் குனிந்தபடி வெளியில் வந்தேன். அம்மாவிடம் சொல்லிக் கொண்டு விடைபெற்றேன். வண்டியை முடுக்கி சாலைக்கு வந்த போது முகம் மோதிய காற்று என்னை சமன்படுத்தியது. இன்னும் கொஞ்ச நேரம் உன் முன்னால் நின்றிருந்தாலும் நான் நொறுங்கி யிருப்பேன். சென்ற வாரம் உன்னைச் சந்தித்த பின் அடைந்த சமாதானத்தையும் உறுதியையும் இழந்திருப்பேன்.

வேண்டாம் வேண்டாம் என பிதற்றியபடியே வண்டியை முடுக்கினேன்.

போன வாரமும் இதே சனிக்கிழமைதான். இரண்டில் ஒன்றை முடிவு செய்யவேண்டி மாலை நேரத்தில் சாரதாம்பாள் கோயில் வாசலில் காத்திருந்தேன். நீயும் அப்படியொரு முடிவுடன்தான் என்னை எதிர்பார்த்திருந்தாய்.

அன்றைக்கு அங்கே நின்றிருந்தபோது இருபத்தியேழு வருடத் தனிமையை முறித்து என் நிறைகுறைகளில் உன்னை நீ பங்கிட்டுக் கொள்வாய் என்ற உத்தரவாதம் எனக்குள் எப்போதும்போல ஒளிர்ந்திருந்தது.

பெங்களூரிலிருந்து திருப்பூருக்கு 400 கிலோமீட்டர். ஓரிரவில் கடந்துவிடும் தொலைவுதான். பேருந்தில் அமர்ந்த மறுகணத்தில் நான் அதற்கும் முன்னால் ஓடத் தொடங்கிவிடுவேன். அதிகாலை இருட்டில் காந்திநகரின் வெறிச்சோடிய சாலையில் இறங்கும் போதே எனக்குள் பதற்றம் கூடிவிடும். அத்தனை தொலைவை அத்தனை நேரம் கடந்து வந்த எனக்கு இதோ என் வீட்டிலிருந்து கோயில் வாசலுக்கு வந்து சேர்வதற்கு வெகு நேரமும் வெகு தூரமும் ஆகிறது.

இரண்டு வருடங்களாக சனிக்கிழமைகளில் உனக்காக இங்கே காத்திருப்பதற்கு சாரதாம்பளே சாட்சி. சில நாட்களில் பேச வாய்த்ததுண்டு. இன்னும் பல நாட்களில் பார்க்க மட்டுமே முடிந்திருக்கிறது. வராமல் போன நாட்களும் உண்டு. ஒருபோதும் நீ என்னைப் பார்த்து சிரித்ததில்லை. கனிவுடன் ஒரு சொல்லும் பேசியதில்லை. உன் முகம் பார்க்க வாய்த்த அந்த சில நிமிடங் களுக்காகவே எங்கிருந்தோ தவிப்புடன் ஓடி வருகிறவன் நான்.

உன் இறுகிய முகம் என் வருகையைப் புறக்கணிக்கும். அங்கிருப்பதையே கண்டுகொள்ளாமல் கடிவாளமிட்ட நேர் பார்வையுடன் விலகிச் சென்றபின்னும் நின்றிருப்பேன்.

ஞாயிற்றுக்கிழமை இரவில் ஊரிலிருந்து சோர்வுடன் பெங்களூருக்குத் திரும்பும்போது எனக்குள் அந்தக் கேள்வி மீண்டும் எழும். இத்தனைக்குப் பிறகும் இப்படி ஓடி வந்து அவமானப்பட வேண்டுமா? என்னை ஏற்றுக்கொள்ள முடியாது என்பதை முகத்துக்கு நேராகவே சொல்லிவிட்டாய். ஒவ்வொரு முறையும் என்னை ஒரு பொருட்டாக மதிக்காமல் கடந்து போகிறாய். இரவின் ஒளித்துளிகள் கடந்துபோகும் பாதையை வெறித்துப் பார்த்திருக்கும்போது கண்ணீர் முட்டும். மனம் புரண்டெழும். இல்லை, இனி கூடாது. இத்தோடு இதை நிறுத்திக் கொள்ளலாம். எனக்கென்ன வேறு வேலை இல்லையா? ஒவ்வொரு முறையும் வந்துபோக எத்தனை செலவு. அந்த சொற்ப நிமிடங்களுக்காக எத்தனை திட்டமிடல். எத்தனை தவிப்பு. தேவையில்லை. இனி ஒருபோதும் இந்த மடத்தனத்தை தொடரக் கூடாது. ஊருக்கு வருவதைப் பற்றி யோசிக்கவே கூடாதெனச் சொல்லிக்கொள்வேன்.

ஆனால், அடுத்த வெள்ளிக்கிழமை விடியும்போதே நிலை யிழந்து நாள் முழுக்க கவனம் குவியாது தடுமாறி அலைக்கழிந் திருப்பேன். போதையில் நிறைத்துக்கொள்ளவோ ஏதேனும் திரையரங்கில் அடைந்துகொள்ளவோ முயன்றிருப்பேன். எதுவும் பலிக்காது நள்ளிரவில் நகர் நீங்கும் பேருந்தின் கடைசி இருக்கையில் சரியும்போது என் மீது எனக்கே வெறுப்பாயிருக்கும்.

இந்த முறை இப்படியிருக்காது. உன்னிடம் நிச்சயம் ஏதேனும் மாற்றம் இருக்கும். என்னைப் போலவே நீயும் தூக்கமின்றி யோசித்திருப்பாய். என்னைக் குறித்து உனக்கு அக்கறையுண்டு. கவலைகள் உண்டு. மனதின் ஓரத்தில் இன்னமும் நீங்காமல் நின்றிருக்கும் என்னைப் பற்றிய அனுசரணைகளும் கடந்த நாட்களின் நினைவுகளுமாய் ஏதேனும் ரசவாதம் நிகழ்த்தக் கூடுமென பக்தனைப்போல் துதித்தபடி அன்றைய நீள் இரவைக் கழித்திருந்தேன்.

வழக்கம்போலவே நம்பிக்கையுடனும் உற்சாகத்துடனும் புறப்பட்டேன். எதிரில் செங்கல் வரிசையுடன் நிமிர்ந்திருந்தது கட்டடம். பூச்சுவேலை முடிந்திருக்கவில்லை. உன்னை மனத்தில் இருத்தி நீயும் நானும் சேர்ந்து வாழ நான் கட்டியிருக்கும் அழகிய

கூடு. மார்கழிப் பனியுதிரும் விடிகாலையில் இந்த வாசலில் நீ கோலமிடும் சித்திரம் ஒன்றை வரைந்திருக்கிறேன். அதை நினைத்துச் சிரித்தபடிதான் வண்டியை முடுக்கினேன்.

அன்றைய சந்திப்பு ஆசிர்வதிக்கப்பட்ட ஒன்று. எதிர்பார்த்தது போலவே ஒரு மாற்றம். அவ்வாறு அமையும் என்று நான் எதிர் பார்க்கவேயில்லை. கோயிலுக்குள்ளிருந்து வெளியே வந்தவள் நேராக என்னிடம் வந்தாய். முகம்பார்த்து ஒருமுறை சிரித்தாய். பின் பேசத் தொடங்கினாய். பத்து நிமிடங்களுக்கும் குறைவான சந்திப்புதான். நீதான் நிறையப் பேசினாய். எதுவுமே சொல்லாமல் கேட்டுக்கொண்டிருந்தேன். என் பதில் எதையும் நீ எதிர்பார்க்க வில்லை. சொல்லவேண்டியதைச் சொல்லி முடித்ததும் தலை யசைத்துவிட்டு நகர்ந்து சென்றாய்.

இதற்கு முன்பு சொன்னதையேதான் திரும்பவும் சொன்னாய். ஆனால் கருணையும் கனிவுமான பார்வையுடன் அதை நீ சொன்ன போது எனக்கு வலிக்கவில்லை. மறுத்துப் பேச இயலவில்லை. ஒருவித நிறைவு. மனம் லேசாகியிருந்தது. இப்படியொரு கனிவை உன் கண்களில் கண்டு எத்தனை நாட்களாயிற்று.

ஆசிரியர் காலனியில் ராஜசேகரின் வீடும் உன் வீடும் அருகருகே. கார்த்திகை தீபங்கள் ஒளிர்ந்திருந்த ஒரு புதன்கிழமை மாலை வேளை அது. ராஜசேகர் வீட்டில் இல்லை. காவி அரை வேட்டியுடன் கட்டிலில் அப்பா ஒருக்களித்துப் படுத்திருந்தார். ஷிப்டிலிருந்து மதியம்தான் திரும்பியிருக்கவேண்டும். மலையாள மனோரமாவை புரட்டிக்கொண்டிருந்த அம்மா ''வரு மோனே. சாயா எடுக்கட்டே'' என்றபடி எழுந்து உள்ளே போனாள். தேங்காய் எண்ணெயின் மணத்துடனான நேந்திர சிப்ஸ்களை கொறித்த படியே கணிதக் குறிப்பேட்டில் முக்கோணமொன்றை கவனத் துடன் வரைந்துகொண்டிருந்தேன்.

அழைப்பு மணியொலித்தது. கதவு திறந்துதான் இருந்தது. அம்மா குரலெழுப்பினாள் ''யாரு?''

கதவைத் திறந்து தயக்கத்துடன் எட்டிப் பார்த்தாய் நீ. கதவின் இடைவெளியில் முகத்தை மட்டும் நீட்டி நின்றாய்.

''ராஜா இல்லையா'' தயக்கத்துடன் கேட்டபடி நின்ற உன் பார்வை என்னை ஒருமுறை தொட்டு மீண்டது. அப்போது உன்னை யாரென்றே எனக்குத் தெரியாது. ஆனால் உன் முகமும் குரலும் என் கவனத்தை சிதறடித்தன.

"யாரு சித்ராவா... உள்ள வாம்மா" அம்மா எழுந்து கதவருகே நகர்ந்தாள்.

அந்த ஒரு சொல் மட்டும் செவியில் அதிர்ந்து நின்றது. நிமிர்ந்து பார்த்தேன். சட்டென உன் பார்வையைத் திருப்பினாய். அறையினுள் பதுங்கியிருந்த அந்திப்பொழுதின் மந்தகாசம் ஒருகணம் விடுபட்டு ஒளிர்ந்தது.

அம்மா கதவை முழுக்கத் திறந்தாள். உன்னைப் பார்த்தேன். மஞ்சள் தாவணி. ஏதோவொரு புத்தகத்தையும் குறிப்பேட்டையும் மார்புடன் அணைத்திருந்த உன் வலது கையில் ஒரு ஜதை வளையல்கள். தலையாட்டிப் பேசுகையில் சேர்ந்தசைந்த தொங்கட்டான்கள். எதிர்வீட்டு வாசலில் வண்ணக் கோலத்துக்கு நடுவே ஐந்துமுக விளக்கு ஒளிர்ந்து நின்றது.

உன்னிடம் அம்மா என்ன சொன்னாள், நீ என்ன பதில் சொன்னாய் என்பதெல்லாம் என் கவனத்தில் இருக்கவில்லை. இரண்டொரு நிமிடம்தான். கனிந்தொளிரும் விழிகளுடன் புன்னகைத்தாய். அம்மாவிடம் சொல்லிக்கொண்டு விடை பெற்றாய். திரும்பி நகரும் கணத்தில் ஒரு சிறு நொடியில் என்னைப் பார்த்தாய். நகர்ந்து மறைந்தாய்.

யேசுதாஸின் மலையாளப் பாடலொன்றை உரக்கப் பாடிய படியே ராஜசேகர் படியேறி வந்தான். உற்சாகம் நொடிப்பொழுதும் அவனைக் கைவிட்டதில்லை. தவறிய கோட்டை மீண்டும் நான் அழித்துக்கொண்டிருந்தேன்.

"அதுக்குள்ள முடிச்சிட்டியா நீ. சீக்கிரம் முடி. உனக்கு வேற வேலை இருக்கு" தந்த நிறத்தில் அகலமாய் சட்டமிடப்பட்ட கண்ணாடியைக் கழற்றி கான்கிரீட் பலகைகளாலான புத்தக அலமாரியில் வைத்துவிட்டு அம்மாவின் மடியில் தலை வைத்தான்.

"நீ எங்க போனே? சித்ரா வந்து கேட்டுட்டு போனா" அம்மா அவன் தோளில் அடித்தாள்.

வெடுக்கென எழுந்தான். கண்ணாடியைப் பரபரப்புடன் தேடி எடுத்துப் போட்டுக்கொண்டான் "எப்பம்மா?"

"வழியில நீ பாக்கலியா. கால்மணி நேரம் இருக்கும்."

நான் எதையும் கண்டுகொள்ளாமல் மறுபடியும் கோட்டை இழுத்தேன்.

''உன்னைப் பாக்கத்தான்டா அவ வந்தா'' ராஜசேகரன் சொன்ன போதுதான் அத்தனை நேரமும் சரியாக விழாத அந்தக் கோடு ஒழுங்காக அமைந்தது.

உன் பார்வை ஒருமுறை அசைந்தது. எதுவும் சொல்லாமல் அடுத்த கோட்டை அளவெடுக்கலானேன்.

ராஜசேகர் சூடான தேநீரைப் பருகியபடியே சொன்னான் ''அவளுக்கு ரெகார்ட் நோட்டுல நெறையப் படம் போடணுமாம். நீ வரைஞ்சு தருவேன்னு சொன்னேன்.''

ஆசிர்வாதங்களோ அதிர்ஷ்டங்களோ வழிதவறியும் எட்டிப் பார்த்திராத என் அன்றாடங்களினூடே தப்பிப்போய் எனக்கு வாய்த்திருந்த நல்வினையொன்று உன்னை என்னிடம் சேர்த்தது. வாசனையுடன் அருகில் அமர்த்தியது. மீண்டும் அதே பார்வை. படிய வாரிய கருங்கூந்தலின் நடுவகிடு அத்தனை கச்சிதம். நாசி முனையிலிருந்து நீளும் நேர்கோடும் வகிட்டு முனையிலிருந்து இன்னொரு நேர்கோடும் இழுத்தால் இரண்டும் சந்திக்கும் இடத்தில் பொட்டிட்டிருந்தாய்.

உயிரியல் பாடப் புத்தகத்தின் பக்கங்களைக் குறிப்பேட்டின் முனையில் பென்சிலால் குறித்திருப்பதைக் காட்டி உரிய படங்களை வரைந்து தரச் சொன்னாய். கண்களின் விசையீர்ப்பில் புலன்களனைத்தையும் இழந்த வாழ்வின் அக்கணத்தில்தான் உன்னை எனக்குள் வரையத் தொடங்கினேன்.

அன்று உடுத்தியிருந்த இளஞ்சிவப்புத் தாவணியின் ஓரங்களில் பட்டாம்பூச்சிகள் பறந்திருந்தன. உன் நினைவுகளின் கடக்க முடியாப் பெருஞ்சுவரில் அவற்றைச் சித்திரங்களாக்கிப் பறக்க விட்டிருக்கிறேன்.

உயிரியல் குறிப்பேட்டில் வரைந்திருந்த படங்களுக்காக நன்றி சொல்லவே மறுமுறை சந்தித்தாய். பிசகற்ற துல்லியமான கோடு களுக்காக பரவசம் மினுங்கும் கண்களுடன் நீ பாராட்டியபோது சந்தோஷமாயிருந்தது. 'அபாரமான சித்திர வித்தைக்காரன் இவன்' என ராஜசேகரிடம் சொன்னபடியே கழுத்துச் சங்கிலியை நேர்செய்தாய். தாவரவியல் குறிப்பேட்டில் படங்களை முடித்துத் தந்தபோது உன் கண்களைப் பார்த்துப் பேசத் துணிந்திருந்தேன். உன் வனப்பைக் குறித்து இத்தனை நாளும் காதில் கேட்டவை வெறும் சொற்கள் என உணர்ந்தேன். புறத் தோற்றத்தை மிளிரச் செய்யும் உளநேர்த்தி உன்னிடம் இருந்ததை அருகிருந்த

வேளைகளில் நான் கண்டேன். கோணவியல் அளவுகளைப் போல காரியங்களில் அத்தனையிலும் துல்லியம். புத்தகங்களிலும் குறிப்பேடுகளிலும் எழுதப்பட்டிருக்கும் உன் பெயர் எல்லா வற்றிலும் ஒன்றுபோல ஒரே அளவில் ஒரே தினுசில் அமைந் திருக்கும். குண்டுகுண்டான கையெழுத்து. அலட்சியமோ அவசரமோ எதிலுமில்லை. துளியளவு பிசகையும் அனுமதிக்காத உன் நேர்த்தி உடுத்தும் உடையிலும் பேசும் பேச்சிலும்கூட.

உன்னைப் பற்றிய வியப்பும் உன்னுடனான தருணங்கள் தந்த பரவசமும் என்னை உருமாற்றின. ராஜசேகரைப் போலவே நானும் பாடல்களை முணுமுணுக்கலானேன். கண்ணாடியில் நின்று என்னைப் பார்க்கத் தொடங்கினேன். உன்னை மகிழ்விக்கும் ஓவியங்களுக்காக பென்சில்களை கூராக்கி ஆட்காட்டி விரல் தசை முழுக்க கத்தியின் கீறல்கள்.

ஆசை முளைவிடும்போதே அதைக் குறித்த அச்சமும் எழுந்தது. தயங்கினேன். கூடாது என்று விலக நினைத்தேன். மழைப்பொழுது களில் ஒழுகும் கூரையும் பொத்தல் விழுந்த தடுக்குமாய் நிற்கும் வீட்டில் சரிந்து படுக்கும்போது இதெல்லாம் எனக்கு ஒத்துவராது என்று உரக்கச் சொல்லிக் கொள்வேன். பார்க்கக்கூடாது, பேசக் கூடாது, உன்னோடு பழகவும் கூடாது என்று உருப்போட்டபடி புரண்டிருப்பேன்.

மறுபடியும் என்னை இந்த மாயச்சுழலில் இழுத்திறக்கியது ராஜசேகரன்தான். வகுப்புகள் முடிந்து கல்லூரியிலிருந்து புறப் பட்டால் இருவரது மிதிவண்டிகளும் பாதை மாறாமல் ஆசிரியர் காலனி சி பிளாக் வாசலை வந்தடைந்துவிடுவதுதான் வழக்கம். ஆனால், ஒரு வாரமாய் நான் அறுபதடி சாலையில் ஆண்டகை மேல்நிலைப் பள்ளி திருப்பத்திலேயே விடைபெற்றேன். 'வீட்டில கொஞ்சம் வேலடா. அப்பறமா வரேன்' என்று ஒவ்வொரு நாளும் காரணம் சொல்லிக்கொண்டிருந்த என்னை வெள்ளிக்கிழமை மாலையில் கட்டாயமாய் உடன் அழைத்துப் போனான்.

ஆவிபறக்கும் தேநீர் கோப்பைகளை எடுத்துக்கொண்டு மொட்டைமாடிக்குப் போனபோதுதான் ராஜசேகரன் சொன்னான் ''வீட்ல மட்டும் இல்லடா. சித்ராவும் உன்னைப் பாக்கவே முடியலேன்னு கேட்டா.'' நீலவானில் வெண் பஞ்சு மேகங்கள். மரங்களின் உச்சிக் கிளைகளைத் தழுவியோடியது காற்று. காலனியின் மத்தியிலிருந்த மைதானம் பரபரத்திருந்தது. தண்ணீர்த்

தொட்டியருகே வண்ணக் குடங்களின் வரிசை. எவர்சில்வர் பாத்திரங்களை அடுக்கிய வண்டியிலிருந்து விளம்பரக் குரல்.

அவன் சொன்னவுடனே பாதங்கள் குளிர்ந்தன. வெப்பம் மேலெழுந்து உள்ளங்கையில் பரவியது. தேநீரை ஒரு மிடறு பருகிவிட்டு காதர் பங்களா வளாகத்தில் ஓங்கி நின்ற தென்னை களைப் பார்த்தேன்.

''எனக்கென்னமோ அவ சாதாரணமா கேட்டமாதிரி தெரியலை'' அவனது சட்டையின் வட்ட காலர் படபடத்தது. என் முகத்தையே பார்த்தபடி அவன் சொல்லவும் நான் தடுமாறினேன்.

''நீ ஒரு வாரமா இங்க வராம இருக்கறதுக்கும் அவ கேட்டதுக் கும் சம்பந்தம் இருக்கறதா தோணுது. என்னடா விஷயம்?'' நேருக்கு நேராக அவன் கேட்டபோது என்னால் உடனடியாகப் பதில் சொல்ல முடியவில்லை. தண்ணீர்த் தொட்டியின் அருகே கிடந்த எச்சில் பருக்கைகளைக் கொத்தித் தின்றன காகங்கள்.

''ஒண்ணுமில்லடா. யோசிச்சுப் பாத்தா இதெல்லாம் சரியா வராதுன்னு தோணுது. அதான்'' துண்டு துண்டான வார்த்தைகள். அவன் சரியாகக் கோர்த்துக்கொண்டான்.

''சரியா வருமாங்கறதப் பத்தி இப்ப யோசிக்காத. மொதல்ல மனசுல இருக்கறதைச் சொல்லு. இப்பிடி ஓடி ஒளியாத.''

அவன் அப்படிச் சொன்ன பிறகுதான் உன் சுற்றுவட்டப் பாதையில் நான் மீண்டும் இறங்கினேன். இந்த முறை திரும்புதலுக்கான வாய்ப்பை உதிர்த்திருந்தேன். மறுநாள் அதே மொட்டை மாடியில் என்னைக் கண்டதும் கண்ணீர்த் துளிகள் உன் கன்னத்தில் உருண்டோடின. செல்லமாய் கோபித்துக் கொண்டாய். என்ன கோபம் எனப் பேச மறுத்தாய். அதுவே எனக்கான ஒப்புதல் என உறுதியாய் நம்பத் தொடங்கினேன்.

பட்டப் படிப்பை முடித்ததும் ஏதேனும் ஒரு பனியன் நிறுவனத்தில் 'கணக்குப்பிள்ளை'யாகக் காலத்தைக் கடத்துவதே என் விதி என்றே நினைத்திருந்த என்னிடம் ஆறாம் பருவத் தேர்வின் இறுதி நாள். தேர்வுக்கூடத்தில் நுழைவதற்கு சில நிமிடங்கள் முன்பு வணிகவியல் பேராசிரியர் முத்துசாமி வாசலில் வந்து நின்றார் ''பரீட்சை முடிஞ்சதும் என்னை வந்து பாத்துட்டுப் போ.''

தேர்வு முடிந்ததும் அறையில் அவரைச் சந்தித்தபோது ஒரு கடிதத்தைக் கொடுத்தார். கோவையில் உள்ள தேயிலை

நிறுவனமொன்றில் ஆறு மாதப் பணிப் பயிற்சிக்கான அழைப்புக் கடிதம். ஆறு மாத காலம் பயிற்சி முடிந்ததும் இளநிலைக் கணக்கராகப் பணியமர்த்திக் கொள்ளவும் அவரே பரிந்துரைத் திருந்தார். கூலித் தறியில் உழைத்து உடல் கூடாகி மெலிந்த அப்பாவும் உடுக்க இரண்டு சேலையும் உண்ண இருவேளை சோறுமிருந்தால் சொர்க்கம் என்றிருந்த அம்மாவும் கருப்பராயன் கோயிலில் முடியெடுத்துக்கொண்டார்கள். இதுவரையிலும் இல்லாத தகுதியும் சேர்ந்த துணிச்சலில் உன்னிடம் சொல்ல நாள் குறித்தேன்.

அதுவொரு புதன்கிழமை. ஓணம் பண்டிகைக்கான அரசு விடுமுறை. கடிதமா வாழ்த்தட்டையா என்றெல்லாம் யோசிக்க வில்லை. நேரில் சொல்லவே தீர்மானித்தேன். ராஜசேகரனேதான் இப்போதும் துணைநின்றான். அப்பாவும் அம்மாவும் ஐயப்பன் கோயிலுக்குச் செல்லத் திட்டமிட்ட நேரத்தில் ஓணத்தை முன்னிட்டு உன்னை வீட்டுக்கு அழைத்தான்.

ராஜசேகரன் உலர்த்திய துணிகளை எடுத்து வருகிறேன் என்று மாடிக்குப் போனான். பலாப்பழப் பாயசத்தை ருசித்துக் கொண்டிருந்த நீ என்னைப் பார்த்து சிரித்தாய் ''என்ன ரொம்ப நெர்வஸா இருக்கே.''

''ம். அப்பிடித்தான்.''

''உனக்கென்ன பதற்றம், வேலை கெடைச்சிருச்சி. கொஞ்ச நாள்ல நல்ல பொண்ணா பாத்து கல்யாணம் பண்ணிட்டு செட்டில் ஆகவேண்டிதுதானே.''

''சரிதான். அதான் நல்ல பொண்ணுகிட்ட சம்மதம் கெடைக் கணுமேங்கற பதற்றம்.''

பாயசக் கோப்பையை வைத்துவிட்டு பூப்போட்ட அழகிய கைக்குட்டையால் உதடுகளைத் துடைத்தாய். ''உன்னை யாராவது வேண்டான்னு சொல்லுவாங்களா?''

''அப்ப சரின்னு சொல்லு.'' நேரடியாகவே நான் கேட்டேன். அந்த நொடியை நான் தீர்மானிக்கவில்லை என்றாலும் அப்படி அமைந்துவிட்டது. சொன்ன மறுநொடியில் என் படபடப்பு சட்டென அடங்கிப் போனது.

நீ சற்றும் எதிர்பார்க்கவில்லைபோலும். அதிர்ந்த முகத்துடன் வெறித்தாய். நான் கேட்டதன் பொருள் அதுதானா என்று

கேள்வியுடன் உற்றுப் பார்த்தாய். உன் பதிலை எதிர்பார்த்து நின்றேன் நான் ''உனக்கு சம்மதமா?''

கோப்பையை கையில் எடுத்துக்கொண்டு சமையலறைக்குள் சென்றாய். தண்ணீரில் அலசும் ஓசை. கையைத் துடைத்தபடி வெளியே வந்து எதிரில் நின்றாய் ''இத நான் எதிர்பார்க்கல கார்த்தி. சாரி.''

''அப்பிடின்னா...''

''உனக்குப் புரியும். மனசைப் போட்டு குழப்பிக்காம கொஞ்சம் பிராக்டிக்கலா யோசி.''

அடுத்து என்ன சொல்வதெனத் தெரியாமல் திகைத்து நின்றிருக்க நீ வெளியேறினாய்.

ஆனால் மனம் சோரவில்லை. விடாது தொடர்ந்தேன். பெங்களூருக்கு பணிமாற்றம் ஆன பின்னும் ஒவ்வொரு வாரமும் சனிக்கிழமைகளில் வந்து நின்றேன். உன் பார்வையில் படும்படி கல்லூரி வாசலிலும் கோயில் முகப்பிலும் காத்திருந்தேன்.

நான் விலகிப் போயிருக்க வேண்டும். என் நடவடிக்கைகள் அம்மாவுக்குக் கவலையளித்தன. அப்பா கண்டுகொள்ளவில்லை. ஊருக்கு வரவேண்டாமென ராஜசேகர் சொன்னதைக் கேட்க வில்லை. உன் விலகல்களைத் தற்காலிகமென்றே நம்பினேன். வீடு கட்டும் வேலையைத் தொடங்கினேன். இப்போதிருக்கும் வீட்டுக்கு எதிரிலேயே மனையை வாங்கித் திட்டமிட்டேன். அம்மாவின் விருப்பத்தைக் காட்டிலும் உன்னை மனதில் நிறுத்தியே ஒவ்வொன்றையும் வடிவமைத்தேன்.

பெருமாநல்லூர் நெடுஞ்சாலை விலக்கில் பஞ்சாபி தாபாவில் அன்றிரவு நண்பர்களின் வழக்கமான கூடுகை. என் உற்சாகமும் குதூகலமும் அவர்களை ஆச்சரியப்படுத்தின.

''என்னடா இன்னிக்கு செம மூட்ல இருக்கே'' ராஜசேகர் சிகரெட்டை பற்றவைத்தான்.

''வீட்டு கிரகபிரவேசத்துக்கு பார்ட்டியா மாப்ளே'' சரவணன் பீர் பாட்டிலை பல்லால் கடித்துத் திருகினான்.

அடங்கிய ஒளியினூடே சிறு குடில்கள். ஈர இலைகளுடன் குற்றுச்செடிகள். நெடுஞ்சாலை வாகனங்களின் முகப்பு விளக்குகள் அவ்வப்போது ஒளிர்ந்து மறைந்தன.

''போனவாரம் அவளப் பாத்தியாடா. அதே கதைதானே?'' வினோத்தின் கண்களில் தயக்கம்.

''வேறென்ன. தெரிஞ்சதுதானே'' யோசித்தபடியே புகையை உள்ளிழுத்தேன். ''ஆனா நின்னு பேசினா'' என்றதும் மூவரும் நிமிர்ந்தனர்.

''கொஞ்ச நேரம் பேசினாடா. சொன்னதேதான். ஆனா கோவ மில்லாம திட்டாம, எப்பவும் பேசற மாதிரி பேசினா. ரொம்ப நாள் கழிச்சு பழைய சித்ராவை இன்னிக்குப் பாத்தேன்.''

ஆம். வெகுநாட்கள் கழித்து அன்று என்மேல் கொஞ்சம் பரிவுகொண்டிருந்தாய். கண்கள் என் முகம் கண்டு தளர்ந்து நிலம் பார்த்தன. உதடுகள் ஒட்டிக்கொண்டு பேசத் தடுமாறினாய். சந்தோஷம் தாளாமல் நின்றவனை உன் சொற்களே ஆற்றுப் படுத்தின.

''போதும் கார்த்தி. உனக்கென்ன குறை. நீ நல்லா இருக்கேடா. என்னை சொமந்துட்டு ஏன் இப்பிடி சிரமப்படற. இது சரியா வராதுங்கறது உனக்கும் தெரியும். நீயும் கஷ்டப்பட்டு என்னையும் சேர்த்து கஷ்டப்படுத்தறே. உன்னை நான் ஏன் வேண்டாங் கறேன்னு உனக்குத் தெரியும். ஆனா தெரியாதவன் மாதிரி நடந்துக்கறே. இப்ப நான் நின்னு உன்கிட்ட பேசறதே கடைசியா ஒருதடவை சொல்லிப் பாக்கலாம்ங்கற நம்பிக்கையிலதான். போதும் கார்த்தி. விட்ரு.''

நீ கெஞ்சுவதைக் காண சகிக்கவில்லை. இதற்கு முன்னும் நீ சொன்னதேதான். புதிதாய் எதுவுமில்லை. ஆனாலும் பொறுமை யாகக் கேட்டு நின்றேன்.

''புரிஞ்சுக்குவேன்னு நெனக்கறேன். அப்பறம் வருத்தப் படாதே.''

நீலச் சட்டையணிந்த பரிசாரகன் பீங்கான் தட்டுகளைக் கட்டிலில் வைத்தான். நெற்றியில் விழுந்த முடிக்கற்றைகள் நிமிர்ந்து உலுக்கியதும் மேலேறின. திருத்தமாய் வடிவமைத்த தாடியுடனான வடக்கத்திய முகம். காதில் கடுக்கன்.

''சொல்லிட்டுப் போயிட்டா. எனக்கே வெக்கமா இருந்துச்சு. அப்ப இருந்து அதையேதான் யோசிக்கறேன். இதையேதான் இத்தனை வருஷமா சொல்லிருக்கா. இன்னிக்கென்னவோ புதுசா கேக்கற மாதிரி இருந்துதுடா. பாவம்டா. ரொம்ப படுத்திட்டேன்.''

வினோத் வாயைத் துடைத்தபடி சிரித்தான் ''ஒவ்வொரு தடவையும் வழக்கமா இதையேதான் சொல்றடா.''

மேகக் கூட்டத்தின் விளிம்புகள் ஒளிர்ந்தன. நிலவு மெல்ல எட்டிப் பார்த்தது. பலத்த பாட்டுச் சத்தத்துடன் பேருந்து கடந்து போனது.

''இல்லடா. இனி அவளை தொந்தரவு பண்ணமாட்டேன். அந்த எண்ணத்தையே விட்டுட்டேன். கிரகபிரவேசம் முடிஞ்சதும் பொண்ணு பாக்கலாம்னு அம்மாகிட்ட சொல்லப் போறேன்.''

ராஜசேகர் உற்றுப் பார்த்தான். எழுந்து அருகில் வந்து முதுகில் அறைந்தான். ''இத்தன வருஷமா சொன்னதெல்லாம் உன் தலையில ஏறலை. இன்னிக்கு எப்பிடிடா?''

ஏனென்று எனக்கும் தெரியவில்லை. ஆனால் உன்னை இனி சந்திக்கப் போவதில்லை என்று முடிவெடுத்திருந்தேன். உன் வழியில் குறுக்கிடாமல் உடனடியாக இங்கிருந்து விலகிப் போகவும் தீர்மானித்திருந்தேன்.

''தெரியலடா. ஆனா அதுதான் நல்லது. கிரகபிரவேசம் முடியட்டும். கொஞ்ச நாள்ல கல்யாணம். வேறெங்காச்சும் தூரமா டிரான்ஸ்பர் கேட்டு போயிடப் போறேன். புது இடம். புது மனுஷங்க. எல்லாம் சரியாயிடும்.''

மூவரும் கைகுலுக்கினர். நிலவின் பிரகாசத்தில் நுரைத்துப் பொங்கியது பீர்.

''ஜேசுதாஸ் பாட்டு எதாச்சும் பாடுறா'' ராஜசேகரிடம் கேட்டதும் சிரித்தான்.

உற்சாகத்துடன் பாடினான். உச்சிவானில் நகரும் நிலவைப் பார்த்தபடியே கட்டிலில் அமர்ந்திருந்தேன்.

விடைபெறுகையில் ராஜசேகர்தான் சொன்னான் ''கிரக பிரவேசத்துக்கு அவளை இன்வைட் பண்ணினயாடா?''

கட்டடத்துக்கு வெளியே கயிற்றுக் கட்டிலில் அப்பா படுத்திருந்தார். கொசுவர்த்தியின் நுனிக்கங்கு காற்றில் ஒளிர்ந்து அடங்கியது. பாலக்கால் போட்ட நாளிலிருந்து அப்பா பரபரப்பாய் அலைகிறார். மணல் லோடு இறக்குவதும் சிமெண்ட் மூட்டைகளை பத்திரப்படுத்துவதுமாய் பொழுது போதவில்லை.

கட்டடத்தின் ஒவ்வொரு அங்குலமும் அவர் கண் முன்னால் வளர்ந்து நிற்கிறது.

அப்பாவை எழுப்பினேன். வீட்டுக்குள் போய் படுக்கச் சொல்லவும் போர்வையுடன் மெல்ல நடந்து போனார்.

உடை மாற்றிக்கொண்டபோது அம்மா புரண்டு படுத்தாள். ஆட்கள் வேலைக்கு வந்தவுடனே அவளும் சித்தாளைப்போல வேலையில் இறங்கிவிடுகிறாள். மேஸ்திரியை விரட்டுகிறாள். பொருட்களை வீணாக்காமல் பாதுகாக்கிறாள். வேலையை முடித்துக்கொண்டு எல்லோரும் போன பின்பு இவள் எல்லா வற்றையும் ஒதுக்கி வைக்கிறாள். இன்றும் களைப்புடன் படுத்திருக்கிறாள்.

வெளியில் வந்தேன். பௌர்ணமி வெளிச்சத்தில் கட்டடத்தை நெருங்கினேன். உனக்காகக் கட்டிய வீடு. இந்த வாசலில் மரு தாணிக் கோடுகளிட்ட வலதுகாலை வைத்து நீ உள்ளே நுழையப் போவதில்லை. வாசல் நிலையில் தோள் சாய்ந்து நிற்கமாட்டாய். துளைக்கும் பார்வையும் கிறங்கடிக்கும் சிரிப்பும் இங்கு நிறைய வாய்ப்பில்லை. விசுவிசுவென வீசும் காற்றில் ஜாதிமல்லியின் வாசனை வீசியிருக்காது. எல்லாமே என் கற்பனை மட்டுமே. நீ வரப்போவதில்லை.

கூடத்திலிருந்து சமையலறைக்குள் நுழைந்தேன். வேர்வை துளிர்த்த நெற்றியில் வகிட்டுக் குங்குமம் கலைந்திருக்க என்னைப் பார்த்துச் சிரிக்கிறாய். 'வரணுமா வேண்டாமா?' என்று கேட்கிறாய்.

தாங்க முடியாமல் வெளியில் வந்தேன். இன்று உன்னை நான் மீண்டும் பார்த்திருக்கக்கூடாது. ஒரு வாரகாலமாய் எல்லாமே அடங்கிக் கிடந்தது. மெல்ல மெல்ல தேறியிருந்தேன். ஆனால் இன்று உன் பார்வை எல்லாவற்றையும் நொறுக்கிவிட்டது. உறுதியைக் குலைத்துவிட்டது.

குபேரமூலையில் அமைந்த விசாலமான படுக்கையறைக்கு வழக்கம்போல கால்கள் நகர்ந்தன. படுக்கைக்கு நேர் எதிரில் பனி பொழியும் மார்கழி விடியலில் வாசலில் நீ கோலமிடுவதுபோல வரைந்த அந்த சித்திரம். கைகள் சுவரைத் தடவி நின்றன. சித்திரத் திலிருந்து நிமிர்ந்தாய். 'என்ன நீ பதில் சொல்லாம போறே' உன் குரல் திரும்பத் திரும்ப ஒலிக்கிறது.

இத்தனை நாளும் முட்டாளைப்போல உன் பின்னால் அலைந் திருக்கிறேன். அப்போதெல்லாம் இத்தனை உரிமை இல்லை. பார்வையில் இந்தக் கிறக்கத்தைப் பார்க்கவில்லை. என்மேல் இன்றைக்கு எதற்காக இத்தனை கருணை. இனி உன்னை நான் தொந்தரவு செய்ய வாய்ப்பில்லை என்ற ஆசுவாசமா?

மாடிப்படிகளில் ஏறும்போது காலடியில் மணல் நெரிந்தது. ஒவ்வொரு படியிலும் உன் கைகுலுக்கலைப் பெறவேண்டிக் கண் விழித்துத் தீட்டிய ஓவியங்கள். அனைத்தும் நிறமிழந்துவிட்டன.

மொட்டை மாடியில் நின்றேன். தூய நிலவொளியில் உலகம் உறங்கிக் கிடந்தது. மருத மரக் கிளைகள் காற்றில் அசைந்தன. தொலைவில் எங்கோ நாய் குரைக்கும் ஒலி.

எதற்காக என்னை நீ அப்படி பார்த்தாய்? வேண்டாமென்று விலகி வேறு திசையில் செல்லவிருந்தவனை ஏன் இப்படி ஏன் இழுத்து நிறுத்தியிருக்கிறாய்? தீர்மானங்கள் அனைத்தையும் துறந்து மீண்டும் உன் சுழல் வட்டப்பாதைக்குள் கிடக்கிறேன் நான். விலகவும் முடியாமல் மீளவும் இயலாமல் தலைசுற்றுகிறது.

இந்த மயக்கம் உடனே உன்னிடம் இழுத்து வந்து நிறுத்தி விடும். மறுபடியும் மன்றாடி நிற்பேன். கெஞ்சுவேன். அவமானப் படுவேன். ஆம். விடிந்ததும் அதுதான் நடக்கும். அப்படி வந்து நிற்கும்போது உன் கண்கள் மூடிக்கொள்ளும். அப்படித்தான் நடக்கும். எனக்குத் தெரியும். ஆனால் அதை என்னால் தாங்க முடியாது. வேண்டாம்.

தினகரன் தீபாவளி மலர் - 2019

மரத்தில் மறைந்தது

பைன் மரங்களினூடாக காற்று ஊளையிட்டுக் கடந்தது. சுழன்று சீழ்க்கையடித்தது. இன்னும் விடியவில்லை. எங்கோ அடிவானில் சன்னமாய் வெள்ளிக் கீற்றுபோல சிறு வெளிச்சம். மரவீட்டின் கூரையில் என்னவோ விழுகிறது. சரசரவென உருள்கிறது. பைன் மரக் காட்டின் நடுவே ஊன்றிய கால்களின் மேலே கட்டப்பட்ட மரவீடு. காட்டின் ஒவ்வொரு அசைவுக்கும் இந்த வீடும் அசைந்து சத்தம் எழுப்புகிறது. சாத்தியிருக்கும் ஜன்னல் கதவு கிறீச்சிட்டு அசைகிறது. அதைக் கட்டியிருக்கும் சணல் கயிறு தளர்ந்திருக்கவேண்டும். கனத்த போர்வையை விலக்க மனமில்லாமல் புரண்டான் சசிதரன்.

பிரார்த்தனைக் கூடத்தின் வாசலில் மணியொலிக்கும் ஓசை. கட்டிலுக்குக் கீழிருந்த பெஸ்டி தலைநீட்டிப் பார்த்தது 'ம்ம்யாவ்...' எழுந்து கொள்வதற்கான முதல் மணி.

போர்வையை விலக்கிவிட்டு உள்ளங்கைகளைப் பரபரவெனத் தேய்த்தான். இமைகளுக்கு மேலே வைத்து மிக மெல்ல அழுத்தம் தந்தான். கைகளின் வெம்மை இமைகளில் இறங்கியது.

குரு நித்யா எழுந்து காலை நடைக்குத் தயாராகிக் கொண்டிருப்பார். எப்படி அவரை எதிர்கொள்ளப் போகிறோம்? நேற்றிரவு அந்த சம்பவத்தைத் தவிர்த்திருக்கலாம். ஆனால், இப்போது செய்வதற்கு ஒன்றுமில்லை. எல்லாம் முடிந்துபோனவை. நேற்றின் பக்கங்களில் எழுதப்பட்டுவிட்டன. இனி அவற்றை மாற்ற முடியாது, எதனாலும், யாராலும்.

மறுபடி காற்றின் ஓலம். கட்டிலின் ஓரத்தில் கிடந்த காகிதத்தை எடுத்துப் பார்த்தான். இருட்டில் தெளிவாகத் தெரியவில்லை. ஆனாலும் அவன் நன்கறிந்த ஓவியம் அது. அழுத்தமான கோடுகளில் ஏசுவின் முகம். காகிதத்தில் இருக்கும் இந்த முகத்தை அந்த மரத்துண்டில் செதுக்க இன்னும் கைவரவில்லை. உற்றுப் பார்த்தான். இதோ, காருண்யம் ததும்பும் இந்தக் கண்கள்தான் சவால்.

மரப் பலகைகளாலான தரையில் கால்வைத்ததும் ஆட்சேபிப்பதுபோல சிறு முனகல் ஒலி. மூலையில் சுருண்டிருந்த பெஸ்டி சோம்பலுடன் தலைதூக்கியது. 'ம்யாவ்...' ஜன்னல் கதவை மெல்லத் திறந்தான். காத்திருந்ததுபோலக் காற்று வீட்டுக்குள் குளிரை நிரப்பியது. காதுகளை மூடும்படி குல்லாவை இறுக்கிக்கொண்டு செருப்பை மாட்டினான். குடுவையிலிருந்த நீரை தம்ளரில் நிரப்பி எடுத்துக்கொண்டு கதவைத் திறந்தான். இருள் விலகாத பொழுதின் மெல்லிய வாசனை. சீற்றம் குறையாத காற்று. கண்களை மூடி முகத்தைத் தூக்கியபடி நின்றான். காற்று அவனை முழுக்கத் தழுவியோடியது. பெஸ்டி கட்டிலுக்கு அடியில் ஓடியது. மேற்கு வானில் சுடரும் வெள்ளியைப் பார்த்தபடியே வாயைக் கொப்புளித்தான். விருந்தினர் இல்லமும் நூலகமும் இருட்டில் நின்றன.

குவளையை வைத்துவிட்டுப் படிகளில் இறங்கினான். பலகைகள் அசைந்தன. சருகுகள் புரண்டன. வழக்கமான பாதை தான். ஈரமான புல்வெளி. அடர்ந்த சீமைப்புற்கள். அங்கங்கே கன்னங்கரேலென்று திட்டுத் திட்டாய் காட்டெருமைச் சாணம். பாதையோரத்துச் செடிகளில் ஈரம் உலராத டேலியாப் பூக்கள். ஓவியக்கூடத்துக்கான படிகளையொட்டிய சரிவில் நிதானமாகக் கீழே இறங்கினான். கண்களுக்குப் பழகியிருந்தது இருட்டு. மிதிபடும் சருகுகளின் சத்தம். கூடத்தின் கீழ்ப்பகுதியில் கிழக்குப் பார்த்தாற்போல ராமேட்டனின் அறை. அதன் பின்புற ஜன்னலுக்குக் கீழே பீடத்தின் அருகில் மண்டியிட்டு அமர்ந்தான். மார்பு வரைக்குமான யேசுவின் செதுக்கி முடிக்கப்படாத சிற்பம். கழுத்து, தலை எனக் கிட்டத்தட்ட முடிந்துவிட்டது. விரல்களால் மெல்லத் தடவினான். மரத்தின் சொரசொரப்பு உடலை சிலிர்க்கச் செய்தது. நெற்றி மேடும் நாசியும் கச்சிதமாய் அமைந்துவிட்டன. புருவங்களும்கூட. இதோ, இந்தக் கண்கள்தான்.

பிரார்த்தனைக் கூடத்தின் பின்கட்டில் வெளிச்சம் பரவியது. குரு தயாராகிவிட்டார். சசி எழுந்து ஜகரண்டா மரங்களுக்கு நடுவிலிருந்த ஒற்றையடிப் பாதையில் விரைந்தான். நூலக வாசலுக்கு வந்ததும் ஒரு நிமிடம் நின்றான். நேற்றிரவு அவன் முகம் சிவக்க இங்கிருந்துதான் கத்தியபடியே வெளியேறினான்.

எங்கிருந்து வந்தவன் அவன்? குருகுலத்தில்தான் இருக்கப் போகிறான். இவனுடன் எப்படி காலம் தள்ளப் போகிறோம்? முன்பின் தெரியாத ஒருவன். அதற்குள் அவனிடம் ஏன்

அப்படியொரு மூர்க்கத்தைக் காட்டினேன். தேவையற்றதுதான். ஒருநிமிடம் தாமதித்திருந்தால் எதுவுமே நடந்திருக்காது. ஆனால், அந்த ஒரு நிமிடத்தை அந்த நேரத்தில் கண்டடைவதுதானே சவால். அதைத்தானே குரு தொடர்ந்து வெவ்வேறு விதமாக சொல்லிக் கொண்டிருக்கிறார். இந்த மரமண்டையில் அது ஏறவில்லை.

அவனும் நேற்றிரவு தூங்குவதற்கு நேரமாகியிருக்கும். என்னென்னவோ யோசித்திருப்பான். என்னைப் போலவே அந்த சம்பவம் அவனையும் பாதித்திருக்கும். அவன் கண்களில் கண்ட அந்த அலட்சியம் இப்போதும் நினைவிருக்கிறது.

மரப்பெட்டியின் மீதிருந்த விளக்குமாறை எடுத்துக்கொண்டு வாசலுக்கு வந்தான் சசி. மரத்தடியில் நனைந்த இலைகள் பளபளத்தன. வால்பேரி மரத்துக்கு அருகிலிருந்த மஞ்சள் விளக்கின் வெளிச்சம் பிரார்த்தனைக் கூடத்துக்கும் விருந்தினர் விடுதிக்கும் பொதுவான முகப்பில் விழுந்திருந்தது. மெதுவாக இலைகளையும் சருகுகளையும் பெருக்கிக் குவித்தான். விருந்தினர் விடுதியின் முன்னறையின் கண்ணாடிகளில் நீர்த் திவலைகள். வலமும் இடமும் அமைந்த அறைகளுக்கு நடுவிலிருந்த இடை வழியின் மேற்குக் கோடியில் மட்டும் விளக்கெரிந்தது.

எங்கே தங்கியிருக்கிறான் அவன்?

கிழக்கில் தேயிலைச் சரிவை வெண்பனி மூடியிருந்தது. அங்கங்கே கரைந்த நிழல்களென சில்வர் ஓக் மரங்கள் கைவிரித்து நின்றன. இருள் இளகும் வேளைக்கான அறிகுறிகள் அடிவானில் தென்பட்டன.

வடக்கே சற்றே தாழ்வான நிலத்தில் அமைந்த சமையல்கூடத்தின் முன்பக்க விளக்கு ஒளிர்ந்தது. தாழ்ப்பாளை விலக்கும் சத்தம். மரக் கதவுகள் ஓசையுடன் திறந்தன. முழங்கால் வரைக்குமான மங்கிய காவி வேட்டியும் தடித்த உடலை இறுக்கிய ஸ்வெட்டருமாய் அனந்தன் சாமிகள் வெளியே வந்தார். அவனைப் பார்த்துக் கையசைத்தார். பெருக்கிக் குவித்த குப்பையை அள்ளிக் கொண்டு சரிவில் இறங்கினான். மூடிய கிணற்றில் குப்பையைக் கொட்டிவிட்டு கையைத் தட்டிக்கொண்டே அருகில் சென்றான்.

''குட்மார்னிங் சசி.''

குழாயைத் திருப்பி கையை நீட்டினான். சில நொடிகளுக்குப் பிறகு தண்ணீர் கொட்டியது. கையில் பட்டதும் சட்டென

விலக்கினான். விறுவிறுவென உடலில் பாய்ந்தது குளிர்ச்சி. மீண்டும் மெல்ல கையை நீட்டி நனைத்தான். தேய்த்துக் கழுவினான். மஞ்சனக்கோரை நிறுத்தத்தை நோக்கி பேருந்து உறுமிக்கொண்டு மேலேறும் சத்தம் கேட்டது.

தொட்டிச் செடிகளுக்கு நடுவே எதையோ துரத்திக்கொண்டு வந்தது பெஸ்டி. மீசை முடிகள் அசைய முகத்தைச் சுளித்தது ''ம்யாவ்...''.

''கட்டன் சாயா போடலாமா சாமி?''

''ம். வெள்ளம் கொதிச்சிருக்கும் பாரு.''

நீண்ட பெஞ்சுகளின் மேல் ஒரு முறத்தில் வாடிய காய்கறிகள். மரச்சீனிக் கிழங்குகள். தென்மேற்கு மூலையிலிருந்த அடுப்பில் தண்ணீர் கொதித்தது. சசி அளவு பார்த்து தேயிலையை இட்டான். பச்சை வாசனையுடன் தேயிலை கரைய தண்ணீரின் நிறம் மாறியது.

கூடத்தின் பின்னால் பாத்திரம் கழுவும் சிறிய தொட்டியின் அருகிலிருந்த மேடையிலிருந்து இரண்டு தம்ளர்களை எடுத்தான். அனந்தன் சாமி எப்போதும் பஞ்சாரம் இட்டுக்கொள்வதில்லை. இவனுக்கு ஒன்றரை ஸ்பூன்.

''நேத்து ராத்திரி சசி எதுக்கு அப்பிடி செஞ்சது? விஜயனுக்கு சின்ன வயசு. அவருக்குத் தெரியாது. சசியில்ல பொறுமையா இருந்துருக்கணும்?'' சூடான தம்ளரை எடுத்து உள்ளங்கைக்கு நடுவில் வைத்து உருட்டினார்.

தேநீரின் வெம்மை இதமாக இறங்கியது ''இல்ல சாமி. ரெண்டு தடவை சொல்லியும் அவன் கேக்கலை. அதான்...''

தலையைக் குனிந்தபடி சிரித்தார் ''ரெண்டு தடவை கேக்கலைன்னா இன்னொரு தடவை சொல்ல வேண்டிதுதானே.''

அவர் சொல்வதும் சரிதான். நூலகத்தைப் பராமரிப்பது சசியுடைய பொறுப்பு. யார் எந்தப் புத்தகத்தை கேட்டாலும் எடுத்துத் தரலாம், ஆனால் படித்த பிறகு அதே இடத்தில் மறுபடியும் அதை பத்திரப்படுத்த வேண்டும். வகுப்புகளின்போது அவற்றைத் தயாராக வைத்திருக்கவேண்டும். குரு எந்த நேரத்தில் எந்தப் புத்தகத்தைக் கேட்பார் என்று சொல்ல முடியாது.

''என்னவோ தெரியலை சாமி. புக்கையெல்லாம் அவன் ஹேண்டில் பண்ணினதப் பாக்கறப்பவே எரிச்சலா இருந்துச்சு. ரெண்டு மூணு தடவை கீழே போட்டதுந்தான் பொறுமை

யிழந்துட்டேன். மொதல் தடவை கீழ போட்டப்பவே சொன்னேன். அவன் கவனிச்ச மாதிரியே காட்டிக்கலை. ரெண்டாவது தடவையும் கீழ விழுந்தப்பதான் சத்தம் போட்டேன். இவன் எப்படி லைப்ரரியைப் பொறுப்பாப் பாத்துக்குவான் சாமி.''

சற்றே தடித்த முன்பற்கள் பளிச்சிடச் சிரித்தார் சாமி ''அவர் வயசுக்கு அப்பிடித்தான் இருப்பார். இங்க நம்ம கூடத்தானே இருக்கப் போறார். நாமதான் ஒவ்வொண்ணா சொல்லித் தரணும்.''

''அதுக்காக அவன் என்னை அப்பிடி பண்ணலாமா சாமி?''

இரண்டு தம்ளர்களையும் எடுத்துக் கழுவினார் அனந்தன் சாமிகள். சசியின் தோள் மீது கை வைத்த அதே நேரத்தில் பிரார்த்தனைக் கூடத்தின் முகப்பில் இருக்கும் மணி ஒலித்தது.

காலை உலாவுக்கு குரு புறப்பட்டுவிட்டார். சசியின் முகத்தில் தயக்கம் தெரிந்திருக்க வேண்டும்.

''சசி போகலியா?''

கையைத் துடைத்துக் கொண்டு வெளியில் ஓடினான். அன்வரின் தோளைப் பிடித்தபடி வாசலில் நின்றார் குரு. கீழ் வானில் வெளிச்சம். தேயிலைச் சரிவின் மேல் ஒளிப்புள்ளிகள். உயரமாய் நின்ற செடார் மரத்தை அண்ணாந்து பார்த்தார் குரு. தடித்த குள்ளமான உருவம். கணுக்கால் வரைக்குமான காவி வேட்டி. இறுக்கமான காலுறைக்கு மேல் கனத்த காலணி. உடலைப் பற்றிக்கொண்டிருக்கும் இளஞ்சிவப்பு ஸ்வெட்டர். நீல சால்வை. தலையில் வேலைப்பாடுகள் கொண்ட அழகிய காஷ்மீரத் தொப்பி. வெண்தாடியுனுள் மினுமினுக்கும் கன்னக்கதுப்புகள். ஒவ்வொரு நாள் காலையிலும் அந்த செடார் மரத்தைச் சில நிமிடங்கள் உற்றுப் பார்ப்பதிலிருந்துதான் அவரது நாள் தொடங்கும்.

சிபுவும் ராமேட்டனும் பின்னால் வந்து நின்றார்கள். அருகில் ஒதுங்கி நின்ற சசியைப் பார்த்ததும் ராமேட்டன் தோளைப் பற்றினார்.

தரையில் கிடந்த உலர்ந்த காயைக் கைத்தடியில் தட்டியபடியே அடியெடுத்து வைத்தார் குரு. தைலமும் எண்ணெயும் கலந்த அவரது வாசனையை உணர்ந்ததும் சசியின் அடிவயிற்றில் சிறு கலக்கம். பெஸ்டி அவர் காலருகில் வந்து உரசியது. கைத்தடியை

அதன் முகத்தின் அருகில் நீட்டினார். ஒருதரம் துள்ளிச் சாடிவிட்டு மறுபடி அவர் கால்களை உரசியது. ஆசிரமத்திலிருந்து சாலையை அடையும்வரை ஒன்றும் பேசாமல் கலையும் இருளைக் கவனிப்பதுபோல மண்ணைப் பார்த்தபடியே நடந்தார். விடியலின் களங்கமற்ற வெளிச்சம் பூமியின் மீது இறங்கியது. சாலையோரத்து செடிகளின் ஒவ்வொரு இலையிலும், மலரிலும் ஒளி படிந்தது. உயரமான யூகலிப்டஸ் மரங்களையும் சைப்ரஸ் மரங்களையும் கடந்து, மேற்கில் இறங்கியது வெளிச்சம். பொன்னிறம் துலங்கி மின்னியது.

தெற்குப் பாதையில் அவர்கள் நடக்கத் தொடங்கியதும் ராமேட்டனிடம் சொல்லிவிட்டு ஆசிரமத்துக்குத் திரும்பினான் சசி. அவன் பின்னாலேய ஓடிவந்தது பெஸ்டி.

சுடுநீர் அடுப்பில் விறகைப் போட்டு எரித்துக்கொண்டிருந்தார் அனந்தன் சாமி. ஏறிட்டுப் பார்த்தார்.

விடுதியின் கதவுத் திறந்திருந்தது. பேச்சுச் சத்தம். டேலியாப் பூக்கள் அடர்ந்த செடிகளின் வரிசையைக் கடந்து ஓவியக்கூடத்தை ஒட்டியிருந்த படிகளில் கீழிறங்கினான். ஆளுயரப் பள்ளத்தில் அமைந்திருந்த அறையின் வாசல் கிழக்குப்பக்கம் என்பதால் பின்னால் ஒதுக்கமான பகுதி. சசிக்கான இடம்.

ஜன்னல் ஓரத்தில் வைத்திருந்த கித்தான் பையிலிருந்து உளியையும் சுத்தியலையும் எடுத்துக்கொண்டு மண்டியிட்டு உட்கார்ந்தான். கல்பீடத்தின் மேலிருந்தது பாதியளவு செதுக்கி முடித்திருந்த மரச்சிற்பம். கழுத்து வரையிலான யேசுவின் முகம். புருவ மேட்டில் உளியை வைத்ததும் தங்கப்பன் ஆசாரியின் முகம் நினைவில் வந்தது.

வெண்தாடியுடன் கூடிய நீளவாக்கிலான முகம் தங்கப்பன் ஆசாரிக்கு. இடுங்கினாற்போன்ற சிறு கண்கள். கடுக்கன்கள் மினுமினுக்கும் காது மடல்கள். பள்ளியிலிருந்து வீடு திரும்பும் வழியில் தேக்கும் மூங்கிலும் அடர்ந்த தோப்பின் முகப்பில் இருந்தது அவருடைய பட்டறை. கன்னிகாஸ்திரிகளின் மடத்தில் சமையல் வேலைக்குப் போயிருக்கும் அம்மா வீடு திரும்ப மணி ஆறாகிவிடும். அதுவரை வாசல் திண்ணையில்தான் கிடக்க வேண்டும்.

பட்டறை முகப்பில் மூங்கில் கம்பின் மேல் மாட்டியிருந்த உருவத்தை வேடிக்கை பார்த்து நின்றபோதுதான் தங்கப்பன் ஆசாரியின் குரல் கேட்டது ''மோனே, மேல வா.''

நீண்ட தொப்பியும் பருத்த வயிறும் கொண்ட கோமாளி பொம்மையைப் பார்த்தபடியே வளைந்து மேலேறிய பாதையில் மெதுவாக ஏறினான். மரங்களின் பச்சை வாடையுடனான வாசலில் சுருள் சுருளாய் மரப்பட்டைகள். சிறிய கோணிப்பையின் மேல் உளிகளும் சுத்தியல்களும். சிறிய ரம்பமொன்றும் சுள்ளாணிகளும் கிடந்தன. வெள்ளை மணல்போலக் குவிந்திருந்த மரத்தூளின் மேல் பூசணித்தலையுடனான ஒரு பொம்மை. ஒரு மரப் பெட்டியின் மீது வண்ணம் தீட்டப்பட்ட சின்னச் சின்ன பொம்மைகள்.

உள்ளேயிருந்து வந்தவர் இரண்டு சப்போட்டாப் பழங்களை அவனிடம் நீட்டினார் ''சாப்புடு. உன்னோட அம்மை வர நேரமாகுமே. இவிட இருக்கி.''

சிறிய மரத்துண்டின் மேல் உட்கார்ந்தான். தரையில் கால்களை மடக்கி அமர்ந்து மாட்டுவண்டி பொம்மையின் சக்கரத்தைப் பொருத்தலானார் தங்கப்பன் ஆசாரி. சுருக்கங்கள் மினுமினுக்கும் அவரது கைகளையே பார்த்துக்கொண்டிருந்தான் சசி.

மறுநாள் அவனாகவே பட்டறைக்குப் போனான். ஒரு தட்டில் பலாச்சுளைகள் இருந்தன. தங்கப்பன் ஆசாரி இப்போது தலையில் குடத்துடன் நிற்கும் பெண்ணைச் செதுக்கிக் கொண்டிருந்தார்.

பலாச்சுளைகளின் மணமும் இனிப்பும் தித்தித்திருக்க தங்கப்பன் ஆசாரியிடம் மெதுவாகக் கேட்டான் ''நா ஒரு பூ செய்யட்டுமா?''

புருவத்தின் நீண்ட நரைமயிர்கள் காற்றில் அசைய நிமிர்ந்து சிரித்தார் ''இதை எதுவும் கேக்கக் கூடாது. இப்ப வேணாம்'' என்று உளியையும் சுத்தியலையும் காட்டினார்.

''இல்லை. இதோ இந்த சருகை வெச்சு செய்வேன்'' என்று சுருள் பட்டைகளைக் காட்டினான். பழைய வெண்பசை டப்பாவை அவன் பக்கமாய் நகர்த்தினார்.

குடம் சுமக்கும் பெண்ணை அவர் முடித்துவிட்டு நிமிர்ந்த போது சசி சருகுகளை ஒட்டிச் செய்த இரண்டு பூக்களை அவரிடம் நீட்டினான்.

''அடடே, ரெண்டு சூரியகாந்தி வந்தல்லோ'' உற்சாகத்துடன் சசியின் தலையைத் தடவினார்.

அரையாண்டுப் பள்ளி விடுமுறை நாட்கள் முடிகிற சமயத்தில் சசி பொம்மைகளுக்கு வண்ணம் தீட்டவும் ஆமை, மயில், குதிரை, சைக்கிள், படகு எனச் சிறிய பொம்மைகளைச் செய்யவும் தங்கப்பன் ஆசாரி அனுமதித்திருந்தார்.

கன சதுரத்திலிருந்த மரக்கட்டையின் மீது சாக்கட்டியால் கோடுகள் வரைந்தார் தங்கப்பன் ஆசாரி. தாளில் செதுக்க வேண்டிய அம்மன் உருவம். நரைமயிர் கலைந்து காற்றில் பறக்க ஆசாரியின் நெற்றியில் திரண்டு நின்றன வேர்வைத் துளிகள். கீழுதட்டை பற்களால் கடித்திருந்தார். அருகே அமர்ந்து அவர் கைகளையே கவனமாகப் பார்த்துக்கொண்டிருந்தான் சசி.

''இப்ப இது மரத்துண்டு. இதுக்குள்ளதான் இந்த அம்மன் சிலை இருக்கு. இப்ப நீ என்ன செய்யணும்?''

பதில் சொல்லாமல் அவரது இடுங்கிய கண்களையே பார்த்தான்.

''இந்த மரத்துண்டுக்குள்ளதான் சிலை இருக்கு. உன் மனசுக்குள்ள கற்பனையில நீ பாத்த அந்த சிலையை மரத்துலேர்ந்து உன் கைதான் தொட்டெடுக்கணும்.''

தங்கப்பன் ஆசாரியின் உளி மரத்துண்டைச் செதுக்கத் தொடங்கியது. அவர் சொன்னது புரிந்ததுபோலவும் இருந்தது, புரியாததுபோலவும்.

''சுலபமா தெரியுதா குட்டி?'' உளி மிக மெல்ல சீவிக் கொண்டிருந்தது.

''ம். அப்பிடித்தான் தெரியுது.'' காகிதத்தில் இருந்த சித்திரத்தைப் பார்த்தான்.

''சுலபமா தெரியும். புத்தியில இருக்கறதை கைக்கு வர வழைக்கறது ரொம்ப கஷ்டம். கற்பனையும் கருவியும் ஒண்ணா கணும். அதுக்கு நம்ம ஒடம்பாலயும் மனசாலயும் இடம் கொடுக் கணும். அது எப்பிடின்னு கண்டுபிடிக்கறதுதான் சிரமம். யாரும் அதை சொல்லித்தர முடியாது.''

தங்கப்பன் ஆசாரி பேச்சை நிறுத்திவிட்டு கண்களை இடுக்கிய படி உளியைத் தட்டத் தொடங்கினார். மெல்ல மெல்ல தலைகாட்டியது அம்மன் சிலை.

காற்றில் அசையும் சைப்ரஸ் மரங்களை ஏறிட்டுப் பார்த்தார் அனந்தன் சாமி. கையில் அரிவாள். அறுத்துப்போட்ட சீமைப் புல் ஓரமாகக் குவிந்து கிடந்தது. சற்று தொலைவில் இக்லூ போன்ற அமைப்புடன் இருந்த சிறிய வீட்டுக்குள் தலை நுழைத்துப் பார்த்துவிட்டு கீழே இறங்கிப் போனான் விஜயன்.

"சசி எதுக்கு ஆயாளை அப்பிடி மொறைச்சுப் பாக்குது?"

கையிலிருந்த உளியைக் கீழே போட்டான் சசி "நேத்து காலையில குரு கேட்ட புக்கை அலமாரில இருந்து தேடி எடுக்க நேரமாயிடுச்சு. அதுக்குள்ள இவன் முந்திரிக்கொட்டை மாதிரி எடுத்துட்டுப் போய் குடுத்துட்டான்."

"ஆமாம். அவன் குடுத்தப்பறமும் சசி தேடிட்டே இருந்துதே" அனந்தன் கையில் அப்பியிருந்த மண்ணைத் தட்டி உதிர்த்தார்.

"அதுகூட பரவாயில்லை. கிளாஸ் முடிஞ்சதுக்கப்பறம் இனிமே லைப்ரரி வேலையை அவனே பாக்கட்டும், நீ பொம்மை செய்யற வேலையைப் பாருன்னு குரு சொன்னதுதான் எனக்கு சங்கடமாப் போச்சு."

தலைமேல் விழுந்த பழுப்பிலையை எடுத்துத் திருப்பிப் பார்த்தார் "சசிக்கு ஞாபகமிருக்கா? அம்மை மரிச்சு போயி தங்கப்பன் ஆசாரி இங்க கொண்டுவந்து விட்டபோது இதேமாதிரி தான் இருந்தது சசி. பத்தாம் வகுப்பு பரிட்சைகூட எழுதலை."

மறுபடி உளியை எடுத்துக் கையிலிருந்த மரத்தைச் செதுக்கலானான்.

"ஒம்பது வருஷம் ஓடிப்போச்சு. சசி வந்ததுக்கப்பறந்தானே இந்த லைப்ரரியே கட்டினது. அப்ப சசி இருந்த மாதிரிதான் இப்ப விஜயனும். அவருக்கு அந்த வேலை சரியா இருக்கும்னு குரு யோசிக்கறாரு."

"அப்ப நான்?"

அனந்தன் சாமி அருகில் வந்து தோளைத் தொட்டார் "சசி ஒரு சில்பியல்லே. செய்ய வேண்டிய காரியம் நெறைய இருக்கு."

குருகுல வளாகத்தில் அங்கங்கே சசி செதுக்கிய சிற்பங்களைப் பார்க்க முடியும். ஜப்பானிய அம்மையார் தங்கியிருக்கும் குடிலின் முகப்பில் உள்ளது 'தாயும் சேயும்' சிற்பம். வெண்கலத்தாலான நாராயண குருவின் சிலைக்கு எதிரில் அழகிய வேலைப்பாடுகள்

கொண்ட பெஞ்சுகளுக்கு பின்னால் துள்ளும் இரு மான்களின் சிற்பம். பிரார்த்தனைக் கூடத்துக்கும் தோட்டத்துக்கும் நடுவில் அகலமான அடிமரத்தின் மீது மண்ணில் வனைந்த குருவின் முகம். விருந்தினர் விடுதியின் வாசலின் இருபுறமும் தொங்கு மீசையும் நீளத் தொப்பியுமாய் வணங்கி நிற்கும் இரு சீனர்களின் சிற்பம்.

துண்டுக் கட்டைகளைக் கொண்டு செதுக்கும் சின்னச் சின்ன பொம்மைகளை பிரார்த்தனைக் கூடத்தில் சிறு ஓலைப்பெட்டியில் போட்டுவிடுவான். யானை, குதிரை, தவளை, அன்னம், புத்தர், சாமுராய், செம்படவன், கால்பந்து வீரன், வேட்டைக்காரன் என விதவிதமான பொம்மைகள். பிரார்த்தனைக்காக வரும் விருந்தினர் களின் குழந்தைகளுக்கு பொம்மைகளைப் பரிசாகத் தருவார் குரு. பரிசைப் பெற்றுக்கொண்டதும் அந்தக் குழந்தைகளின் கண்களில் பரவசம் மின்னும். ஆவலுடன் ஓலைப் பெட்டியை எட்டிப் பார்க்கும். கூடத்தின் ஓரமாய் நின்றிருக்கும் சசியைக் காட்டுவார் குரு ''உங்களுக்கு என்ன வேணும்னு சசிகிட்ட கேளுங்க. செஞ்சு தருவார்.''

பிரார்த்தனை முடிந்து வெளியில் வரும்போதே குழந்தைகள் சூழ்ந்துகொள்ளும். 'அங்கிள் எனக்கு டைனோசர் செஞ்சு தரு வீங்களா?', 'எனக்கு ஸ்பைடர் மேன் புடிக்கும். ஒன்னே ஒண்ணு செஞ்சு குடுங்களேன்.', 'அப்துல் கலாம் செய்வீங்களா?' அங்கிருந்து புறப்படும் வரை குழந்தைகள் எதையாவது கேட்டுக்கொண்டே இருக்கும். மரத்துண்டுகளை கால்களுக்கு இடையில் வைத்துக்கொண்டு கவனமாகச் செதுக்கும்போது அவனைச் சூழ்ந்திருக்கும்.

''இதெந்தா புதுசா இருக்கு?''

பசும்புல்லின் வாசனை. மீண்டும் அனந்தன் சாமி புல்லை வெட்டத் தொடங்கியிருந்தார்.

''பக்கத்து கிராமத்துலேர்ந்து குருவோட இங்க வெளையாட சாயங்காலம் வருவாங்களே பசங்க, அவங்க ஒரு பேட் வேணும்னு கேட்டாங்க.''

''அது செரி. கிறிஸ்து எப்பிடி வந்திருக்கு? இன்னும் முடியலை போலிருக்கு.'' புற்களுக்கு நடுவில் கிடந்த இரண்டு உருண்டைக் கற்களை எடுத்து மரத்தடியில் போட்டார்.

கூர் பார்ப்பதுபோல உளியை உற்றுப் பார்த்தான். கீழே வைத்துவிட்டு கைகளைத் தேய்த்துக் கொண்டான். பதில் சொல்லாமல் நாராயண குருவின் மேல் விழும் வெயில்

கற்றைகளைப் பார்த்தான்.

வெட்டிய புல்லைக் குவியலில் சேர்த்துவிட்டு அரிவாளைக் கீழே போட்டார். துண்டை எடுத்து முகத்தைத் துடைத்துவிட்டு அவனருகில் அமர்ந்தார்.

ரோஜாச் செடிகளுக்கு நடுவே புல்மேட்டில் தத்திய மைனாவை விரட்டிக்கொண்டு ஓடியது பெஸ்டி. நெற்றி வேர்வையைத் துடைத்தவன் எழுந்து நின்றான். இருவரும் மெல்ல ஓவியக் கூடத்தின் அருகே வந்தனர். பச்சைத் தாமரைகள்போல தரையில் அடுக்கடுக்காய் இருந்த கள்ளிகளைக் கடந்து நின்றபோது யேசுவின் சிற்பம் தெரிந்தது. மேலே நின்றபடியே வெவ்வேறு கோணங்களில் அதைக் கூர்ந்து பார்த்தான். அனந்தன் சாமி தரையில் கால்மடக்கி அமர்ந்து ஒரேயொரு முறை பார்த்துவிட்டு தாடியைச் சொறிந்தார். எழுந்து அவன் தோளை அணைத்தபடி அழைத்துச் சென்றார்.

பிரார்த்தனைக் கூடத்தின் வாயிலிலிருந்து மீண்டும் மணி யொலித்தது.

மாலைப் பிரார்த்தனைக்கான அழைப்பு. விறுவிறுவென மேலேறினான். குளித்து முடித்துவிட்டு ஈரத் தலையுடன் கூடத்துள் நுழைந்தபோது பிரார்த்தனை தொடங்கியிருந்தது. ஓசைப்படாமல் சுவரோரமாய் கால்மடக்கி அமர்ந்தான்.

மூச்சு சீராகிப் படபடப்பு அடங்கும் வரையிலும் கண்மூடித் தலைகுனிந்து அமர்ந்திருந்தவன் மெல்ல நிமிர்ந்தான். அசையாது நின்றொளிர்ந்தன மெழுகுவர்த்திச் சுடர்கள். பெரிய வெண்கலப் பிள்ளையார் சிலைக்கு முன்பாக அகலமான தட்டில் புத்தம் புதிய பூக்கள். தூபத்தின் நறுமணம்.

யாரோ உற்றுப் பார்ப்பதுபோல் உணர்ந்தான். வலதுபக்கமாய் தலைதிருப்பினான். நேரெதிரில் குரு நித்யாவின் காலடியில் அமர்ந்திருந்தான் விஜயன். கண்களில் அதே அலட்சியம். உதட்டில் உதாசீனப்படுத்தும் சிரிப்பு.

அதுவரை அவனுள் அடங்கியிருந்த பதற்றம் மெல்ல மேலெழுந்தது. கரகரப்பான குரலில் குரு பேசத் தொடங்கி யிருந்தார்.

"நம் எல்லோருக்குமே கண்கள் உண்டு. பார்வையும் உண்டு. இந்த உலகத்திலுள்ள அனைத்தையும் நாம் அனைவரும் பார்க்கிறோம். ஆனால், இந்த உலகம் எல்லோருக்கும் ஒன்று

போலக் காட்சி தருவதில்லை. ஒரு பாறை எனக்கு வெறும் பாறையாக மட்டுமே தென்படுகிறது. ஒரு மரம் வெறும் மரமாக மட்டுமே என் கண்களில் தெரிகிறது. ஆனால், பாறையில் உள்ள சிலையும் மரத்தில் உள்ள சிற்பமும் ஒரு கலைஞனின் அகத்துக்கு மட்டுமே புலனாகிறது. இயற்கை அவனிடத்தில் காட்டும் கருணை அது.''

பேச்சை நிறுத்தியவர் வெண்தாடியை வருடியபடியே ஆழ்ந்து மூச்சிழுத்தார். ஒருமுறை அனைவரையும் நிதானமாகப் பார்த்தார். அவரது சிறு கண்கள் ஒவ்வொருவரின் மீதும் ஒருகணம் நின்று ஊடுருவின. பின் அடுத்தவரிடம் நகர்ந்தன. சசியின் மேல் அவர் கண்கள் நிலைத்தன. உதடுகள் நடுங்க அவரது முகத்தையே பார்த்திருந்தான். நீர் சுரந்த கண்களை மூடிக்கொண்டான்.

மறுபடி கரகரத்த அவர் குரல் ஒலித்தது ''அந்தக் கருணையை உணர்ந்து கலைஞன் தன்னை உண்மையாக ஒப்புக்கொடுக்கும் போது மட்டுமே கலை முழுமை பெறும்.''

சசி தலைகுனிந்திருந்தான்.

பிரார்த்தனையின் முடிவுப் பாடல் ஒலித்து அடங்கியது. கணீரென்ற மணியொலி. அனைவரும் எழுந்து கலையும் அரவம். குரு மெல்ல எழுந்து அன்வரின் தோளைப் பற்றியபடி தன் அறைக்கு நடந்தார்.

அறை வாசலில் நின்று குரு திரும்பிப் பார்த்தார். சசி எழுந்து நின்றான்.

''என்ன சசி, கிறிஸ்து இன்னும் கண் தெறக்கலையா?''

அவன் பதிலை எதிர்பார்க்காதவராய் அறையின் திரைச் சீலையை விலக்கிக்கொண்டு உள்ளே மறைந்தார்.

தமிழினி - செப்டம்பர் 2021

சீதனம்

"ம்மா.."

சுவரில் சாய்ந்து கண்களை மூடி உட்கார்ந்திருந்த வேலம்மாள் குரல் கேட்டு நிமிர்ந்தாள். மருத்துவமனையின் நான்காம் தளத்தில் வடகிழக்கு மூலையிலிருந்த தீவிர சிகிச்சைப் பிரிவினையடுத்த நீண்ட கூடத்தில் அவளைப் போலவே இன்னும் பலர் காத்திருந் தனர்.

தோள்பையைத் தரையில் போட்டபடி அருகில் உட்கார்ந்த உமாவைக் கண்டதும் அதுவரையிலும் அடக்கி வைத்திருந்த துக்க மும் கண்ணீரும் ஒன்றையொன்று முந்திக்கொண்டு பீறிட்டன.

"கண்ணு..." அதற்கு மேல் எதுவும் சொல்ல முடியாமல் மூச்சடைத்தது.

"என்னம்மா சொல்றாங்க. உள்ள போய் பாத்தியா?" வேலம்மா வின் நடுங்கும் கைகளை இறுகப் பற்றினாள்.

உதடுகளைப் பிதுக்கியபடி மறுபடியும் அழுதபோது உமாவும் அழத் தொடங்கினாள்.

"இங்க உக்காந்துட்டு அழக்கூடாதுன்னு எத்தனை தடவ சொல்றது. போங்க. எந்திரிச்சி கீழ போங்க." அடர்நீலச் சீருடை யும் தலையில் தொப்பியுமாய் கண்ணாடிக் கதவருகில் நின்றவள் கண்களை உருட்டியபடி அதட்டினாள்.

உமா சட்டென்று அடங்கி ஒதுங்கி அமர்ந்தாள். கண்களைத் துடைத்துக்கொண்டாள். வேலம்மா மூக்கை உறிஞ்சியபடி நிமிர்ந்து பார்த்துவிட்ட புடவைத் தலைப்பால் முகம் துடைத்தாள்.

"என்னத்த சொல்றாங்க. ஒண்ணும் புரியல. அங்க போய் பாக்கலாம்னா உள்ள வரக்கூடாதுன்னு சொல்றாங்க. நீ போயி கேளேன்."

உமா கழுத்திலிருந்த பணி அடையாள அட்டையை கழற்றிப் பையில் போட்டாள். மெல்ல எழுந்து கதவருகில் நகர்ந்தாள்.

சூடான தேநீர் குவளையை கையில் ஏந்தி நின்றவளின் எதிரில் நின்றாள்.

''ராமசாமி மவதானே. டாக்டருங்க உள்ள இருக்காங்க. இப்ப பாக்க முடியாது. சித்த பொறு. நானே கூப்பிடறேன்.''

''எப்பிடி இருக்காரு? அம்மா ரொம்ப பயப்படறாங்க.'' தணிந்த குரலில் கேட்டபோது அழுகை முட்டியது.

''டாக்டரு இப்ப வருவாரு. அவர்கிட்ட கேளு. அங்க போய் நில்லு.'' தேநீரை ஊதிக் குடித்தாள்.

மறுபடியும் வேலம்மாளிடம் வந்தமர்ந்ததும் கேட்டாள் ''சித்தி இருந்தாங்கல்ல. எங்க காணோம்.''

''வந்துருவா இப்ப. வெளிய போயிருக்கா.'' நீண்ட கழுத்தில் அழுக்கான கயிறு. காதில் மங்கிக் கருத்த பழந்தோடு. நரம்புகள் புடைத்த மெலிந்த கைகளில் கண்ணாடி வளையல்கள்.

''டீ குடிக்கிறியா?''

''அவ வந்துருட்டும். நீ எங்கியும் போகாத. எப்ப வேணா கூப்பிடுவாங்க'' உமாவின் கைகளை இறுகப் பற்றிக் கொண்டாள்.

ஓரமாய்க் கிடந்த நாற்காலிகளில் காத்திருந்தவர்களை நிமிர்ந்து பார்த்தாள் உமா. பதற்றம் கூடிய களைத்த முகங்கள். நாற்காலி களுக்குக் கீழே வெந்நீர்க் குடுவைகளும் தண்ணீர்ப் புட்டிகளும் மடித்துச் சுருட்டிய போர்வைகளுமாய் பிதுங்கிய கட்டைப் பைகள்.

''இப்பத்தான் வந்தியா புள்ளே?'' செருப்பைக் கழற்றி ஓரமாய்ப் போட்டபடியே தரையில் உட்கார்ந்தாள் தேவகிச் சித்தி. மூச்சு வாங்கியது. நெற்றியில் வழிந்த வேர்வையைப் புறங் கையால் துடைத்தவள் புட்டியை எடுத்து தண்ணீர் குடித்தாள்.

''நாப்பதுதான் கெடச்சுதுக்கா. பாவாகிட்ட சொல்லிருக்கேன். செல்வபுரத்துல ஒருத்தரப் பாத்து ஏற்பாடு பண்றேன்னு போயிருக் குது.'' கைப்பையைத் தொட்டுக் காட்டினாள்.

''உங் கழுத்துல கெடந்ததையும் சேத்து இப்ப பொரட்டியாச்சு. இதுக்கும் மேலயும் கேட்டா என்ன பண்றது?'' இடதுகால் விரலில் இறுகிக் கிடந்த மெட்டியைத் திருகியபடியே குனிந்திருந்தாள் வேலம்மா.

"என்னவாச்சும் பண்ணலாம். நீ வெசனப்படாம இரு. உள்ள போயி பாத்தியா புள்ளே நீ?" தேவகி உமாவின் தோளைத் தொட்டாள்.

"டாக்டர் இருக்காங்களாம் சித்தி. கூப்பிடறேன்னாங்க."

"மத்தியானம் மூணு மணி இருக்கும். அப்பதான் கூப்பிட்டாங்க புள்ளே. துடிப்பு கொறையுது. மூச்சு வுடவும் செரமமா இருக்குன்னு அதென்னவோ மிஷினு வெச்சுருக்குன்னு சொன்னாங்க. சுத்திலயும் கொழாயா இருந்துச்சு. ஒண்ணும் புரியலை. வெளியில வந்தப்ப அந்த டாக்டர் வந்து, அதான் செவப்பா ஒசரமா இருப்பாரே மீசையில்லாம, அவருதான், செரமமாத்தான் இருக்கு. ஊசி போட்டுருக்கோம். பாக்கலாம். இன்னிக்கு ஒரு நா தாட்டிட்டார்னா அப்பறம் பயப்பட வேண்டிதில்லேன்னு சொன்னாரு. இன்னிக்கு நெறைஞ்ச அமாவாசை. அப்பா வெரதம் வுடற நாளு. அந்த சேமலையப்பன்தான் காப்பாத்தோணும்."

தேவகி கிசுகிசுத்தபடியே சொன்னபோது கண்ணாடிக் கதவு திறந்தது. "ராமசாமியோட அட்டெண்டர் வாங்க."

மூவரும் நிமிர்ந்து முகம் வெளிறி ஒருவரையொருவர் பார்த்தனர். உமா சட்டென எழுந்தாள். "நீ வரியாம்மா?"

வலது கையை உயர்த்தி இல்லையென்பதுபோல அசைத்தாள். உடல் குலுங்க தேவகியின் தோளில் சாய்ந்தாள்.

"எதுக்கு இப்ப அழுகறே? புள்ளே, நீ போய் பாத்துட்டு வா."

துப்பட்டாவைச் சரிசெய்தபடி கதவருகில் சென்றாள் உமா. நடுங்கும் கையால் தள்ளினாள். உள்ளே நுழைந்ததும் குளிர்காற்று மோதியது. இன்னுமொரு கதவு. இழுத்துத் திறந்தாள். பச்சைத் திரைகள் அசையும் வெளிச்சக் கூடம். இடது பக்கம் இரண்டாவது படுக்கை. செவிலி ஒருத்தி கொக்கியில் தொங்கிக் கிடந்த புட்டியில் ஊசியைச் செலுத்திக் கொண்டிருந்தாள். மீசையில்லாத அந்த டாக்டர் உமாவைக் கண்டதும் நகர்ந்து அருகில் வந்தார்.

"உங்க அப்பாதானே?"

மெல்ல தலையசைத்த நொடியில் ஒருமுறை அப்பாவின் முகத்தைப் பார்த்தாள். மூக்கிலும் வாயிலும் சிறிதும் பெரிதுமாய் குழாய்கள். நரைத்த முள் தாடி. தடித்த இரைப்பைகளுடன் மூடிய கண்கள். காய்ந்த உதடுகள் வெடித்திருந்தன.

"ஸீ... ரெண்டு நாளா அவரை கொஞ்சம் ஸ்டெபிளைஸ் பண்ணலாம்னு அட்டெம்ப்ட் பண்ணிட்டு இருக்கோம். பெரிசா இம்ப்ரூவ்மெண்ட் இல்லை. இப்ப வெண்டிலேட்டர் சப்போர்ட்லதான் இருக்கார். பல்ஸ் ரொம்ப டவுன் ஆயிடுச்சு. மேட்டர் ஆப் டைம்தான். சோ..." உதடுகளை அவர் பிதுக்கிய போது உமாவின் கால்கள் நடுங்கின. அவர் சொன்னவை அனைத்தும் புரிந்ததுபோலவும் எதுவுமே புரியாதது போலவுமே நின்றாள்.

"யாராவது பாக்கணும்னு இருந்தா வந்து பாக்கச் சொல்லுங்க." அவர் மறுபடியும் உள்ளே நகர்ந்து ஒளிரும் பச்சைத் திரையின் கோடுகளை உற்றுப் பார்த்தபடியே அருகிலிருந்த இன்னொரு டாக்டரிடம் பேசலானார்.

உமா மறுபடியும் அப்பாவின் முகத்தைப் பார்த்தாள். குறுக்கும் நெடுக்குமாய் தையல்களிட்ட மண்டையுடன் அவரது அடையாளமே மாறிப் போயிருந்தது. கண்திறந்து பார்த்து இன்றுடன் எழுபத்தி இரண்டு நாட்கள் ஆகிவிட்டன.

புதன்கிழமை மாலை ஆறு மணிக்கு ஷிப்ட் முடிந்து மில் கேட்டிலிருந்து வண்டியை எடுத்தார் ராமசாமி. வெளிச்சம் மங்கி இருள் கவியத் தொடங்கிய பொழுது. டி.வி.எஸ்ஸின் முகப்பு விளக்கை எரியவிட்டிருந்தார். புளியமரங்கள் அடர்ந்த சாலையில் வாகனங்கள் எதுவுமில்லை. வழக்கம்போல நிதானமாகவே வந்துகொண்டிருந்தார். மரக்கடை மேட்டில் ஏறி இறங்கியதும் தாமரைக்குளத்தையொட்டி இடதுபக்கம் திரும்பும்போதுதான் அந்த லாரியை அவர் கவனித்தார். அப்போதுவரையிலும் நின்று கொண்டிருந்த லாரி திடீரென்று பின்னோக்கி நகர்ந்தது. ராமசாமி செய்வதறியாது தடுமாறினார். பலம்கொண்ட மட்டும் ஒலி யெழுப்பினார். லாரியில் இருந்தவர்கள் அவரை கவனித்த மாதிரியே தெரியவில்லை. தாழ்வான நிலப்பகுதியில் வண்டியை நிறுத்தவும் முடியவில்லை. என்ன செய்வதென்று தீர்மானிப் பதற்குள் லாரியின் இடதுபக்க சக்கரம் அவரது வண்டியில் மோதியது. வண்டியிலிருந்து தூக்கி எறியப்பட்டு 'தட்' என்ற சிறு சத்தத்துடன் தார்ச்சாலையில் தலை மோதியது. லாரி ஓட்டுநரும் உதவியாளரும் குதித்தோடி வந்து பார்த்தபோது சிறு கோடாக ரத்தம் பள்ளத்தை நோக்கி நெளிந்தோடியது.

கண்ணாடிக் கதவைத் திறக்கும்வரை திடமாக நடந்தவள் வேலம்மாவின் முகத்தைக் கண்டதும் உடைந்து அழுதாள். மண்டி யிட்டு மடியில் முகம் புதைத்து அழுதவளின் முதுகில் அடித்துக் கொண்டு அழுதாள் வேலம்மாள்.

''அவ்ளோதானா? தலையில கல்லு விழுந்துருச்சா?''

எங்கோ வெறித்த பார்வையுடன் தேவகிச் சித்தி சுவரில் சாய்ந்தாள். கண்ணீர் உருண்டு வழிந்தது.

என்ன நடந்ததென்று கூடத்திலிருந்தவர்களுக்கு தெரிந்திருந் தது. யாரும் நெருங்கவில்லை. என்னவென்று கேட்கவில்லை. மூவரின் துக்கமும் அவர்களை உறைய வைத்திருந்தது.

வேலம்மாள் உமாவை நிமிர்த்தினாள். கண்களைத் துடைத்தபடி தலையைக் கோதி முடிந்தாள். ''இந்தா பாரு புள்ளே. ஆகவேண்டித பாக்கலாம். உங்க மாமனுக்கு போனைப் போட்டு வரச்சொல்லு.''

தேவகியின் தோளைத் தொட்டு உசுப்பினாள் ''உங்க பாவா கிட்ட சொல்லிட்டியா?''

உமா செல்போனில் எண்களை அழுத்தி அழுதபடியே பேசினாள்.

கண்ணாடிக் கதவு மறுபடி திறந்தது. வெள்ளைச் சீருடையுடன் வெளியில் வந்தவன் கையில் ஒரு பொட்டலம். ''ராமசாமி அட்டென்டர் வாங்க.''

உமா கண்களைத் துடைத்தபடி அருகில் சென்றாள். ''இதெல்லாத்தையும் பார்மஸில திருப்பிக் குடுத்தர்லாம். பணம் தருவாங்க.'' பெரிய காகிதப் பொட்டலமொன்றை நீட்டினான்.

''உள்ளயே வச்சிருங்க அண்ணா. எங்க மாமா வருவாங்க...'' என்று அவள் சொல்லி முடிப்பதற்குள் சீருடையாளன் பொட்ட லத்தை அவள் கையில் திணித்தான். ''உள்ள எல்லாம் பேக் பண்றாங்க. இனி இதை அங்க வெச்சுக்க முடியாது. கொண்டு போயி பார்மஸில குடுத்துட்டு ரீபண்ட் வாங்கிக்கங்க.''

மருந்துகள் நிறைந்த பொட்டலத்தையும் நீண்ட பட்டியலையும் ஏந்தியபடி வந்தவள் துணிப்பை அருகில் வைத்தாள்.

மீண்டும் கதவு திறந்தது. மறுபடி அதே பணியாள். ''யாராச்சும் பாக்கணும்னா சீக்கிரமா வரச் சொல்லுங்க. பேக் பண்ணிரு வாங்க.''

வேலம்மாள் எழுந்தாள். மெல்ல நடந்தாள். தேவகிச் சித்தி சட்டென்று எழுந்து அவள் தோளைப் பற்றினாள். இருவரும் தளர்வுடன் உள்ளே நுழைந்தனர்.

"என்னடி அப்பாவ இன்னுங் காணோம்" 'தெய்வமகள்' தொடரும் போட்டபோதுதான் வேலம்மாள் கேட்டாள்.

காதில் மாட்டியிருந்த இயர்போன்களை கழற்றினாள் உமா "எட்டாயிருச்சா? வந்துரும்மா." மீண்டும் திரையில் விரலை வைத்து நகர்த்தியபோது அழைப்பொலி எழுந்தது.

"அப்பாதான்..." என்றவள் பச்சைக் குமிழை மேலிழுத்தபடி காதில் வைத்தாள்.

"சொல்லுப்பா..." என்றவளின் கண்களிலிருந்து அடுத்த சில நொடிகளில் கண்ணீர் உருண்டது. சொற்கள் தடுமாறின. ஒற்றை வார்த்தைகளை மூச்சிழுத்தவாறே பேசினாள்.

வேலம்மா முதலில் கவனிக்கவில்லை. மூச்சிரைப்பும் குரலின் நடுக்கமும் அவளைத் திரும்பிப் பார்க்கச் செய்தன.

"யாருடி?"

இணைப்பைத் துண்டித்தவள் குமுறியழுதபடி வேலம்மாவின் மேல் சாய்ந்தாள்.

"அப்பான்னு சொன்னே. எதுக்கு இப்ப அழறே?"

எழுந்து கண்ணீரைத் துடைத்தபடியே விம்மினாள் "என்னவோ ஆக்சிடென்டுன்னு சொல்றாங்க. ஆஸ்பத்திரில... எனக்கு பயமா இருக்கும்மா."

வேலம்மாள் ஒருகணம் நிதானித்தாள். சுவரில் சாய்ந்து கிழக்கிலிருந்த சாமி அலமாரியைப் பார்த்தாள். உலர்ந்த செம்பருத்தியுடன் மாசாணியம்மனின் படம்.

"யாரு பேசினா? நல்லா கேட்டியா நீ?" வேலம்மாளின் குரலில் சிறு நடுக்கம்.

"ஆஸ்பத்திரிலேர்ந்துதான். யாருன்னு தெரியல. ஆனா அப்பா பேரச் சொல்லிக் கேக்கறாங்களே... அவருக்குத்தான் என்னமோ நடந்திருச்சு."

விசும்பலுடன் நடுங்கும் மகளை ஒருதரம் நிதானமாகப் பார்த்தாள். அவள் தலையைக் கோதியபடியே சொன்னாள்

''உங்கப்பாக்கு ஒண்ணும் ஆயிருக்காது. எதுக்கு பயப்படறே? எழுந்திரு. மாமாவுக்கு போன் பண்ணு.''

''எந்த ஆசுபத்திரி?'' புடவையைத் திருத்தியபடியே கேட்ட போதும் அவள் முகத்தில் சிறிதும் சலனமில்லை. தொலைக் காட்சிப் பெட்டியருகே வைத்திருந்த பணப்பையை எடுத்து இடுப்பில் செருகினாள்.

ஆட்டோவில் போகும்போதும் அவள் எதுவுமே பேசவில்லை. வெளிச்சமும் இருட்டுமான சாலையை வெறித்துப் பார்த்தபடியே சாய்ந்திருந்தாள்.

''இந்தப் புள்ளைக்கு ஒரு நல்லது கெட்டதைப் பாக்காம போயிட்டி அண்ணே...''

வாகனங்கள் நிறுத்தும் தரைத் தளத்தின் வடகிழக்கு மூலையில் படிகளை அடுத்த கண்ணாடித் தடுப்புக்குப் பக்கத்தில் தரையில் சுருண்டு படுத்திருந்த உமா திடுக்கிட்டெழுந்தாள். கண்கள் திறக்க முடியாமல் காந்தின.

தோளைத் தொட்டு அணைத்தபடியே பெரியம்மா புலம்பி அழுதாள் ''அய்யோ. இந்தப் புள்ளைக்காகவாவது பொழச்சு கெடந்திருக்கலாமேண்ணா... சாமி... என்ன பண்ணுவே...''

கண்ணீரைத் துடைத்தபடியே உமா அத்தையின் தோளில் சாய்ந்தாள்.

''ஏன் இங்க வந்து உக்காந்துருக்கீங்க?'' பெரிய மாமா தோளில் கிடந்த துண்டை எடுத்து விசிறியபடியே படியில் உட்கார்ந்தார்.

சித்தப்பா குனிந்து மெதுவாகச் சொன்னார் ''பாடிய மார்ச்சுவரில வெச்சிருக்காங்க. ஜிஎச்சுல போஸ்ட் மார்ட்டம் பண்ணித்தான் குடுப்பாங்களாம். இந்நேரத்துல எடுத்துட்டுப் போமுடியாதாம். காலையில ஸ்டேசனுக்கு போயி சொல்லி அவங்க வந்துதான் எடுத்துட்டுப் போணும்ங்கறாங்க. அதான் இங்க வந்துட்டோம்.''

''மனசுவிட்டு அழக்கூட முடியலேங்க...'' தேவகிச் சித்தி முந்தானையால் முகத்தைத் துடைத்தாள்.

''அங்க உக்காந்துட்டு அழுதா எல்லார்த்துக்கும் தொந்தரவுன்னு சத்தம் போடறாங்க...''

மாமாவுக்கு வேர்த்தது. நெற்றியைத் துடைத்தார். ''ஆமாம் புள்ளே. ஆசுபத்திரில நாலு சனம் இருக்காங்க இல்ல. அப்பிடித் தான் சொல்லுவாங்க.''

சித்தப்பா மீண்டும் கிசுகிசுத்தார் ''ஸ்டேசனுக்குப் போயி சொல்லி ஏற்பாடு பண்ணியாச்சு. காலையில எட்டு மணிக்கெல் லாம் வரச் சொல்லிட்டாரு ஏட்டு. வண்டிய எடுத்துட்டுப் போனா கூட்டிட்டு வந்தர்லாம். ஜிஎச்லயும் நம்ம கவுன்சிலர் சொல்லிட் டாரு. காலையில மொதா வேலையா முடிச்சுத் தந்துருவாங்களாம். எல்லாம் பேசியாச்சு.''

சின்ன மாமா தயங்கியபடியே அருகில் வந்தார். பெரிய மாமாவுடன் பேச்சுவார்த்தை கிடையாது. சித்தப்பாவிடம் சொல்வதுபோல பொதுவாகச் சொன்னார் ''ஆஸ்பத்திரில இத்தன நாள் கெடந்த ஒடம்பு. சடங்கு சாங்கியம்னு பெரிசா பண்ண முடியாது. வாசல்லயே வெச்சு மஞ்ச தண்ணிய தெளிச்சு எடுத்தர வேண்டிதுதான்.''

பெரிய மாமா காதில் வாங்காதவர்போல சித்தப்பாவிடம் கேட்டார் ''மின்மயானத்துல நேரம் குறிச்சிருக்கா?''

''மத்தியானம் ரெண்டு மணிக்குன்னு சொல்லியிருக்கு. இங்க போலிஸ் வந்து ஜிஎச்சுக்குப் போயி எல்லாம் முடிக்கறதுக்கு பன்னெண்டு மணியாச்சும் ஆகும். அப்பறமா ஊருக்குப் போறதுக்கு ஒருமணி நேரம் ஆகும்னு ஒரு கணக்குல சொல்லிருக்கு. செந்திலோட பிரண்டுக ரெண்டுபேர், இவரோட வேல பாத்தவங்கதான், எல்லா ஏற்பாட்டையும் பாத்துக்கறாங்க. ஒண்ணும் பிரச்சினை இருக்காது.''

வேலம்மாள் தலையைக் குனிந்து கண்ணீரைத் துடைத்தபடியே கேட்டுக்கொண்டிருந்தாள். அக்காவின் மடியில் கிடந்த உமாவை மட்டும் அவ்வப்போது தலை தூக்கிப் பார்த்தாள்.

ஆவி பறக்கும் தேநீர் நிரம்பிய காகித தம்ளர்களுடன் பெரிய தட்டொன்றை ஏந்தி வந்தான் செந்தில். அப்பாவுடன் மில்லில் வேலை பார்ப்பவன். பெரியம்மா ஒரு தம்ளரை எடுத்து வேலம் மாளிடம் நீட்டினாள். அவள் தலையாட்டி மறுத்தாள்.

''சூடா ரெண்டு வாய் குடிச்சுரு அக்கா. அழுகறதுக்காவுது தெம்பு வேணுமில்லை.''

வேலம்மாள் இன்னும் பலமாகத் தலையாட்டினாள்.

‘‘என்னமோ சாமி. செந்திலு. ஒத்தாசைக்கு நீ இருக்கங் காட்டியும் பரவால்லே. ஓடியாடி எல்லாத்தையும் பாத்துக் கிட்டே.’’

சின்ன மாமா தம்ளரை எடுத்துக்கொண்டு செந்திலுடன் நகர்ந்தார். கீழ் தளத்துக்கு கார்கள் உள்ளே வரும் சரிவுப் பாதையில் நடந்தார். லேசான மழையில் நனைந்திருந்தது தரை. காற்றில் வேப்பம்பூவின் வாசம்.

‘‘ரெண்டு நாளைக்கு முன்னாடி அக்காகிட்ட பேசினப்போ இன்னொரு ஆபரேசன் பண்ணினாப் போதும்னு சொன்னாங் கன்னு சொல்லிச்சே. திடீர்னு என்ன?’’

‘‘அப்பிடித்தான் சொன்னாங்க. ஆனா முந்தா நாள் காலையிலயே இந்த ஐ சி யூவுக்கு கொண்டுவந்தாங்க. ஸ்பெஷல் வார்டு. திடீர்னு இதயத்துடிப்பு கொறஞ்சிருக்கு. மூச்சு விடறதுக்கு சிரமப்படறாருன்னு சொன்னாங்க. நேத்திக்குக் காலையில டாக்டர் சொன்னப்பவே நம்பிக்கையில்லை. வென்டிலேட்டர்ல தான் உசுரு ஒட்டிருந்துச்சு.’’

செந்தில் செல்போனை எடுத்து ஒருமுறை பார்த்தான். வாட்ஸ் அப்பில் வந்திருந்த செய்தியைப் படித்துவிட்டு தலையாட்டிய படியே சொன்னான் ‘‘காலையில சீக்கிரமாவே முடிச்சுக்கலாம். போலீஸ் ஸ்டேசன்ல சொல்லியாச்சு.’’

மருத்துவமனை வளாகத்துக்கு வெளியே அடர்ந்த புங்க மரத்துக்குக் கீழே நீலப் படுதாவுடன் இருந்த பெட்டிக்கடையை அடைந்ததும் சின்ன மாமா சிகரெட் பற்ற வைத்தார்.

‘‘இதுவரைக்கும் எவ்ளோ செலவாயிருக்கும்?’’ அக்கறை யில்லாத தொனியில் அவர் கேட்டதும் செந்தில் உற்றுப் பார்த்தான்.

‘‘அன்னிக்கே சொன்னாங்க ஏழு லட்சத்துக்கும் மேலேன்னு. உங்க மில்லுல எதாச்சும் குடுப்பாங்களா?’’

தலையில் விழுந்த புங்கம் பூக்களைத் தட்டிவிட்டான் ‘‘ஒரு லட்சத்துக்கு இன்சூரன்ஸ் இருக்கு. அது அப்பவே முடிஞ்சிருச்சு.’’

‘‘இனியும் பணம் கட்டணுமா?’’

‘‘ஒண்ணே கால் லட்சம் பாக்கி இருந்துச்சு. கட்டியாச்சு. இல்லேன்னா காலையில பாடிய தரமாட்டாங்கல்ல.’’

அந்த பதில் அவருக்கு நிறைவைத் தந்திருக்க வேண்டும். புகையை ஆழ உள்ளிழுத்தார். தீக்கங்குடன் சுடர்ந்த சிகரெட்டை தரையில் சுண்டினார். செருப்பைக் கொண்டு மண்ணில் மிதித்தவர் காறித் துப்பினார். ''அதுக்கும் மேல போலிஸ் போக்குவரத்துன்னு இன்னும் செலவு கெடக்கில்ல.''

வளாகத்துக்குள் அடியெடுத்து வைத்த நொடியில் செந்தில் மெல்லச் சொன்னான் ''இத்தன பேரு இருக்கீங்க. பாத்துக்க மாட்டீங்களா?''

சின்ன மாமா மையமாகத் தலையாட்டினார். செந்திலின் அலைபேசி ஒலித்தது.

மயானத்திலிருந்து திரும்பியவர்கள் பந்தல்காலுக்கு அருகில் பிளாஸ்டிக் வாளியில் வைத்திருந்த நீரை அள்ளிக் காலைக் கழுவினர். கூடத்தின் மத்தியில் அலமாரிக்கு கீழே ஒளிவீசி நின்றது தீபம். வாசலில் நின்று எட்டிப் பார்த்து கும்பிட்டுவிட்டு நகர்ந்தனர்.

மதியவேளையில் அமரர் ஊர்தி வந்துநின்றபோது ஓங்கி ஒலித்த அழுகையின் மிச்சம் எதுவுமில்லை. ஆட்டாங்கல் அருகே கிடந்த அட்டைப்பெட்டியிலும் அதன் அருகிலுமாகச் சிதறிக் கிடந்த காகிதக் கோப்பைகளில் ஈக்கள் மொய்த்திருந்தன.

கழுத்தில் சீலையைச் சுற்றிக்கொண்டு காலை மடக்கி அமர்ந்திருந்தாள் வேலம்மாள். பெரிதாக சடங்குகளைச் செய்யவில்லை என்றாலும் பூச் சூடி வளையல்களை நொறுக்கி சரட்டை அறுத்த போதும் எதையுமே கவனிக்காதவள் போல வெற்றுப் பார்வையுடன் அமர்ந்திருந்தாள். பிணத்தை வண்டியில் ஏற்றியபோது கூடியிருந்தவர்கள் மாரிலடித்து ஓலமிட்டபோதும் வெறுமை துலங்கிய கண்களுடன் பார்த்திருந்தாள். இப்போதும் அதே பார்வையுடன்தான் உட்கார்ந்திருக்கிறாள்.

ஈரத் தலையில் கோடாலி முடிச்சிட்டபடி அருகில் அமர்ந்தாள் உமா. ''என்னம்மா இப்பிடியே உக்காந்திருக்கே. உள்ளுக்குள்ளேயே போட்டு அமுக்காதே. அழுதுரும்மா.''

உடைந்த வளையல் மணிக்கட்டில் குத்திய காயத்தில் உறைந்திருந்த ரத்தத் துளியைத் தடவியவள் நிமிர்ந்தாள். உற்றுப் பார்த்தாள். மீண்டும் தலைகவிழ்ந்து மெட்டிகளில்லாத விரல்களைத் தடவத் தொடங்கினாள்.

‘‘உன்னைப் பாத்தா பயமா இருக்கும்மா. ப்ளீஸ் அம்மா. இப்பிடி இருக்காதே.’’ உமா தேவி அழுதாள்.

கழுவிய பாத்திரங்களை ஏந்தியபடி வந்தாள் தேவகிச் சித்தி. ‘‘நீ எதுக்கு இப்ப அவகிட்ட போயி அழுதிட்டிருக்கே. ஒரு சொட்டு கண்ணீர் சிந்தக்கூடாதுன்னு வைராக்கியமா இருக்காளாட்ட இருக்கு.’’

உமா கண்ணீரைத் துடைத்தபடியே எழுந்தாள். தேவகி சித்தியின் அருகில் வந்தாள். ‘‘எல்லாரும் என்னமோ மாதிரி பேசறாங்க சித்தி.’’ மறுபடியும் அவளுக்கு அழுகை முட்டியது.

புடவையை இடுப்பில் செருகியபடியே நிலைப்படி அருகே குனிந்து உள்ளே வந்த பெரிய அத்தையைக் கண்டதும் சித்தி உள்ளே நகர்ந்தாள். ‘‘எதுக்கு இப்பிடி மனச கல்லாக்கிட்டு உக்காந்திருக்கான்னு தெரியல கண்ணு. நீ வெசனப்படாத. போ. தலைய நல்லா தொவட்டிக்க. சளி புடிச்சிக்கப் போவுது.’’

விரல்களை தடவிக்கொண்டிருந்த வேலம்மா தலையை நிமிர்த்தி சுவரில் சாய்ந்தாள்.

கட்டிலின் மேல் கிடந்த துணிகளை மடித்து எடுத்துக்கொண்டு அறைக்குள் உள்ளே சென்ற உமா அழுதபடியே வெளியே ஓடி வந்து வேலம்மாவின் மடியில் விழுந்தாள்.

தொலைக்காட்சி மேசைக்கு சற்று தள்ளி உள்ளறைக்குச் செல்லும் வாசலுக்கு மேலே மாட்டியிருந்த ராமசாமியின் படத்தில் பூமாலை இன்னும் வாடியிருக்கவில்லை.

‘‘என்னாச்சுடி?’’ உமாவின் தலையை நகர்த்தி நிமிர்த்தினாள் வேலம்மா.

‘‘பீரோவுல அப்பாவோட சட்டை...’’ திணறியவாறே கண்களைத் துடைத்தாள்.

‘‘வேட்டி சட்டையெல்லாம் பாத்தியா?’’

தலையசைத்தவளை உற்றுப் பார்த்தவளின் உதடுகள் நடுங்கின. ஆத்திரத்துடன் உமாவை தள்ளினாள். அவள் தோளில் ஆத்திரத் துடன் அறைந்தாள். குமுறல் வெடித்தது. அவளது கண்களின் ஆவேசத்தைக் கண்டதும் உமா ஒடுங்கி பின்னகர்ந்தாள்.

‘‘இந்த சண்டாளன் இப்பிடிச் சீரழிய வெச்சுட்டானே. அடிபட்ட எடத்துலயே போயிருந்தா அத்தோட போயிருக்கும். அன்னிக்கே

ஒரே முட்டா அழுது முடிச்சிருப்பேன். இப்பிடி மாசக் கணக்குல ஆசுபத்திரில கெடந்து தெனந் தெனம் சாவடிச்சதோட இப்பிடி கடனையும் தலையில கட்டிட்டுப் போயிட்டானே பாவி மனுஷன்.''

குரல் உடைந்து அழுகையில் கரைய பித்துப் பிடித்தவள்போல தரையில் உருண்டவளை பயந்த கண்களுடன் பார்த்துக் கொண்டிருந்தாள் உமா.

கதை சொல்லி - ஜூலை 2020

உத்தரவு

பாபநாசம் சாலை விலக்கிலிருந்து கிழக்கில் வலங்கைமான் போகும் பாதையில் ஐந்து கிலோமீட்டருக்கு அப்பால் வயல்வெளி கள் சூழ உள்ளடங்கிக் கிடந்தது நல்லூர். நாணற்புதரிடைய வெள்ளைப் பூக்களுடன் தண்டஞ்செடிகள் இருபுறமும் அடர்ந் திருக்க சலசலத்தோடிய வாய்க்கால் கரையில் தலைசாய்த்து நின்றிருந்தன கொக்குகள். மூங்கில் புதரைத் தாண்டியதும் வண்டிப் பாதை வளைந்து ஊருக்குள் நுழைந்தது. கருத்த வளையோடுகளும் பழுப்படைந்த சுவர்களுமாய் சிறிய வீடுகள். தெரு முனையில் நொறுங்கிய பனையோலைகள் மூடிய பழம்தேரின் சக்கரங்கள் ஒடிந்து நின்றன. கார் சத்தம்கேட்டு டீக்கடையிலிருந்து உருமாலை கட்டிய நெடிய உருவம் எட்டிப் பார்த்தது.

கார் நின்றதும் பெருமூச்சுடன் கதவைத் திறந்து இறங்கினாள் மங்களா ''பகவானே...'' கிழக்கு கோபுரத்துக்கு எதிரில் சப்தசாகர குளம். வெயில் பட்டு தகதகத்திருந்த தண்ணீர் நிரம்பிப் படிகளைத் தொட்டிருந்தது. வேங்கை மரத்திலிருந்துச் சரிந்திறங்கிய காகம் படியில் தத்தி நின்றது. தலைசாய்த்து பார்த்தது. வடக்குக் கரையில் முங்கியெழுந்த உருவம் இடுப்புத் துண்டைப் பிழிந்தபடி மேலேறியது.

''ஆளே வரமாட்டாங்க போல...'' கோபுர வாசலைத் தாண்டியதும் சங்கரனிடம் கேட்டேன். கொடிமரத்தைக் கண்டதும் மங்களா கன்னத்தில் போட்டுக்கொண்டாள். நிறம் மங்கிய பிரகாரத்து கோபுரத்தில் கறுத்திருந்தன சுதை சிற்பங்கள். விளக்குத் தூணின் அடிவாரத்தில் பாம்புகள் பின்னி நிற்கும் சிற்பம் எண்ணெய் பூச்சுடன் பளபளத்தது.

''இன்னிக்கு வியாழக்கிழமை. பெரிசா யாரும் வர வாய்ப் பில்லை'' சங்கரன் வேட்டி நுனியைத் தூக்கிப் பிடித்தபடி இடது பக்கமாய் ஓலைச்சாய்ப்பிலிருந்தக் கடையை நோக்கி நடந்தார்.

''வாங்கோண்ணா...'' வில்வ இலைகளைத் தொடுத்தபடி யிருந்தவர் தலை நிமிர்ந்து சிரித்தார்.

"நடை தெறந்தாச்சா?" சங்கரன் செருப்புகளை உதறி ஓரத்தில் விடுத்தார்.

"ஆச்சு. அண்ணா இதோ வந்துருவார். நீங்க உள்ள போங்க" வெற்றிலைக் கறை படிந்த பற்களுடன் சிரித்தார்.

பிரம்புக்கூடையில் கிடந்த வில்வ இலையொன்றை எடுத்து நீட்டினார் சங்கரன் "தெரியுதா?"

"வில்வந்தானே..."

"வில்வம்தான். ஆனா இது மகா வில்வம். நல்லா பாரு. ஏழு இலை இருக்கும்" என்று தொட்டுக் காட்டினார்.

மங்களா ஆவலுடன் வாங்கிப் பார்த்து தலையாட்டினாள். "ஆமாமா. வழக்கமா பாக்கற வில்வ எலை இல்லே. இதுதான் நான் பாத்தது" அவள் கண்களில் உற்சாகம் கொப்புளித்தது.

வேட்டியை இடுப்பில் இறுக்கியபடியே கடைக்குள்ளிருந்து வெளியில் வந்தார் கடைக்காரர் "அதோ நந்தவனத்துக்குள்ள நிக்குது பாருங்க. இங்க மட்டுந்தான் இருக்கு. அர்ச்சனைக்கு இதுதான் விசேஷம்."

இரண்டுமுழ வில்வத்துடன் பிரகாரத்துக்குள் நுழைந்து இடது பக்கம் திரும்பினார் சங்கரன். மீண்டும் வலதுபுறம் திரும்பியதும் மேலேறின படிகள். "இது மாடக்கோயில். கர்ப்பகிரகம் மேலேதான். திருவானைக்கா கதை தெரியுமில்லையா. அதுமாதிரி யானையெதும் வரக்கூடாதுன்னு செங்கணச் சோழன் கட்டினதா கதை உண்டு."

சுற்றுச் சுவர்மீது 'கீச்... கீச்' என ஓசை எழுப்பியபடி தத்திய பச்சைக்கிளிகளின் வரிசையைக் கண்டு சந்தோஷத்துடன் நின்றிருந்தாள் மங்களா. வேர்வையைத் துடைத்தபடியே ஓரமாக அமர்ந்தாள். காதிலிருந்த கல்வைத்த தோடு டாலடித்தது "இது ரெண்டாவது அடையாளம். சரியா வருதில்ல."

"எனக்கென்னவோ இந்தக் கோயிலுக்கெல்லாம் ஏதும் விசேஷ நாள்லதான் ஜனங்க வருவாங்கன்னு தோணுது. நீயென்னவோ இங்கதான் உனக்கு உத்தரவு கெடைக்கும்னு வந்திருக்கே" முழங்காலைப் பற்றியபடி சொன்னதும் மங்களா சிரித்தாள்.

"உனக்கு இன்னும் நம்பிக்கை வரலேன்னு தெரியறது. இருக்கட்டும். வந்தாச்சு. கொஞ்ச நேரத்துல தெரிஞ்சுடப் போறது.

இத்தனை நேரம் பொறுத்துட்டே. இன்னுங் கொஞ்ச நேரம் எனக்காகப் பொறுத்துக்கோயேன்'' எழுந்து படிகளில் ஏறினாள். மங்களா அப்படித்தான். நினைத்த காரியம் நடக்கும்வரையிலும் ஓயமாட்டாள்.

இடுங்கிய மேல்பிரகாரத்தில் நுழைந்ததும் சில்லென்ற காற்று முகத்தில் மோதியது. கருங்கல் தளத்தின் குளிர்ச்சி உள்ளங்காலைத் தொட்டது. சங்கரன் உள்ளே எட்டிப் பார்த்தான். சிறிய மண்டபத்தை அடுத்து கிழக்கு நோக்கி கர்ப்பகிரகம். ஊஞ்சல் விளக்கில் ஒற்றைச் சுடர். சின்னஞ்சிறு லிங்கமாய் பஞ்சவர்ணேஸ்வரர்.

''பெண்ணமருந் திருமேனியுடையீர் பிறங்கு சடைதாழப் பண்ணமரும் நான்மறையே...'' சுவரில் எழுதியிருந்த பாசுரத்தை வாய்விட்டுப் படித்துக்கொண்டிருந்தாள் மங்களா. ஒளிமங்கிய பிரகாரத்துள் எதிரொலித்து அதிர்ந்தது அவள் குரல். நான் கண்ணை மூடி நின்றிருந்தேன்.

''வாங்கோண்ணா. பால் வரதுக்கு சித்த நாழியாயிடுத்து'' என்றபடியே இடுப்பில் சிவப்புத் துண்டுடன் உள்ளே நுழைந்தார். வலதுகையில் துணிப்பை. இடதுகையில் தூக்குவாளிகள் இரண்டு. மங்களாவும் நானும் கைகூப்ப தலையாட்டியபடியே படிகளிலேறி கர்ப்பகிரகத்தை நோக்கி நடந்தார். தடதடவென சத்தம் எழுப்பியபடி பின்னாலேயே ஓடிவந்த சிறுவன் கையில் பெரிய பூக்கூடை.

''ஜலமிருக்காடா?'' அர்ச்சகரின் குரல் மண்டபத்தில் அலைந்தது. மேற்திறப்பிலிருந்து சரிந்திறங்கின வெயிற் கற்றைகள். பெரிய அண்டாவிலிருந்து தண்ணீரை மொண்டு படியில் வைத்து விட்டு வெளியில் ஓடிவந்தான். ஓரத்தில் வைத்திருந்த பச்சைக் குடத்தை தூக்கிக்கொண்டு பாய்ந்தோடினான்.

''பத்தே நிமிஷம். ரெடி பண்ணிடறேன். நீங்க அப்பிடியே சித்த உக்காருங்கோ'' உள்ளிருந்து குரல் வந்தது.

தென்புறம் நோக்கி நின்ற கிரிசுந்தரியையும் உள்ளிருந்த கல்யாணசுந்தரரையும் பார்க்கும்படியாக மங்களா அமர்ந்ததும் எதிரில் உட்கார்ந்தேன். சங்கரன் என்னருகில் உட்கார்ந்தான் ''மாசி மகத்தன்னிக்குத்தான் இந்த கோயில்ல விசேஷம். அன்னிக்கு ஒரு நா இங்க கால்வைக்க எடமிருக்காது.''

''மத்த நாள்ல யாரும் வரமாட்டாளா?'' மங்களா என் முகத்தைப் பார்த்தபடியே கேட்டாள். காதோரத்தில் அலைந்த கூந்தல் கற்றையை இழுத்துச் செருகினாள்.

''கும்போணத்துக்கு வர டூரிஸ்டுகளுக்கு இந்தக் கோயிலைப் பத்தி பெரிசாத் தெரியாது. யாராச்சும் சொன்னாத்தான் உண்டு. பிரதோஷம், அமாவாசைன்னு நாள் பாத்து வருவாங்க. மத்தபடி இதுமாதிரி எடநாள்ல ஒண்ணமிருக்காது.''

மங்களா கிரிசுந்தரியை ஏறெடுத்துப் பார்த்தாள். ஒற்றைச் சுடரின் ஒளியில் பச்சைப் பட்டு மினுமினுத்தது. ''அவதான் அழைச் சிருக்கா. பாப்போம்.''

''கோச்சுக்காதே. இந்த நாள்தான்னு எப்பிடி நீ உறுதியாச் சொல்றே?'' நான் தயங்கியபடியே கேட்டேன். சென்னையி லிருந்து நேற்று காலை புறப்பட்ட பிறகு நான்காவது முறையாகக் கேட்கும் கேள்வி இது.

மங்களா கண்களை மூடியபடியே புன்னகைத்தாள். சின்னஞ்சிறு மூக்குத்திப் பொட்டு மின்னி நின்றது. ''நேக்கு நன்னா நெனவிருக்கு. ஐப்பசி மாசம் இருபத்திரெண்டு இன்னிக்குத்தானே. விசாக நட்சத்திரம். இதே நாள்தான். அவ கனவுல வந்து சொன்னது என்கிட்டதானே. எனக்குத்தானே தெரியும்.''

நான் சிரித்தபடியே சொன்னேன் ''கனவுங்கறதுனாலதான் கேக்கறன்.''

மங்களா கைகூப்பினாள் ''சித்த சும்மா இருக்கியா. வந்தாச் சில்ல. என்ன நடக்குதுன்னுதான் பொறுமையா பாரேன்.''

சங்கரன் என் தொடையில் கைவைத்து அழுத்தினான் ''இவ்ளோ தூரம் தேடி வந்தாச்சில்ல. சும்மா இரேன்டா.''

''நீ சொல்லலேன்னா இந்த கோயிலைக் கண்டுபிடிச்சிருக்க முடியாது சங்கரா. என்ன மங்களா, ரெண்டு மாசம் இருக்குமா? திடீர்னு ஒரு நா காலைலே போன்ல கூப்பிட்டா. இந்த க்ஷணமே வந்தாகணும்னு. இவ இருக்கறது நங்கநல்லூர்ல. நான் இருக்கறது காஞ்சிபுரத்துல. அடிச்சிபுடிச்சு ஓடினா நேத்து ராத்திரி கனவு கண்டேன், அதப் பத்தி பேசணும்னு சொன்னா எப்பிடி இருக்கும்...'' மங்களாவை முறைத்தேன்.

''உன்னை விட்டா யாரைக் கூப்பிட முடியும். பொண்ணுங்க ரெண்டும் கண்காணா தேசத்துல. அப்பிடியே அவங்ககிட்ட சொன்னாலும் காதுகொடுத்து கேக்க நேரமிருக்கா!''

''அப்பிடி என்ன கனா. அதச் சொல்லு மொதல்லே. விஷயம் என்னன்னு இதுவரைக்கும் சொல்லலை.'' சங்கரன் இடதுகாலை நீட்டி மடக்கினான்.

''விஷயம் என்னன்னு அப்பறமா சொல்லுவா. ஆனா அப்ப எங்கிட்ட சொன்னது கனாவுல பாத்த கோயிலைப் பத்தி. நெறைய கிளிச்சத்தம். படியேறிப் போணும். ஏழிலை வில்வம். நாழிகை கணக்கில சுவாமி நெறம் மாறுவார். வண்டுக துளைக்கும். இப்பிடி துண்டுதுண்டா சொல்லிண்டு, இப்பிடி ஒரு கோயில் எங்க இருக்குன்னுதான் கேட்டா. அதுவரைக்கும் நான் அப்பிடி எதும் கேள்விப்படலை. அப்பறந்தான் உங்கிட்ட விசாரிச்சேன்.''

''கும்மோணத்துல இருந்துட்டு இது தெரியலேன்னா எப்பிடி? இப்பல்லாம் கூகுள்ல போட்டாவே வந்துடுதில்ல.''

மங்களா கைகளை ஊன்றி எழுந்தாள் ''அவ்வளவு தெளிவா எதும் தெரியல. ரெண்டு மூணு விஷயந்தான். ஆனா இவர்கிட்ட சொல்லிட்டா நடக்கும்னு தெரியும். உங்க வழியா இங்க கொண்டு சேத்துருக்கா இந்த சுந்தரி. அம்பாளே...''

அதே நேரம் உள்ளிருந்து குரல் வந்தது ''உள்ள வாங்கோ.''

கருங்கல் தரையில் கால்வைத்ததும் ஈரம் சில்லிட்டது. வெண்கலப் பாவை விளக்குகள் இரண்டும் ஒளிர்ந்து நின்றன. அருகில் தலையில் ருத்ராட்ச மாலையுடன் இறைவன் திருவடி சூடிய அப்பரின் வெண்கலச் சிலை. தீபத்தின் ஒளிவிரிந்த கர்ப்பகிரகம். ஊஞ்சல் விளக்கின் பிரகாசம் கூடியிருந்தது. வில்வ மாலையும் செந்தாமரை மொக்குகளும் அரளிப் பூக்களுமான அலங்காரத்தில் கல்யாணசுந்தரர்.

''சுவாமி இப்ப இளஞ்சிவப்பு நெறத்துல இருக்கார். ஒரு நாளைக்கு அஞ்சு கலர்ல தெரிவார். நல்லா உத்துப் பாருங்க. சின்னச் சின்னதா துளைகள் தெரியறதா. வண்டுக தொளைச்சதுன்னு ஐதீகம். இதுக்கு அபிஷேகம் கெடையாது'' என்றபடியே தீபம் காட்டினார்.

பின்பக்கச் சுவரில் இருந்த புடைப்புச் சிற்பங்கள் ஒளியில் துலங்கின. அர்ச்சகரின் குரல் கணீரென ஒலித்தது. பூஜை மணி

யோசை. மலர்களின் வாசனை. தீபாராதனை தட்டை முன்னால் நீட்டியபோது மங்களா ஒருகணம் கண்மூடி நின்றாள். கைகுவித்து பிரார்த்தித்தாள். ''நீதான் இங்கே என்னை அழைத்திருக்கிறாய். இதுதான் நீ சொன்ன இடம் என்பது தெளிவாகிவிட்டது. அடுத்தது ஒன்றுமட்டுமே பாக்கி. உன் அருளும் கருணையும் கைகூடட்டும். காத்திருக்கிறேன். எம்பெருமானே...''

வில்வத்தையும் விபூதியையும் கையில் வைத்தார் ''அண்ணா எல்லாத்தையும் சொன்னார். உங்க மனசு போல நடக்கும்.''

ரோஜா மாலை சூடி நின்ற கிரிசுந்தரியை வணங்கி முடித்ததும் குங்குமத்தையும் பூசைத் தட்டையும் கையில் கொடுத்த அர்ச்சகர் சொன்னார் ''அப்பிடியே கோயில பிரதட்சணம் வந்துடுங்கோ. இன்னும் நாழி இருக்கு.''

நெற்றியில் குங்குமத்தை வைத்ததும் மங்களா என் முகம் பார்த்தாள் ''மணி என்ன இப்ப?''

''ஏழரைதான் ஆறது. இன்னும் டைம் இருக்கு. பிரதட்சணம் வருவோம். அப்பறமாப் பாக்கலாம்.''

படிகளில் இறங்கும்போது விநாயகர் கோயில் மாடத்தில் தத்தி நின்ற கிளிகள் கீச்சிட்டபடி பறந்தன. ''இதுவரைக்கும் நாம மட்டுந்தான் இங்க இருக்கோம். வேற யாருமே வரா மாதிரி தெரியலை. அவரிட்ட கேக்கலாமா?''

தேக்கும் புன்னையும் மாவும் அடர்ந்த நந்தவனத்தையடுத்த சுற்றுச்சுவர் இடிபாடுகளுடன் நின்றது. சிதைந்த சிற்பங்களுடன் மரங்களின் நிழலினூடே தென்பட்டது மேற்கு கோபுரம். ஒழுங்கற்ற பாதையில் கற்களும் நெருஞ்சிகளும் பாதத்தை பதம் பார்த்தன. உருண்டையான வில்வப்பழங்கள் மதிலோரத்தில் கிடந்தன. உக்கிரம் காட்டத் தொடங்கியிருந்தது வெயில். மங்களாவின் முகமும் கழுத்தும் முன்கைகளும் சிவந்திருந்தன.

அறுபத்திமூவர் வரிசையாய் நின்ற மண்டபத்தின் அருகே மூவரும் அமர்ந்தபோது சங்கரன் கேட்டான் ''இப்பவாவது நாம எதுக்கு இங்க வந்திருக்கோம்னு தெரிஞ்சுக்கலாமா?''

நான் மங்களாவைப் பார்த்தேன். சிரித்தாள். ''எதுக்குன்னு மட்டும் சொல்லு நீ. எப்பிடிங்கறது அப்பறமா அவரே பாத்துக் கட்டும்.''

''நீ கொஞ்சங்கூட மாறவேல்ல மங்கா'' அவள் கையைப் பற்றி அழுத்தியபடிதான் சொல்லியிருப்பேன். அருகில் சங்கரன். கட்டுப் படுத்திக்கொண்டேன். நேற்றிலிருந்தே இந்தக் கட்டுப்பாடுதான். இன்று உத்தரவு கிடைத்த பின்னேனும் தளர்த்துவாளா தெரியாது.

''இவ வீடு நங்கநல்லூர்ல. அந்தக் காலத்தில இவா தோப்பனார் வாங்கிப் போட்ட நெலம். ரெண்டரை ஏக்கர். ஏரியா டெவலப் ஆனபோது தேவைக்கு ஒரு வீடு மட்டும் கட்டிண்டு மீதியை அப்பிடியே போட்டு வெச்சுட்டார். இவ கல்யாணமாகி ரெண்டு கொழந்தை பெத்ததெல்லாம் அங்கதான். மொதல்ல ஆத்துக்காரர் போனார். அப்பறமா தோப்பனார். கொழந்தைங்க படிச்சாங்க. கல்யாணம் முடிச்சாங்க. ஒருத்தி டெக்ஸாஸிலயும் இன்னொருத்தி சிட்னிலயும் இருக்காங்க. ரெண்டு வருஷத்துக்கொரு தரம் வருவாங்க. பறந்துருவாங்க. ஒண்ணு ரெண்டு தடவை கூடப் போனா. இப்ப அங்க போறதில பெருசா விருப்பமில்லை. அந்த வீட்ல தனியாதான் கெடக்கறா. ரெண்டு ஏக்கர் நெலத்தையும் சும்மா விடலை. நெறைய மரங்களும் செடி கொடிகளுமா குளுகுளுன்னு கெடக்கு. போறாததுக்கு வத்தாத கெணறு. கல்கண்டு மாதிரி தண்ணி. பொழுதுபோணுமேன்னு பாட்டு கிளாஸ் எடுக்கறா. இந்தியும் கத்து தரா. இப்பிடியொரு நெலமும் கெணறும் இருந்தா சும்மா இருப்பாங்களா. நாலஞ்சு வருஷமாவே பெரிய தொல்லை. ரியல் எஸ்டேட் காரனுகளும் அரசியல் வாதிகளுமா நெருக்கிட்டே இருக்காங்க. இவளுக்கு அப்பிடித் தர விருப்பமில்லை. தண்ணியை காசாக்கறதும் நெலத்தை வித்துட்டு பெட்டி பெட்டியா வீடு கட்டறதும் வேணாம். நா இருக்கற வரைக்கும் இப்பிடியேதான் இருக்கணும்னு பாக்கறா. ஆனா விடுவாங்களா. தனியா வேற இருக்கா. ஒண்ணு கெடக்க ஒண்ணு ஆயிடுச்சுன்னா என்ன பண்ண. சொந்தம்னு இருக்கறவாளையும் நம்ப முடியலை. அவங்களும் மனுஷங்கதானே. என்ன செய்யற துன்னு ஒரே யோசனை. பொண்ணுங்க போன் பண்ணும் போதெல்லாம் எங்கிட்டதான் பொலம்புதுங்க. 'எல்லாத்தையும் விட்டுட்டு வரச்சொல்லுங்க அங்கிள். நீங்க சொன்னா கேப்பாங்க'ன்னு நச்சரிக்குதுங்க. இவ எங்க நா சொல்றதை கேக்கறா. காஞ்சிபுரத்துல இருந்துட்டு நா என்ன பண்ண முடியும். முடிஞ்சப்ப போறேன். வர்றேன்.''

சொல்வதை நிறுத்தினேன். பிரகாரத்தில் பேச்சரவம். லேசான கொலுசொலி. மங்களா ஆவலுடன் பார்த்தாள். இருட்டில் உருவங்கள் நகர்ந்தன. வெளிச்சத்துக்கு வந்ததும் பெருமூச்சுடன்

என்னைப் பார்த்தாள். எங்களைக் கண்டதும் இளம் தம்பதிப் பேச்சை நிறுத்திவிட்டு சிரித்தபடியே கடந்தனர்.

''ஒரு வருஷத்துக்கு முன்னாடி திடீர்னு ஒரு யோசனை. எப்பிடி இருந்தாலும் ஏதாவது ஒரு வழியில இந்த எடத்தையும் கெணத்தை யும் புடுங்கிக்க வழி இருக்கு. அதே கோயில்னா கைவெக்க மாட்டாங்க. அதனால இந்த எடத்துல ஒரு கோயிலை கட்டிட்டா பிரச்சினையே இருக்காதுன்னு யோசனை வந்துச்சு. மண்ணடில இவங்க அப்பாகிட்ட குமாஸ்தாவ இருந்தவரோட பையன் இப்ப அட்வகேட்டா இருக்கான். அவன்கிட்ட கேட்டபோது ஒரு பிரச்சினையும் வராதுன்னு சொன்னான். கொஞ்சம் தெம்பா வேலைய ஆரம்பிக்கலாம்னு சாஸ்திரிகள்கிட்ட கேட்டோம். காஞ்சிபுரத்துல மடத்துலயும் போய் கேட்டேன். எல்லாருமே ஒண்ணுபோல சொன்னது 'அம்பாள் உத்தரவு குடுத்தா தாராளமா செய்ங்கோ. அவ உத்தரவு இல்லாம தலைகீழா நின்னாலும் ஒண்ணும் நடக்காது'ன்னுதான். அம்பாள் உத்தரவுக்கு எங்க போறது?''

மீண்டும் கொலுசொலி கேட்டது. இந்த முறை அது சீரான ஓசையாக இருக்கவில்லை. ஓடுவதும் தத்துவதும்போல சீரற்று ஒலித்தது. மங்களா பரபரப்புடன் எழுந்தாள். பாட்டிலைத் திறந்து தண்ணீர் குடித்தாள்.

மண்டபத்தின் கூரை இடுக்கு வழியே வெளிச்சம் இறங்கிய இடத்தில் அந்தச் சிறுமி தாவி நின்றாள். பச்சைப் பாவாடை. பொன்னிற மேல்சட்டை. காதில் அசைந்தன சின்னஞ்சிறிய தொங்கட்டான்கள். மேலிருந்து இறங்கும் வெளிச்சக் கற்றைகளை விலக்குவதுபோல் கைகளை வீசினாள். ஒளிரும் உள்ளங்கைகளை வியப்புடன் பார்த்தாள். துள்ளிக் குதித்தபோது கொலுசுகள் சிணுங்கின.

கண்கள் கசிந்திருக்க மங்களா அவளையே பார்த்து நின்றாள்.

வாகனத்தின் சாவியை விரலில் சுழற்றியபடி வந்தவனைப் பார்த்து வெயிலைக் காட்டினாள் சிறுமி. அவனருகே நீலப்புடவை யுடன் வந்தவளின் கையில் செந்தாமரை மொட்டுடன் கூடிய பூஜைத் தட்டு.

இருவரும் முன்னால் நடக்க சிறுமி கொலுசொலிக்க ஓடினாள். பிள்ளையார் கோயிலருகே நின்றாள். அம்மாவைத் திரும்பிப் பார்த்தாள். ''ம்மா... பாலும் தெயிதேனும் சாமிதான.'' அவள்

தலையசைத்ததும் கண்ணை மூடி நின்றாள். உதடுகள் முணு முணுத்தன. சிறிய கால்களை மடக்கி தோப்புக்கரணமிட்டாள். சுற்றி வந்ததும் எந்தப் பக்கம் போகவேண்டுமென்பதுபோல அப்பாவைப் பார்த்தாள். படிகளை கைகாட்டியதும் ''ஏறட்டுமா...'' என்று கேட்டாள்.

''பாத்து மெதுவா'' அம்மா சொன்னவுடன் தாவி ஏறினாள்.

மங்களா மெல்ல பின்னால் நடந்தாள். நானும் சங்கரனும் தொடர்ந்தோம். அவள் எதிர்பார்த்த தருணம் இதுதானா?

அவள் காதருகில் கிசுகிசுத்தேன் ''இவதானா?''

என்னைத் திரும்பிப் பார்க்கவில்லை. அவளது பார்வை சிறுமியிடமிருந்து சிறிதும் விலகவில்லை. ''அவசரப்படாதே. இன்னும் முழுசா சொல்ல முடியலே. நட்சத்திரம் சரியா வரணும். நான் குடுக்கறதை வேணான்னு சொல்லாம வாங்கிக்கணும். பாக்கலாம்.''

மேல் மாடத்தின் பிரகாரத்தில் அவர்கள் மூவரும் நுழைந்த பின் படிகளில் ஏறும்போது மங்களா மூச்சிரைக்கச் சொன்னாள் ''இன்னும் ரெண்டு விஷயந்தான். அதும் செரியா வந்துடுத் துன்னா... அம்மாடி. ரொம்ப படபடப்பா இருக்கு. உள்ள போவே பயமா இருக்கு.''

அவள் கைகளைப் பற்றிக்கொள்ள நினைத்தேன். உடனே விலகினேன். ''உன் மனசுக்கு நல்லபடியாத்தான் நடக்கும். தைரியமா வா. பாத்துடுவோம்.''

சங்கரன் முன்னால் நடக்க என்னுடன் தயக்கத்துடன் படியேறினாள் மங்களா.

கிரிசுந்தரியின் முன்னால் நின்று எட்டிப் பார்த்தோம். சிறுமி தடுப்புக் கம்பியின் மேல் கால்வைத்து எம்பி நின்றாள். அவள் கண்கள் துறுதுறுவென வெளிச்சங்களை நோக்கி அலைந்தன.

''உம்மாச்சி எங்கம்மா?'' மழலையுடன் குரல் ஒலித்தது.

''அங்க பாரு. உள்ளே'' அம்மா கைகாட்டினாள்.

சிறுமி உற்றுப் பார்த்தாள். அர்ச்சகர் பூக்கூடையை வாங்கிக் கொண்டு கேட்டார் ''அர்ச்சனைக்கு பேர் சொல்லுங்க.''

''இவ பேருக்குத்தான். மக நட்சத்திரம்... ... '' அம்மா சொன்ன நொடியில் மங்களா கிரிசுந்தரியின் முன்னால் கால்மடங்கி

விழுந்தாள். பதற்றத்துடன் குனிந்தேன். ''என்னம்மா...'' சங்கரனும் கீழே கால்மடக்கி அமர்ந்தான்.

அவள் தலை அசைந்தது. நிதானமாக எழுந்தாள். நீர் ததும்பின கண்கள். உதடுகள் நடுங்கின. பூஜை மணியொலித்தது. உள்ளே திரும்பிப் பார்த்தாள். தீபாரதனையில் லிங்கரூபம் சுடர்ந்தது. சிறுமி கன்னத்தில் போட்டுக்கொண்டாள்.

மங்களாவும் கன்னத்தில் போட்டுக்கொண்டாள். மனமுருகி நின்றாள். அவள் மீதிருந்த பார்வையைத் திருப்பாமலே மெல்லக் கேட்டாள் ''கொழந்தைக்கு என்ன பேர் சொன்னாங்க?''

நான் சங்கரனைத் திரும்பிப் பார்த்தேன். அவனும் உதடுகளைப் பிதுக்கினான். ''சரியா காதுல விழலை. நீ வேற கீழ விழுந்தா மாதிரி இருந்துதா...''

மூவரும் வெளியில் வருவதைப் பார்த்ததும் மங்களா அவசரமாக விலகினாள். பாசுரங்கள் எழுதிய சுவருக்கு அருகே அமர்ந்தோம். பையிலிருந்து தண்ணீர் பாட்டிலையும் பூஜைத் தட்டிலிருந்த வாழைப் பழங்களையும் வெளியில் எடுத்தாள். மறுபடி தண்ணீர் பருகினாள்.

அம்பாளை வணங்கியானதும் சிறுமி முகத்தை ஏந்தி நெற்றியை காட்டியபடி நின்றாள். சந்தனக் கீற்றை இட்டு குங்குமத்தை நடுவில் வைத்துவிட்டு நிமிர்ந்தார் அப்பா. சிறுமியின் கையில் பத்து ரூபாய் தாள் படபடத்தது.

''உண்டியல்...'' அம்மாவிடம் கேட்டபடியே தேடினாள்.

சிறுமிக்கும் உண்டியலுக்கும் நடுவில்தான் ஓரமாக நாங்கள் அமர்ந்திருந்தோம். துள்ளி நடந்தாள். ஒருமுறை எங்களைப் பார்த்தாள். மங்களா அவளைப் பார்த்து கண்ணில் நீர் மல்கச் சிரித்தாள். சிறுமி திரும்பி அம்மாவைப் பார்த்தாள். அவள் தலையசைத்து அனுமதி தந்ததும் உண்டியலை கொலுசொலிக்க சீரடி வைத்து நெருங்கினாள். பணத்தாளை உள்ளே செலுத்திவிட்டு திரும்பிப் பார்த்து சிரித்தாள். ஓரக்கண்ணால் மங்களாவைப் பார்த்தபடியே ஓடினாள்.

''கொழந்தே...'' நடுங்கும் குரலுடன் மங்களா அழைத்ததும் சிறுமி திரும்பிப் பார்த்தாள். முகம் மலரச் சிரித்தாள்.

''இந்தா... வாங்கிக்கோ'' என்று வாழைப்பழத்தை நீட்டினாள்.

சிறுமி அம்மாவைப் பார்த்தது. வகிட்டில் குங்குமத்தை ஒற்றி யெடுத்துவிட்டு நின்றவள் மங்களாவைப் பார்த்தாள். அவளது முகமும் கண்களும் சிறுமியிடமே நிலைத்திருப்பதைக் கண்டதும் தலையசைத்தாள் ''வாங்கிக்கோ'' என்றதும் குழந்தை திரும்பி நின்றது. அடியெடுத்து அருகில் வந்தது. நீட்டிய கைகளையும் மங்களாவின் முகத்தையும் கனிவுடன் பார்த்தது. ஒற்றைப் பொன் வளையல் அணிந்த வலது கையை நீட்டிப் பழத்தை வாங்கிக் கொண்டு திரும்பி சன்னமாய் கொலுசொலிக்க நடந்தது.

''தேங்க்ஸ் சொன்னியா...'' அப்பா கேட்டதும் திரும்பிப் பார்த்தது.

அர்ச்சகரை வணங்கிவிட்டு இருவரும் நகர்ந்தனர். மங்களாவைப் பார்த்து சிறுமியின் அம்மா தலையசைத்தாள்.

''உம் பேரு என்ன குட்டி'' மங்களா மெல்லக் கேட்டாள்.

''சொல்லமாட்டேன்'' சிரித்தபடியே பழத்தைக் கையில் பிடித்தபடி அம்மாவிடம் ஒட்டிக்கொண்டு நகர்ந்தாள் சிறுமி.

படிகளில் இறங்கும்போது கொலுசொலித்தது. மங்களா எழுந்து வாசலில் நின்றாள். அவர்கள் போவதையே பார்த்துக்கொண்டிருந் தாள்.

''உத்தரவு கெடச்சிருச்சா மங்களா?'' நான் மெதுவாகக் கேட்டேன்.

கண்களில் நீர்பெருக அவள் ஆமோதிப்பதுபோல தலை யசைத்தாள். சிறுமி ஒவ்வொரு படியாகத் தத்தி இறங்கினாள். மதில்மேல் கீச்சிட்டு நடந்த கிளிகளைப் பார்த்து உற்சாகத்துடன் கத்தினாள்.

மங்களா முதல்படியருகே நின்று சத்தமாக அழைத்தாள் ''குட்டிம்மா. உன் பேர் என்னன்னு சொல்லலியே''.

கிளிகளைப் பார்த்து கையசைத்து நின்ற சிறுமி மங்களாவைத் திரும்பிப் பார்த்தாள். சிரித்தாள். சற்றே குனிந்து உரக்கச் சொன்னாள் ''சொல்லமாட்டேன் போ.''

சிறுமியின் அம்மா அவளை எச்சரிப்பதுபோல் பார்த்துவிட்டு மங்களாவை ஏறிட்டாள். மங்களா தலையசைக்கவும் சிறுமியின் கைபற்றி நடந்தாள்.

"அவ சொல்லாட்டி என்ன இப்ப. கிரிசுந்தரி, பர்வதவர்த்தினி, திரிபுரசுந்தரின்னு எத்தனை இருக்கு. என்ன பேர் வேணா வெச்சுக்கலாம்."

மங்களா சொன்னபோது கிளிகள் இன்னும் உரக்கக் கீச்சிட்டன.

அந்தி மழை - பிப்ரவரி 2021

வாசனை

கதவைத் திறந்ததும் புழுங்கலான வாடையுடன் காற்று வெளியேறியது. சிக்குப்பிடித்த எண்ணெயும் கெட்டுப்போன உணவுப்பண்டமும் அழுக்கும் சேர்ந்த நாற்றம். சோர்வுடன் கண்களை மூடியபடி தலையை அப்படியே சுவரில் சாய்த்து நின்றான். யாருமற்ற வீட்டின் நிச்சலனமும் வெறுமையும் எதிரில் இருளென நின்றிருந்தது. மூலையிலிருந்த ஸ்விட்சை எட்டிப் போட்டான். வெளிச்சம் பரவிய நொடியில் தரையில் கரப்பான்கள் வெருண்டோடின. அங்கும் இங்குமாய்ப் பதுங்க இடம் தேடி விரைந்தன. எச்சரிக்கையுடன் கால்வைத்து உள்ளறைக்கு வந்து விளக்கைப் போட்டான். கூடவே மின்விசிறியையும். சுழலத் தொடங்கிய மின்விசிறியைப் பார்த்ததும் உடலைச் சொடுக்குவது போல அந்த எண்ணம் தாக்கிற்று. ஒருகணம்தான். உடல் பரபரத்தது. அதுதான், அதுவேதான் என்று அந்தச் சிறுபொறியை ஊதிப் பெருக்கும் ஆவல் கிளர்ந்தது. தலையை உலுக்கிக்கொண்டு ஜன்னலைத் திறந்தான். உடைகளைக் களைந்து சோபாவின் மேல் போட்டான். தரையில் கிடந்த வேட்டியை எடுத்து உதறியபோது மின்விசிறியை மறுபடியும் தலைதூக்கிப் பார்த்தான். இப்போது அது இன்னும் தீவிரமடைந்தது.

மின்விசிறியை அணைத்தான். வேகம் குறைந்து மெதுவே சுழன்று நிற்கும் வரையிலும் அப்படியே பார்த்துக்கொண்டு நின்றான். புழுக்கம் கூடியது. ஜன்னலுக்கு வெளியே மையிருட்டு. சுவருக்கு அப்பால் காற்றில் அசையும் கிளைகளின் மேல் தெருவிளக்கின் ஒளி மங்கலாய்த் தென்பட்டது.

வேட்டியை நீளவாக்கில் பிடித்து அளவு பார்த்தான். இரு முனைகளையும் பிடித்தபடி வேட்டியை இழுத்துப் பார்த்தான். சரியாக இருக்கும் என்றொரு குரல். ஒரு முனையைத் தூக்கி மின்விசிறி மேல் வீசினான். ஒரு விசிறியில் பட்டுச் சரிந்தது. கைகள் நடுங்கின. முகத்திலும் முதுகிலும் வேர்வை. இப்படித்

தூக்கிப் போட்டால் சரிவராது. எதையேனும் இழுத்துப் போட வேண்டும். அதன் மேல் நிற்க வேண்டும். பிறகு பதற்றப்படாமல் சுருக்கிட்டுக் கழுத்தை நுழைக்கவேண்டும். அதன் பிறகு கால்களுக்கு கீழிருக்கும் நாற்காலியையோ மேசையையோ தள்ளிவிடவேண்டும். இதுதான் சரியான முறை. சரியோ தவறோ எல்லோரும் இப்படித்தான் செய்கிறார்கள்.

சட்டென்று வேட்டியை உதறி எறிந்தான். சோபாவுக்குப் பின்னால் விழுந்தது. ஆணியில் தொங்கிய இன்னொரு வேட்டியை எடுத்து இடுப்பில் சுற்றிக்கொண்டு உள்ளறையிலிருந்து வேகமாய் நடந்து பின்கதவைத் திறந்தான். திரும்பிப் பார்க்காமலே விரைந்தவன் துவைகல்லின் மேல் உட்கார்ந்ததும் அறையைப் பார்த்தான். வெப்பத்தைத் தேக்கியிருந்த கல் சுட்டது. இன்னும் அந்த எண்ணம் வீட்டுக்குள் இருக்கக்கூடும் என்ற பயம். விரல்களில் இன்னும் நடுக்கம் தணியவில்லை. இத்தனை நாட்களும் அவனை அச்சுறுத்தாத இந்தத் தனிமையும் வெறுமையும் ஏன் இப்படியொரு யோசனையைக் கொடுத்தன என்று அவனுக்கு விளங்கவில்லை.

அந்த எண்ணத்தை விரட்ட விரும்பியவனாய் தலையை உயர்த்தி வானைப் பார்த்தான். எண்ணற்ற நட்சத்திரங்கள் காணுந்தோறும் முளைத்தெழுந்து மின்னின. ஒவ்வொரு விண்மீனும் கண்ணீர்த் துளிபோல் பளபளத்தது. அதன் நீர்மையை அவனால் உணரமுடிந்தது. உதடுகள் துடிக்க விசும்பினான். வானம் கைநீட்டி தலைதடவியதுபோல நிலையிழந்தான். அழுதான். வழியும் கண்ணீரைத் துடைக்க வேண்டாதவனாய் வானைப் பார்த்தபடியே அழுதான். யாரும் அருகிருந்து எதுவும் சொல்லாததே ஆறுதலாய் இருந்தது. அதே நேரத்தில் யாருமில்லை என்பது துக்கமாயும் இருந்தது.

துக்கம் கரைந்ததா அல்லது அந்த அச்சம் கலைந்ததா தெரியவில்லை. அழுகை மெல்ல வடிந்து ஓய்ந்தது. படபடப்பு அடங்கி மனம் லேசாகியிருந்தது. ஏன் இந்த அழுகை என்று அவனால் விளங்கிக்கொள்ள முடியவில்லை. என்னென்னவோ நடந்திருக்கிறது. எதற்கும் கலங்கியதில்லை. அழுததும் இல்லை. இன்றென்ன இப்படி?

போதும் இந்தப் போராட்டம், முடித்துக்கொள்ளலாம் என்ற எண்ணம் எப்படி வந்தது? அதுதான் முடிவென்றால் எப்போதோ அதை எடுத்திருக்கலாம்.

ஒருநாள் சுருக்கமாய் ஒரு குறுஞ்செய்தியை மட்டும் அனுப்பி விட்டு அவனை விட்டு அவள் போனபோதே அதைச் செய்திருக் கலாம். என்ன காரணம் என்பதை அவள் சொல்லவேயில்லை. தொடக்கத்திலிருந்தே ஒட்டாமல் இருந்தமைக்கான காரணத்தை அவனால் பிரித்தறியவே முடியவில்லை. அவள் ஒட்ட வில்லையா? இவன் அனுமதிக்கவில்லையா? எப்போதும்போல விலகி நின்றுவிட்டானா? அதுவே அவளுக்கு வசதியாகப் போய் விட்டதா? ஒன்றுமே புரியவில்லை. இதெல்லாவற்றையும்விட அவளுக்கு வேறு ஏதோ தேவைப்பட்டிருக்கிறது. இவனால் தரமுடியாத ஒன்று. அவனுக்கும் அப்படி ஏதும் தேவைகள் இருந்ததா? ஒரு பெண்ணால் மட்டுமே இட்டு நிரப்பக்கூடிய வெற்றிடம் அவனிடமும் இருந்ததா? அவனுக்கே தெரியாதபோது அவளிடம் எப்படிச் சொல்லியிருக்க முடியும்?

போதும் என்று தீர்மானித்ததும் போய்விட்டாள். எஞ்சி யிருக்கும் சிற்சில ஞாபகங்கள் எப்போதேனும் எட்டிப் பார்க்கும் போது அவள் முகத்தைத் துலக்கிப் பார்த்திட விழைவான். ஆனால் அது கலைந்த நீர்வண்ண ஓவியம்போலத்தான் நினைவில் அசைகிறது. அவள் போன கையோடு வீட்டிலிருந்த திருமண ஆல்பத்தையும் வீடியோவையும் எரித்துவிட்டான். எங்கே என்று தேடிப் போகவும் இல்லை. யாரும் வந்து விசாரிக்கவும் இல்லை.

புறக்கணிப்பின் காரணிகளை அறியாத துக்கம் அவனை வெகுநாட்கள் வாட்டியிருந்தது. அப்போது இப்படியொரு முடிவை எடுத்திருக்கலாம். ஆனால் எல்லாவற்றையும் இப்போது கடந்த நிலையில் இந்த எண்ணம் எப்படி எழுந்தது?

வீட்டுக்குள் போகவே பயந்தவன்போல இருளை வெறித்த படியே உட்கார்ந்திருந்தான். வெம்மை குறைந்து இரவு இதமாகி யிருந்தது. வானில் நட்சத்திரங்களின் ஒளி. காற்றில் அசையும் தென்னை ஓலைகளின் சரசரப்பு. கொடியில் அசையும் துணிகளைப் பார்த்தபடியே கண்களை மூடினான். அவளுடன் சேர்ந்து எல்லாமே போய்விட்டது. எந்த வீட்டுக்கும் இயல்பாகப் போக முடியவில்லை. எப்போதேனும் ஒருமுறை திருப்பூரிலிருக்கும் தம்பி வீட்டுக்குப் போக நேர்ந்தபோதும்கூட இறுக்கம் கூடிய அந்தச் சூழலை அவனால் வெகுநேரம் தாங்க முடிந்ததில்லை. தம்பியின் மனைவி கண்ணில்படாமலே நழுவியிருப்பாள். அம்மா எங்கோ வெறித்தபடியே அவன் விடைபெறுவதற்காகவே காத்திருப்பாள். அறிந்த நாள் முதல் அவள் அப்படித்தான்.

அவளுக்கு எல்லாமே சின்னவன்தான். இந்த வீட்டுக்கு அவள் வந்துபோன நாட்களை விரல்விட்டு எண்ணிவிடலாம். இவனைக் கண்டதுமே அவளது முகமும் கண்களும் உடலும் ஏன் அப்படி சுருங்கிக்கொள்கிறது என்பது புரியவேயில்லை. அம்மாதானே, இருக்கட்டும் என்று சமாதானம் எழுகிற அதே நேரத்தில் அம்மாதானே? என்ற கேள்வியும் வலியுடன் முளைக்கும்.

அலுவலகத்தில் அவன் இப்படித் தனியாய் இருப்பது பலருக்கும் தெரியும். ஆனால் யாரையும் அவன் நெருங்கவிட்டதில்லை. யாரிடமும் நெருங்கவுமில்லை. ஒருவிதமான கிராக் என்ற பெயரும் தனியாகக் கிடப்பவன் என்பதும் அவனைச் சுற்றி ஒரு வேலியை எழுப்பியிருந்தது. ‘சரியா சாப்பிடுறதுமில்லை. வேற பழக்கமும் கெடையாது. வாங்கற சம்பளத்தையெல்லாம் என்ன பண்ணுதோ தெரியலே’ என்ற குரல்கள் அவ்வப்போது ஒலிக்கும். அவன் பொருட்படுத்தியதில்லை.

அவனுக்கும் அது தெரியவில்லை. பணத்தை வைத்துக் கொண்டு என்ன செய்வது? எதுவும் செய்யவேண்டும் என்ற எண்ணமும் இல்லை.

மணமான ஆரம்ப நாட்களில் இரவுகளில் அனத்திய உடலும் வெம்மையான பொழுதுகளின் அவஸ்தையும் அவனுக்குப் பிடித்திருந்ததுதான். பெரிய கற்பனைகள் இல்லையென்றாலும் ரகசியமான அதன் வசீகரம் அவனை ஆட்கொண்டிருந்தது. ஆனால், சட்டென்று உடைபட்டுவிட்ட சோப்பு நுரையைப் போல சில நாட்களில் அவளது விலகலை அவனால் உணரமுடிந்தது. அது என்னவென்று புரிவதற்கு முன்பே அவள் விடைபெற்றுப் போய்விட்டாள்.

அவள் இல்லையென்றதும் மனம் அகங்காரத்துடன் முறுக்கிக் கொள்ளலாம். ஆனால், சில இரவுகளில் அவளிடம் கண்டடைந்த வேட்கையை உடல் அத்தனை சுலபத்தில் மறந்துவிடுமா? இன்னொருத்தியைக் கண்டடைந்து சேர்த்துக்கொள்ளும் துணிச்சல் வரவில்லை. வேறு வழிகளில் தணிக்கும் உத்திகளை யோசித்து குறிப்பிட்ட இடங்களில் தயங்கி நின்ற தருணங்களில் ஏற்பட்ட பதற்றத்தையும் பயத்தையும் கடந்து அடுத்த அடி எடுத்து வைக்க முடியவில்லை. அப்போதெல்லாம் கூரிய அவள் கண்கள் நினைவில் அழுந்தும். கலைந்த கூந்தலுடன் சற்றே சரிந்து படுத்திருப்பவளின் முகத்திலும் பார்வையிலும் பீறிடும் அந்தக் கேலியும்

கேள்வியும் துளைத்துப் பாயும். வாய்விட்டுக் கேட்கவில்லைதான், ஆனால் கேட்காமலே வலித்தது.

உடல் களைத்திருந்தது. மெல்ல எழுந்து தயக்கத்துடன் நடந்தான்.

விவசாயக் கல்லூரியின் வடக்குப் பக்கமுள்ள இந்த நுழை வாயில் பகலில் மட்டும் திறந்திருக்கும். இப்போது குறுக்குக் கம்பம் போடப்பட்டிருந்தது. காவல் கூண்டுக்குள் கைபேசியில் ஆழ்ந்திருந்தார் இரவுக் காவலர். கொசுவர்த்திப் புகை வளைந்து மேலேறிக் கலைந்தது. காலடிச் சத்தம் கேட்டதும் நிமிர்ந்து பார்த்தார். அடையாளம் தெரிந்ததும் முகத்தில் சிரிப்பு. தலை யாட்டிவிட்டு மீண்டும் கைபேசித் திரையைப் பார்க்கத் தொடங்கி னார். முன்னிரவில் அவ்வப்போது இந்தப் பாதையில் நடப் பதுண்டு. சிவப்புக் கட்டடங்கள் ஒளியேந்தி நிற்க மரங்களில் அடைந்திருக்கும் பறவைகளின் கெச்சட்டம் அடங்கியிருந்தது. பரபரப்பில்லாத பாதை. வாகனங்களின் ஒலியோ ஒளியோ தொந்தரவு செய்யாது. இருபுறமும் அடர்ந்த மரங்கள். நடுவில் அங்கங்கே ஆராய்ச்சிக் கூடங்கள். வகுப்பறைகள். மாலை வேளைகளில் பட்டாம்பூச்சிகளைப்போல சைக்கிள்களில் உலவும் மாணவிகளைப் பார்க்க முடியும். அவர்களைக் கண்டால் என்னவோ ஒரு தினுசான உற்சாகம் அவனைத் தொற்றிக் கொள்ளும். சற்று நேரந்தான். அதுவே கண்ணீர் வரவழைக்கும். உடலை நடுங்கடிக்கும். நெஞ்சு வலிக்கும். வாய்விட்டு அழ வேண்டும் போலொரு அவஸ்தை. அதனாலேயே அந்த நேரத்துக்கு அங்கே வருவதை அவன் தவிர்ப்பான். இப்போது அவர்கள் கூடடைந்திருப்பார்கள். சன்னமான மணியொலியும் சிரிப்புமாய் வண்ண உடைகளுடன் அவர்கள் கடந்து போக இப்போது வாய்ப்பில்லை.

சடசடவென சிறகுகளை அடித்தபடி தரைநோக்கி வந்த பறவையைக் கண்டதும் நின்றான். கிளை மீது சிறு சண்டையா? அதே வேகத்தில் மேலேகி இருளில் மறைந்தது. அந்தச் சிறகின் படபடப்பும் ஓசையும் இன்னும் காற்றில் எஞ்சி நிற்பதுபோல அப்படியே பார்த்துக்கொண்டு நின்றான். இன்னொரு முறை அது தரை நோக்கி வருமோ என்று தலைதூக்கிப் பார்த்தான்.

இருளில் ஓசையின்றி நின்றது மரம். என்ன பறவை அது? இதுதான் தன் கூடென எப்படி அடையாளம் வைத்திருக்கிறது?

நான் என் கூட்டை நோக்கிச் செல்வதுபோல அதுவும் வந்து சேர்ந்திருக்கிறது.

என் கூடு. இரவில் எங்கும் திரியாமல் அலையாமல் ஓரிடத்தில் தங்கவேண்டும். கிடக்கவேண்டும். வேறென்ன? பாதுகாப்பா? உறவுகளா? ஏதேனுமொரு பிடிப்பிருந்தால் அதை வீடென்று சொல்லலாம். எதுவுமில்லாத ஒன்றை வீடென்று எப்படிச் சொல்ல?

திரும்பி நடக்கத் தொடங்கினான்.

இப்படியொரு அமைதியான சூழலில் அந்த வீடு அமைந்திருப்பதும் ஒரு ஆறுதல்தான். இப்போதும் காவலரின் பார்வை கைபேசியிலிருந்து விலகியிருக்கவில்லை.

இடதுபுறமாய் ஒதுங்கி நிற்கும் வீட்டின் பின்பக்கமாய் நடந்தான். முன்பக்கக் கதவை அவன் திறப்பதேயில்லை. உள்ளே வருவதற்கும் வெளியில் செல்வதற்கும் சமையல் அறைக் கதவு தான். வீட்டின் இன்னொரு போர்ஷனில் ஓய்வுபெற்ற பேராசிரியர் வசிக்கிறார். சமயங்களில் கதவைத் தட்டி எதையாவது கேட்பார். ஆரம்ப நாட்களில் நிறையக் கேள்விகள். தனியாக இருப்பது எல்லாவிதமான சந்தேகங்களையும் கிளப்புமல்லவா? ஆனால் இப்போது அவருக்கும் பழகிவிட்டது. எப்போதேனும் நேராகப் பார்க்க நேரும்போது ஒரு புன்னகையோ சிறு உரையாடலோ வாய்க்கும். அவ்வளவுதான். சரியான தேதியில் கணக்கில் வாடகை வரவாகிவிடுவதால் வெளியூரில் இருக்கும் வீட்டுக்காரருக்கு வேறெதைப் பற்றியும் கவலையில்லை.

துவைக்கும் கல்லோரமாய் சரசரவென எதுவோ ஓடி மறைந்தது. ஒருகணம் நின்றான். கழிவறை அருகே ஈரம் இன்னும் உலரவில்லை. கொடியில் அசைந்திருந்தன துணிகள். கதவைத் திறந்தவுடன் குறுக்கும் நெடுக்குமாய் ஓடின கரப்பான் பூச்சிகள். கவனமாக கால்களை வைத்து உள்ளறைக்குப் போனான். கிழக்கில் மட்டும் சிறிய ஜன்னல். கதவைத் திறந்தவுடன் அடைபட்ட காற்றின் வாடை விலகியோட செய்தித்தாள்களும் துணிகளும் தாறுமாறாய்க் கிடந்த பழைய சோபாவில் அப்படியே சரிந்தான். காதோரத்தில் கொசுக்கள் ரீங்கரித்தன. தொண்டை வறண்டிருந்தது. தாகம். நிமிர்ந்து பார்த்தான்.

தூசி படிந்த குட்டை மேசையின் மேல் கண்ணாடிப் பாத்திரத்தில் பாதியளவு தண்ணீர். உற்றுப் பார்த்தான். சிறு

புழுக்கள் நெளிவதுபோலத் தெரிந்தது. உடல் தன்னிச்சையாக உலுக்கியது. அப்படியே மெதுவே அதை எடுத்துச் சென்று சமையலறை கழுவுதொட்டியில் கொட்டினான். பாத்திரத்தை ஓரமாய் கவிழ்த்துவிட்டு மேடையைப் பார்த்தான். எண்ணெய்ச் சட்டியில் காய்ந்த பூரிக்கிழங்கு. பிசைந்து உருட்டிய மாவு காய்ந்து ஓரமாய் கிடந்தது. இரண்டு நாட்களுக்கு முன்பு பூரிக்கு ஆசைப் பட்டு பதமில்லாமல் அது எண்ணெயில் கருகி கடிக்க முடியாமல் போய்விட்டது. கிழங்கிலும் உப்பு கூடிப்போய் வீணானது.

சமைக்கவேண்டும் என்ற எண்ணம் எப்போதேனும் தலை காட்டும். அந்த சில வேளைகளிலும் நளபாகம் இப்படித் திரிந்து போய் அடுத்த சில மாதங்களுக்கு அடுப்பைப் பற்றவைக்கும் எண்ணத்தையே துரத்திவிடும்.

தூங்குவதற்கு பயம். மறுபடியும் அந்த எண்ணம் தலை தூக்குமோ என்ற பயம். எழுந்தான். சமையலறைக்குள் வந்தவன் குழாயைத் திருப்பினான். தண்ணீர் சீற்றத்துடன் கொட்டியது. மேடையிலும் அலமாரியிலும் கிடந்த பாத்திரங்களை எடுத்துப் போட்டான். ஒவ்வொன்றையும் நிதானமாகத் தேய்த்தான். மிகுந்த ஈடுபாட்டுடன் கவனத்துடன் சோப்பைப் போட்டு நுரைக்க நுரைக்கத் தேய்த்தான். விம் பாரின் மணம் உற்சாகம் தந்தது. கழுவுதொட்டியில் நுரை பொங்கியது. ஒவ்வொரு பாத்திரமாய் நீரில் அலசிக் கழுவினான். கையோடு மேடையைத் துடைத்து ஒவ்வொன்றையும் கவனமாக கவிழ்த்து வைத்தான்.

பழந்துணியை நனைத்து அடுப்பைத் துடைத்தான். கலைந்து கிடந்த அலமாரியில் டப்பாக்களை வரிசையாக அடுக்கினான். பல நாட்கள் பயன்படுத்தாத மஞ்சள், சீரகம், மிளகு, பொட்டுக்கடலை, வெந்தயம் என்று ஒவ்வொன்றையும் முகர்ந்து பார்த்தான். சமையல் பொருட்களின் மணம் உற்சாகத்தைத் தந்தது. இரண் டாவது தட்டில் பாத்திரத்தில் ஊறிக் கிடந்தது வெல்லக்கட்டி. சுற்றிலும் எறும்புகள். பாத்திரத்தை எடுத்து அப்படியே தொட்டியில் போட்டான். எறும்புகள் வரிசை கலைந்து விலகி நகர்ந்தன. அந்த வரிசை சுவரோரமாய் நகர்ந்து கீழிறங்கியது.

துணியை சோப்புத் தண்ணீரில் நனைத்து தரையைத் துடைத் தான். மண்டியிட்டுக் குனிந்து துடைக்கும்போது வேர்த்தது. அந்த வலியும் வேர்வையும் அந்த நேரத்தில் அவனை நிதானப் படுத்தியிருந்தது. தூங்கக்கூடாது. இரவில் உடல் சோர்ந்து

படுத்தால் அந்த எண்ணம் வந்துவிடுமோ என்ற பயத்தை விரட்டுபவனாய் தரையைத் துடைத்தான்.

சமையலறையில் வேலை முடிந்தபோது ஓரமாய் நின்று நிதானமாகப் பார்த்தான். சுத்தமாக இருந்த அந்த இடத்தைப் பார்த்த போது நான் எதற்குச் சாகவேண்டும் என்ற குரல் உள்ளுக்குள் உரக்க ஒலித்தது. பின்கதவைச் சாத்தியபோது உடல் களைத்திருந்தது. பதற்றம் அடங்கி நிதானம் கூடியிருந்தது.

நடு அறைக்குப் போய் இதேபோல எல்லாவற்றையும் அடுக் கலாமா என்று யோசித்தான். சமையலறையைவிட கொஞ்சம் பெரியது. மூலையில் ஒரு பீரோ. சுவரையொட்டி சோபா. கழற்றிப் போடும் துணிகள், அழுக்குத் தலையணைகள், போர்வைகள், பெல்ட், தோள்பை என்று எல்லாமே சோபாவின் மீதுதான். ஜன்னலுக்குக் கீழே கோத்ரெஜ் மேசை. மனோரமா இயர் புக், தியானமும் அதன் பலன்களும், பொன்னியின் செல்வன் என்று கலவையாய் சில புத்தகங்கள். விகடன், துக்ளக் என்று வாராந் தரிகள். மத்தியில் ஒரு சிறிய பிளாஸ்டிக் பெட்டி. மாத்திரைகள், ரூபாய் தாள்கள், சில்லறைக் காசுகள், சில்லறைக்கு மாற்றாய் வந்த சாக்லெட்டுகள் என்று அதற்குள் சகலமும் கிடக்கும். எல்லா வற்றின் மேலும் தூசுப் படலம். தரையில் அங்கங்கே சுருண்டு கிடக்கும் பணத்தாள்கள். பத்து ரூபாயிலிருந்து ஐநூறு ரூபாய் வரையும் அங்கங்கே சிதறிக் கிடக்கும். மேசைக்கு கீழேயிருக்கும் பிளாஸ்டிக் வாளியில் காய்ந்து கருகிய பழத்தோல்கள், பழைய ரேசர், கசக்கி எறிந்த காகிதங்கள். மல்லாந்து கிடக்கும் கரப்பான் களும் அவ்வப்போது இருக்கும். நாற்காலி மீது சட்டைகளும் பனியன்களும்.

எட்டிப் பார்த்தான். மின்விசிறி அசையாமல் நின்றது. அப்படியே நின்றான். சோபாவுக்கு பின்னால் சுருண்டிருக்கிறது வேட்டி. மின்விசிறி மெல்லச் சுழல்வது போலிருக்க குனிந்து வேட்டியை எடுக்க எண்ணினான். எப்போதும்போல அம்மாவின் பருத்திப் புடவையை கீழே போட்டு படுத்துக் கொள்ளலாம். ஆனால் தூங்க முடியாது. அந்த எண்ணம் மீண்டும் தலையெடுத்து விடுமோ என்ற அச்சம். மெதுவாகப் புடவையை எடுத்தான். அறையின் விளக்கை அணைத்துவிட்டு முன்னறைக்கு வந்தான்.

அதிகமும் புழங்காத அறை. இருப்பதிலேயே சிறியது. நீளமான பெஞ்சின்மீது அடுக்கடுக்காய் செய்தித்தாள்கள். ஆங்கிலத்தில்

ஒன்றும் தமிழில் ஒன்றுமாய் தினமும் வந்து வாசலில் விழும். அடுத்த வீட்டுக்காரர் எடுத்துப் படித்துவிட்டு பொறுப்பாய் மடித்து வைத்துவிடுவார். பல நாட்களில் அவற்றை அவன் பிரித்துக்கூடப் பார்த்ததில்லை.

அலமாரியில் கொசுவர்த்தியைத் தேடி எடுத்தான். கலைந்து கிடந்த தடித்த புத்தகங்களுக்கு நடுவேயிருந்து தீப்பெட்டியை எடுத்துக்கொண்டான். பெஞ்சுக்கு அடியில் கொசுவர்த்தியைப் பற்றவைத்துவிட்டு முன்கதவைத் திறந்தான். இரண்டு போர்ஷன்களுக்குமாய் நீளமான வாசல். ஆஸ்பெஸ்டாஸ் கூரைக்குக் கீழே காரும் ஒரு ஸ்கூட்டியும் நின்றன. போர்த்திய உறையுடன் அவனுடன் ஹீரோ ஹோன்டா. பேராசிரியரும் அவர் மனைவியும் மாலை நேரங்களில் இந்தத் திண்ணையில்தான் உட்கார்ந்திருப்பார்கள். டிரான்சிஸ்டரில் பழைய பாடல்கள் ஒலித்திருக்கும்.

கதவை வெறுமனே சாத்தினான். புடவையை எடுத்துத் தரையில் போட்டான். வெயில் நாட்களில் தரையில் போட்டுத் தூங்குவது வெகுநாள் பழக்கம். அம்மாவுக்கும் அவனுக்குமிடையில் எஞ்சி யிருப்பது இது ஒன்றுதான். இப்போது இரவிலும் அதுவேதான் படுக்கை. தயக்கத்துடன் ஸ்விட்சை அழுத்தியதும் மின்விசிறி மெல்ல சுழலத் தொடங்கியது. அப்படியே பார்த்துக் கொண்டிருந்த போது அந்த ஒரு கணத்தை கடக்காமல் போயிருந்தால் இப்போது என்ன ஆகியிருக்கும்? எல்லாமே அமைந்துபோய் கழுத்தை நுழைத்து நாற்காலியை உதைத்துத் தொங்கியிருந்தால் இந்நேரம் இல்லாமல் போயிருப்பேன்.

அந்தக் காட்சி அவனை எழுப்பி உட்காரச் செய்தது.

யாரும் வந்து பார்க்காமல் அப்படியே தொங்கியிருந்து உடல் அழுகி நாற்றமெடுக்கும்போதுதானே உள்ளே வருவார்கள். கண்கள் பிதுங்கி நாக்கு வெளியில் நீண்டு அகோரமாய் தொங்கிக் கொண்டிருக்கக்கூடும்.

அந்த எண்ணத்தை விரட்டுபவனாய் தலையை உலுக்கினான். உடல் வேர்த்திருந்தது. என்ன இது? இந்த இரவு சீக்கிரம் விடிந்தால் தேவலை. சாவின் வாடையுடன் சுற்றிச் சுற்றி வருகிறதே.

விளக்கைப் போடாமல் சமையலறைக்குச் சென்றவன் தண்ணீரைக் குடித்தான். செல்போனை எடுத்து மணி பார்த்தான். விடிகாலை நான்கு மணியைக் கடந்திருந்தது. சற்றே மனம்

சமாதானமடைந்தது. இன்னும் கொஞ்ச நேரந்தான். விடிந்து விடும். அதன் பிறகு அந்த எண்ணம் தலைதூக்காது. முன்னறைக்கு வந்தவன் கண்களை மூடித் தரையில் உட்கார்ந்தான். ஒன்று இரண்டு என எண்ணத் தொடங்கினான். கண்ணுக்குள் இருள் சுழன்று நிறங்கள் தெறித்தன. காற்றில் படபடக்கும் செய்தித் தாள்கள். நாசியை அடைக்கும் கொசுவர்த்தியின் நெடி. குழாயி லிருந்து நீர் சொட்டுகிறது. இரவுக் காவலரின் விசில் சத்தம். கல்லூரி வளாகத்திலிருக்கும் மரங்களிலிருந்து பறவைகள் எழுந்து கொள்ளும். பால்காரர்களின் வாகனங்கள் விரையும். பேராசிரியர் ஐந்தரை மணிக்கு எழுந்து வாக்கிங் போவார். திண்ணையில் மேல் பால் பாக்கெட்டுகளை வைத்துவிட்டு செய்தித்தாள் படிப்பார். இதோ இன்னும் கொஞ்சநேரந்தான். இந்த இரவைக் கடத்தி விட்டால் இன்னுமொரு நாள் வாழ்ந்திடுவேன். நாளை இந்த எண்ணம் உள்ளே வராமல் பார்த்துக் கொள்ளலாம். அந்த வேட்டியை எடுத்து எறியவேண்டும். அங்கே படுத்துக் கொள்ளக் கூடாது. இந்த அறை போதும்.

கண்கள் காந்தின. கழுத்து வேர்வை காற்றில் அடங்கியபோது உடல் சரிந்தது. ஜன்னல் வழியே வெளிச்சம் தெரிகிறது. விடிய லின் சத்தங்கள் காதில் விழத் தொடங்கிவிட்டன. இனி பய மில்லை. அப்படியே படுத்தான். கால்களை மடக்கிச் சுருண்டு கொண்டபோது அத்தனை சுகம். ஒவ்வொரு தசையிலிருந்தும் விடுபடுகிறது வலி. தூக்கம் உடலைப் போர்த்திக்கொள்கிறது. சாவின் அழைப்புக்கு இனி இடம் கொடுக்காது. ஒரு கணம் தோன்றி மறைந்த பித்துதான்.

யாரோ துணி துவைக்கிறார்கள். இப்போதுகூட இப்படிக் கல்லில் துணியை அடித்துத் துவைக்கிறார்களா என்ன? நுரைத்துப் பொங்கி வழியும் சோப்புக் குமிழிகளில் தென்படும் வானவில் நிறங்களைக் கண்டு குதூகலிக்கும் சிறுவர்கள் எங்கே போனார்கள்? ‘விப்ஜியார்’ வண்ணங்களை பாடங்களில் படிக்கும் குழந்தை களுக்கு வானவில்லைக் காட்ட முடியாத நாட்கள். கல்லூரி வளாகத்திலிருந்து மணியொலிக்கிறது. எழுந்துகொள்ள மன மில்லாமல் அப்படியே படுத்திருந்தான்.

கதவருகே என்ன சத்தம் அது? லேசாக தட்டுகிறார்களா? கண்களைத் திறந்தான். ஜன்னல் வழியே அபாரமான வெளிச்சம். கதவைச் சுரண்டுவது போலிருக்கிறது. சன்னமான கொலுசொலி. யாரிது? தலையைத் திருப்பிக்கொண்டு அப்படியே படுத்து

கதவையே உற்றுப் பார்த்தான். மறுபடி அந்த சத்தம். அப்படியே நகர்ந்து கதவருகே வந்தான். அதே நேரத்தில் கதவு மெதுவாகத் திறந்துகொள்ள தரையில் விழுந்தது வெளிச்சம். சின்னஞ்சிறு உருவமொன்று எட்டிப் பார்த்தது. மனம் படபடத்தது. கண்களைத் தேய்த்துக்கொண்டு வெளிச்சத்தை மறைத்து நின்ற அந்த உருவத்தைப் பார்த்தான். புதுவிதமான ஒரு மணம். இன்னும் கதவு விரியத் திறந்தபோது அந்த உருவம் கையை ஆட்டியது.

சின்னஞ்சிறு குழந்தை. அப்போதுதான் நடக்கப் பழகியது போல கதவைப் பிடித்துக்கொண்டு காலை எட்டி வைக்க முயன்றது. கண்கள் அவனையே உற்றுப் பார்த்தன.

அவன் சப்பணமிட்டு உட்கார்ந்தான். கலைந்த தலைமுடியின் முன்பக்கமாய் சிறிய மஞ்சள் கிளிப். தோள்களில் முடிச்சிட்ட இளநீல உடை. காலில் கொலுசு. கதவைப் பற்றியபடியே நகர்ந்து சுவரோரமாய் நின்றதும் அவனைப் பார்த்துச் சிரித்தது.

கண்களில் கரகரவெனக் கண்ணீர் சுரந்தது. ஒருநொடி இரவின் அந்த கணம் நினைவில் மின்ன குழந்தையைப் பார்த்து வா என்பது போல தலையை ஆட்டினான். ''தத்தா... தத்தா'' என்றபடியே சுவரைப் பிடித்தபடியே எட்டு வைத்து வந்தது. உதடுகளைச் சுற்றி பாலேடு போல வெள்ளையாய் பிசுபிசுப்பு. யாரோ ஊட்டியிருக்கிறார்கள். யாருடைய குழந்தை இது?

மண்டியிட்டு அவனருகில் வந்த குழந்தை அவன் கைகளைப் பற்றி மேலே எழுந்தது. நெருக்கத்தில் அதன் முகம். சிரித்தபடியே கையை எடுத்து தாடி அடர்ந்த தாடையைத் தொட்டது. விரல்கள் மெல்ல நகர்ந்து உதடுகளைத் தீண்டியபோது அடிவயிறு குழைந்து உள்ளங்கால்கள் சில்லிட்டன. குழந்தையின் வாசனையை உள்ளிழுத்தவனின் கன்னங்களில் வழிந்த கண்ணீரை மென்மையான அந்த விரல்கள் தொட்டன. மூக்கை உறிஞ்சிய படியே அதன் கைகளைப் பற்றினான்.

''என்னம்மா...?'' குரல் நடுங்கியது.

முகம் பார்த்து சிரித்த குழந்தையின் கைகளைச் சேர்த்து மெதுவாக அசைத்தான். 'கலுக்' என்று மறுபடியும் ஒரு சிரிப்பு. உதடுகளைத் துடைத்துபோது அது தலையைத் திருப்பிக் கொண்டது.

''செரி... செரி... வேணாம்'' என்று சொல்லிவிட்டு வெளியில் பார்த்தான்.

தோளைப் பற்றி எடுத்துக்கொண்டு வெளியே வந்தான். குழந்தை மறுபடி அவன் முகத்தைத் தொட்டுச் சிரித்தது.

அதே நேரத்தில் பேராசிரியர் வீட்டுக்குள்ளிருந்து நைட்டியுடன் அவள் வெளியே வந்தாள் "குட்டிம்மா எங்க போனே?"

அவன் கையில் குழந்தையைப் பார்த்ததும் திடுக்கிட்டவள் உடனடியாக சிரித்தாள். ஒன்றும் பேசாமல் அவன் குழந்தையை நீட்டினான். கையிலிருந்த கிண்ணத்தைத் திண்ணையில் வைத்து விட்டு வாங்கிக் கொண்டாள்.

"அடடே... பேத்தி உங்க வீட்டுக்கு வந்துருச்சா?" பேராசிரியர் வீட்டுக்குள்ளிருந்து எட்டிப் பார்த்தார்.

இருவரும் உள்ளே நகர்ந்தபோது குழந்தை அவனைப் பார்த்துச் சிரித்தது. சில நொடிகள் அதைச் சுமந்திருந்த கைகளை முகர்ந்து பார்த்தான். இன்னும் மிச்சமிருந்தது அந்த வாசனை.

கதவைச் சாத்திவிட்டு உள்ளே வந்தவன் வெகுநேரம் அழுது கொண்டேயிருந்தான்.

தமிழினி - ஏப்ரல் 2021

பேல்பூரி

மளிகைக்கடை வாசலில் உருண்டோடி வந்த பந்தை எடுக்க வேகமாய் ஓடி வந்த சிறுவனைப் பார்த்துக் கத்தினாள் அந்தச் சிறுமி ''முன்னா... ருகோ... ருகோ.''

வேகமாய் வந்த பைக் நொடிப்பொழுது தடுமாறியது. திடீரென பிரேக்கை அழுத்தியதில் 'கிரீச்'சிட்டு அதிர்ந்து நின்றது. சிறுவன் திகைத்து அப்படியே சாலையின் நடுவில் நின்றான். ஓடிவந்து அவன் கையைப் பிடித்து அழைத்துப் போன சிறுமியைப் பார்த்து பைக் ஓட்டி சீறினான் ''எங்கியோ இருந்து வந்து நம்ம உசுரை வாங்குதுங்க.'' வேடிக்கை பார்க்கவும் பொறுமையில்லாமல் அடுத்தடுத்து வாகனங்கள் வேலைக்குச் செல்லும் அவசரத்துடன் விரைந்தன.

கடையில் தக்காளியைப் பொறுக்கிக்கொண்டிருந்தவள் காலடி யில் கிடந்த பந்தை எடுத்து பையனை நோக்கி எறிந்தாள். அவன் ஆவலுடன் எடுத்துக்கொண்டு மீண்டும் திண்ணையில் உட்கார்ந்து கொண்டான்.

''இதாரு பவானிக்கா? காலையில பால் வாங்கும்போதுதான் பாத்தேன். திண்ணையில ரெண்டும் சுருண்டு படுத்திருந்துச்சுங்க.''

கூடையிலிருந்த காய்கறிகளின் மீது தண்ணீரை அள்ளித் தெளித்தாள் பவானி ''டாக்கூர்தான் அழைச்சிட்டு வந்தான் நேத்து. மத்தியானம் வந்தாங்க. ரெண்டாவது வீட்ல குடி வெக்கலான்னு வந்தாம் போலிருக்கு. அட்வான்ஸ் தராம வீட்டுக்காரன் சாவி தரமாட்டேன்னுட்டான். இதுகளோட அப்பனை அந்த டாக்குர் எங்கியோ கம்பினிக்கு அழைச்சிட்டுப் போனான். பாக்கறதுக்கு சின்னப் பையன் மாதிரிதான் தெரிஞ்சான். வெளக்கு வெச்ச நேரமா சோந்துபோய் வந்தான். கராபுரான்னு என்னவோ சத்தம். அந்தப் புள்ள, இவங்கம்மா, கையை நீட்டி நீட்டிப் பேசுனா. அவங்கப்பன் கையில பொகையிலைய வெச்சுத் தேச்சு வாய்க்குள்ள வெச்சுட்டு மூணுகால்ல உக்காந்துட்டான். ராத்திரி வயித்துக்கு ஒண்ணில்ல

போல. இந்த ரெண்டும் அப்பிடியே திண்ணையிலயே தூங்கிப் போச்சு. விடியால ரெண்டு பேரும் இதுகள விட்டுட்டு கௌம்பிப் போனாங்க. இன்னும் வரலை.''

''தெனோம் நடக்கறதுதானே? எங்கிருந்தோ ரயிலைப் புடிச்சு திருப்பூர்ல வந்து எறங்கறாங்க. ரெண்டு மூணு நாளு இப்பிடி அல்லாடறாங்க. ஏதோவொரு கம்பினில ஒட்டிக்கிட்டாச்சுன்னா அப்பறம் சமாளிச்சுக்கறாங்க.'' தக்காளியையும் கறிவேப்பிலைக் கொத்தையும் முந்தானையில் போட்டுக்கொண்டு நகரும்போது சிறுவன் சிணுங்கினான்.

அக்கா அவனை அருகில் இழுத்து அணைத்துக்கொண்டாள் ''அபி மா ஆயேகா. ரோனா மத். அபி ஆயேகா.'' அவளது சமா தானத்தை ஏற்க மறுத்தவனாய் அழத் தொடங்கினான். கன்னத்தின் அழுக்குத் திட்டுகளில் கண்ணீர் தடமிட்டு இறங்கியது. சப்பழித்த மூக்கு சிவந்துவிட இடது மூக்கில் சளி வழிந்தது. எண்ணெய் காணாமல் வறண்ட தலைமுடி. அவனுக்குப் பொருந்தாத சட்டை யின் மீது இறுக்கமான ஒரு அரைக்கோட்டு. கால்சட்டை கணுக்காலுக்கு மேலாகச் சுருண்டிருந்தது.

''பூக் லகி... கானா சாகியே'' உதடுகள் தடுமாற அழுகை வலுத்தது.

அக்கா துப்பாட்டாவால் அவன் முகத்தைத் துடைத்தாள். ''ச்சோ... ச்சோ... பூக் லக்தா முன்னா கோ. மா அபி ஆயேகா. கானா லாயகா. மா, தூ ஜல்தி ஆவோனா...''.

''ம்ம்... தூ ஜுட் போல்தி... கானா சாகியே'' கால்களைத் தரையில் உதைத்தபடி புரண்டான். மூன்று வயதிருக்கலாம். ஆனால் அக்காவைவிட சற்று ஊட்டமாகத்தான் தெரிந்தான். குச்சி போன்ற நீண்ட கைகால்கள் அவளுக்கு. தெளிச்சையான முகம். வயதுக்கு மீறிய நிதானம். அவனைவிட ஒன்றிரண்டு வயது கூட இருக்கலாம். சற்றே மங்கி வதங்கினாற்போல உதடுகள். எலும்புகள் துருத்தி நிற்கள் கன்னமேடு. நீண்ட கழுத்தில் மங்கிய பாசிமாலை.

திண்ணைக்குக் கீழே வைத்திருந்த அகலமான பையை இழுத்து உள்ளே தேடினாள். சிறிய டப்பாக்களைத் திறந்து பார்த்தாள். ஊரிலிருந்து கொண்டு வந்திருந்த சப்பாத்தியும் அவலும் நேற்றிரவு வரைக்கும்தான் தாக்குப்பிடித்தன. இரண்டு நாள் ரயில் பயணம். இங்கே வந்து இரு பொழுதுகள். இப்போது எதுவும் மிச்சமில்லை.

அக்காவுக்குத் தெரியும். ஆனாலும் முனைப்புடன் தேடினாள். அக்கா எதையாவது எடுத்துத் தருவாள் என்ற ஆவலுடன் தலைநிமிர்த்திப் பார்த்தவனின் அழுகை சற்றே அடங்கியிருந்தது.

பைக்குள் தேடுவதும் தெருமுனையைப் பார்ப்பதுமாய் எத்தனை நேரந்தான் சமாளிப்பது? அவன் மறுபடி உரத்த குரலில் அழலானான். தண்ணீர் பாட்டிலை எடுத்து நீட்டினாள். காலால் உதைத்துத் தள்ளவும் தண்ணீர் தரையில் சிதறிற்று. முகத்தில் வழிந்த தண்ணீரைத் துடைத்துக்கொண்டே அவனை அள்ளியெடுத் தாள். துள்ளியபடி அழும் அவனை மடியில் போட்டு அணைத்தாள்.

''தூ ஜூட் போல்தி. சோடோ முஜே...'' அவளிடமிருந்து விடுபட்டு படியோரமாய் நகர்ந்தான்.

''நயி... நயி... மா அபி ஆயேகா'' அவள் சொல்வதை அவன் காதில்போட்டுக் கொள்ளாமல் தெரு முனையைப் பார்த்தான். கண்ணீரைத் துடைத்தபோது அழுக்கு நீங்கிய கன்னக்கதுப்பு பளபளத்தது.

பைகளுக்கும் மூட்டைகளுக்கும் நடுவிலிருந்த சிறிய தோள்பையை எடுத்தாள். பத்திரமாய் வைத்திருக்கும்படி அம்மா கொடுத்துவிட்டுப் போனது. ஜிப்பைத் திறந்து பார்த்தாள். ஏதேதோ தாள்கள். ஒட்டுப் பொட்டு. கிளிப்புகள். மழுங்கிப்போன சிறு கத்தி. அடுத்த அறையைத் திறந்து பார்த்தாள். குங்குமப் பொட்டலம், பாக்கு, காய்ந்த செம்பருத்தி இணுக்கு. கசங்கிக் கிடந்த தாளை ஆவலுடன் எடுத்தாள். பத்து ரூபாய் தாள். ஆச்சரியத்துடன் எடுத்து நிதானமாகப் பிரித்தாள். ஆம், பத்து ரூபாய்தான். கசங்கி மடங்கிக் கிடந்தது. மேலே தூக்கிப் பார்த்தாள். கிழிசல் இல்லை. அம்மா கவனிக்கவில்லையா?

''முன்னா...'' அவனிடம் காட்டினாள்.

''க்யா?'' சீற்றமும் அழுகையும் தணிந்திருக்கவில்லை.

''தஸ் ருப்யா. மே துஜே குச் லே லூ...'' அந்தப் பையை எடுத்துத் தோளில் மாட்டிக்கொண்டாள். அவன் கையைப் பிடித்துக் கொண்டு நிதானமாகச் சாலையைக் கடந்தாள்.

மளிகைக் கடை வாசலில் நின்றாள். வாழைப்பழம் கனிந் திருந்தது. ஆனால் ஒன்றிரண்டுதான் கிடைக்கும். அதை வைத்துக் கொண்டு அம்மா வரும் வரை சமாளிக்க முடியாது.

"இதென்ன மறுக்கா வந்து நிக்குதுங்க?" கடைக்காரர் எட்டிப் பார்த்தார்.

அக்கா பதில் சொல்லாமல் கண்ணாடி ஜாடிகளில் இருந்த பண்டங்களைப் பார்த்தாள். எதை வாங்குவதென்று தீர்மானிக்க வில்லை. தம்பியின் அழுகை அடங்கியிருந்தது. அவன் கண்கள் எல்லாவற்றையும் ஆவலுடன் பார்த்தன.

"ஒண்ணும் சொல்லாம நிக்குது? கியா சாகியே?" கடைக்காரர் தரையில் அமர்ந்து அவரைக்காயை வெட்டிக் கொண்டிருந்த பவானியை பார்த்தார்.

அக்கா கசங்கிய பத்து ரூபாய் தாளைக் காட்டினாள்.

"காசு இருக்குன்னு சொல்லுது அந்தப் பாப்பா. என்ன வேணும்னு சொல்லத் தெரியலைபோல..." பவானி மூக்குத்தி யின் திருகாணியைத் திருப்பி இறுக்கினாள்.

"தாக்கூர் நேத்திக்கு சொன்னானே. இவங்களமாதிரி பத்துப் பன்னெண்டு குடும்பம் வந்துருக்குன்னு. வேலையும் பாத்து வீடும் பாத்து குடுத்துருவான். கம்பினிலயும் காசு. இவங்க சம்பளத் துலயும் பங்கு."

இதற்குள் பையன் மறுபடி சிணுங்கலானான். எதை வாங்குவ தென்று இன்னும் அக்கா தீர்மானிக்கவில்லை. தேடிக்கொண்டே யிருந்தாள்.

"என்ன வேணும்னு சொன்னா தரலாம். இதுபாட்டுக்கு எட்டி எட்டிப் பாத்துட்டே நிக்குதே? எட்டு வயசு இருக்குமா?"

"கியா சாகியே பேட்டி?" கேட்கும்போதே பவானிக்கு சிரிப்பு வந்தது. பெருமையுடன் கணவனைப் பார்த்தாள்.

அக்காவின் கண்கள் கடைக்குள் வட்டமிட்டன.

"காலைலேயே ஒரு பன்னு குடுத்தேன். இந்தப் பையனுக்குத் தான் குடுத்துட்டா. இப்பவும் தருவோம்னு வந்துருக்காளா?"

"ஒண்ணும் வேணாம், சும்மாருங்க. அதான் காசு வெச்சிருக்காளே?"

"ஒரு வேலயும் தெரியாம எங்கிருந்தோ வர்றாங்க. கரே புரேன்னு பேசிட்டு சமாளிச்சு எடத்தைப் புடிச்சு அப்பறமா மடத்தையும் புடிச்சர்றாங்க. எங்க பாத்தாலும் இவங்கதான்.

ரேசன்கடை கோதுமையெல்லாம் இவங்களுக்குத்தான். அப்பறம் பெரிய வெங்காயம், உருளைக்கெழங்கு, தக்காளி. போதும். ஓட்டிருவாங்க. ரெண்டு மாசம் கழிஞ்சு இவங்க ஊர்லேர்ந்து இவங்களை நம்பி இன்னும் நாலு குடும்பம் வந்து சேந்துருது.''

பொறுமையிழந்தவராய் கடைக்காரர் அரிசிக் கோணிகளை உதறி அடுக்கவும் தூசி பறந்தது. பறந்தலையும் தூசிகளைப் பார்த்தபடியே பையன் அழுதான்.

''இதுக்குகூட வழியில்லாமதானே அங்கேர்ந்து வர்றாங்க. நம்பாளுங்க கெவுரவம் பாத்துட்டு வேலை செய்யறதில்லை. வள்ளு வளுசளுங்க காலையிலயே சாராயக் கடையில நிக்குதுங்க.''

காற்று வீசவும் சாணிப் பொருக்குகளுடன் கூடிய வாசலில் குப்பைகள் திரண்டன. அக்கா தரையைக் கூர்ந்து பார்த்தாள். குனிந்து எதையோ பொறுக்கி எடுத்தாள். விரல்களுக்கு நடுவில் வைத்து காட்டினாள்.

''என்னத்தையோ காட்டுது பாருங்க.''

''பொரியா?''

''ஆமாங்க. பொரி வேணும்போல. கேக்கத் தெரியாம அதான் இத்தன நேரம் தேடிருக்குது'' மூட்டையிலிருந்து பொரியை அள்ளிக் காட்டவும் அக்கா கண்களில் சந்தோஷத்துடன் தலை யாட்டினாள்.

''பத்து ரூவாய்க்கு என்னன்னு போடறது. செரி ஏதோ பசிக்குதுன்னு வயித்தைக் காட்டிட்டு நிக்காம காசு குடுத்து கேக்குதே'' அரை பக்கா பொரியை பையில் போட்டு நீட்டவும் ஆவலுடன் வாங்கிக்கொண்டு பத்து ரூபாய் தாளை நீட்டினாள். அதே வேகத்தில் பெஞ்சின் ஓரமாக கூடையில் கிடந்த வதங்கிய கேரட்டைக் காட்டி ஒன்று வேண்டுமெனக் கேட்டாள்.

''இதப்பாரு கேரட் வேற வேணுமாம் இதுக்கு.'' ஒரு கேரட்டை எடுத்துத் தந்தாள்.

நிதானமாக சாலையைக் கடந்து திண்ணைக்குப் போனவள் ஒரு முறை கடையைத் திரும்பிப் பார்த்தாள். சிறுவன் அழுகை அடங்கி யிருந்தது. அவன் கையில் ஒரு குத்து பொரியைப் போட்டதும் அவள் முகத்தைப் பார்த்துச் சிரித்தான்.

பைக்குள்ளிருந்து சிறிய குண்டாவை எடுத்து கொஞ்சம் பொரியைப் போட்டாள் அக்கா. மீதிப் பொரியுடன் பொட்டலத்தைக் கட்டி வைத்துவிட்டு சிறிய எண்ணெய் பாட்டிலிலிருந்து இரண்டொரு துளிகள் எண்ணெயை பொரியில் இட்டு குண்டாவைக் குலுக்கினாள். இண்டோலிய குப்பியி லிருந்து மிளகாய்ப் பொடியை எடுத்துத் தூவினாள். பொரியைத் தின்றுகொண்டிருந்த தம்பி அக்கா செய்வதையே ஆவலுடன் பார்த்தான்.

"பேல் பூரி தயாராகுது பாத்தியா?" கடைக்காரர் சிரித்தார்.

"என்ன வெவரம் பாருங்க. பத்து ரூவாய்க்கு பொரியை வாங்கி ஒரு பொழுதையே ஓட்டிருவா போலயே இந்தக் குட்டி. இதப் பாருங்க அந்தக் கேரட்டையும் நறுக்கிப் போடுது."

சிறிய பிளாஸ்டிக் கரண்டியால் பொரியைக் கலக்கி கொஞ்சமாக சிறிய கோப்பையில் போட்டுத் தர அவன் அள்ளித் தின்றான். அக்காவும் ஒரு கை பொரியை அள்ளி வாயில் போட்டுக் கொண்டாள்.

சிறுகதை காலாண்டிதழ் 3 - டிசம்பர் 2021

யோகம்

வெகுநாட்களுக்குப் பிறகு நாம்பள்ளி ரயில் நிலையத்தில் அனந்தன் சாமியைப் பார்த்தேன். சாமிதானா? சற்றே தயக்கத்துடன் அருகில் சென்றேன். அடுத்திருந்த இருக்கையில் அமர்ந்து உற்றுப் பார்த்தேன். மழிக்கப்பட்ட தலையில் முட்களைப்போல் நரை முடி. அடர்த்தியான தாடி. குனிந்து எதையோ படித்துக் கொண்டிருந்தார். அவரேதான். தாமதிக்க சமயமில்லை. இன்னும் ஒருமணி நேரத்தில் ரயில் வந்துவிடும்.

எழுந்து அருகில் சென்றேன். சற்றே குனிந்தேன் ''வணக்கம் சாமி.''

தமிழ்க் குரல் அவருக்கு ஆச்சரியத்தைத் தந்திருக்கவேண்டும். திடுக்கென தலைநிமிர்ந்தார்.

''வணக்கம்'' இன்னும் அவருக்கு அடையாளம் தெரியவில்லை. கூர்ந்து பார்த்தார்.

''ஊட்டில ஆசிரமத்துல பாத்துருக்கோம் சாமி. ஈஷா வாஸ்யம்...'' என்று சொல்லிய நொடியில் சுவாமியின் வழக்கமான உற்சாகமான சிரிப்பு முகத்தில் பளிச்சிட்டது.

''ஆ... தமிழ் கவியல்லே...'' கையை இறுகப் பற்றிக் கொண்டார்.

''உக்காருங்கோ'' அவருக்கேயுரிய தமிழ். அருகில் அமர்ந் தேன். இன்னும் அவர் முகத்தில் சிரிப்பு மறையவில்லை.

''பாத்து வருஷம் நெறைய ஆயிடுச்சு. அடையாளம் தெரியல்ல. எப்பிடி இருக்கீங்க?'' சாமியின் மணத்தைக் கண்டுகொண்டேன்.

''இருக்கேன் சாமி. நீங்க இப்ப எங்க இருக்கீங்க. கோயமுத்தூர்ல டிஸ்சார்ஜ் ஆன அன்னிக்கு பாத்தது'' அதைச் சொல்லவேண்டாம் என்று நினைத்தும் வாயில் என்னை மீறி வந்துவிட்டது.

ஆமோதிப்பதுபோலத் தலையை ஆட்டினார் "இப்ப இங்கதான் இருக்கேன். வயசாயிடுச்சில்ல. உங்களை சிறு வயசாப் பாத்தது. இப்பிடி உங்களைப் பாத்ததும் தெரியலே" சிரித்தார்.

"நான் கோயமுத்தூர்லதான். வேலை விஷயமா இங்க வந்தேன்" இன்னும் அவர் முகத்தையே பார்த்துக்கொண்டிருந்தேன்.

கதகதப்பான ரஜாய்க்குள் சுருண்டிருந்தேன். குரங்கு குல்லாய், காலுறை, உல்லன் ஸ்வெட்டர் எனக் குளிர் தடுப்பரண்களுக்குள்ளே ஒடுங்கிக் கிடந்தேன். ஜன்னலின் சிறு இடுக்கு வழியே ரகசியமாய் நுழைகிறது குளிர்காற்று. வெளியேற முனையும் சிறுநீரை அடக்கியபடியே படுத்திருக்கிறேன். உடல் சூட்டைப் பொத்தி வைத்திருக்கும் இந்தக் கூட்டிலிருந்து வெளியே தலை நீட்ட பயம். சருமத்தை ஊசிபோல் துளைக்கும் தண்ணீரை இந்த வேளையில் தொடமுடியுமா?

மேலும் பொறுக்க முடியாதபோது கனத்த போர்வையை விலக்கி வெளியே கால்வைத்தேன். காலுறைகளைக் கழற்றிவிட்டு தரையில் கால் வைத்தேன். உள்ளங்கால்களில் நெருஞ்சி முள்ளைப் போல் குளிர் அப்பிக்கொண்டது. உதறிக்கொண்டே செருப்பைப் போட்டுக்கொண்டு கதவை மெல்லத் திறந்தேன். உடலை மட்டும் வெளியே நீட்டி சட்டென்று வெளியில் வந்து அதே வேகத்தில் கதவைச் சாத்தினேன். நீண்ட கூடத்தின் கடைசியில் மங்கலான விளக்கொளி. கைகளை மார்புக்குக் குறுக்காக கட்டிக்கொண்டு விரைந்தேன்.

கழிப்பறையிலிருந்து வெளியே வந்தபோது உடல் உதறிக் கொண்டிருந்தது. கைகளைத் துடைத்தபடியே கூடத்துக்கு வந்தேன். சுவரிலிருந்த கடிகாரத்தைப் பார்த்தேன். ஐந்தரை மணி. பிரார்த்தனைக் கூடத்துக்கு முன்பக்கமாக பேரிமரத்தையொட்டி நின்ற கம்பத்தில் விளக்கொளிர்ந்தது. பனியில் கரைந்து ஒழுகியது மஞ்சள் வெளிச்சம்.

இடதுபக்கமாய் ஆசிரமத்துக்கு உள்ளே வரும் பாதையில் ஏதோ அசைவு தெரிந்தது. அவ்வளவாய் வெளிச்சமில்லை. மெழுகுத் திரையெனப் பனி அடர்ந்திருந்தது. புகைபோல் அசைந்து போவதைக் கண்டதும் ஒருநொடி உடல் விதிர்த்தது. ஜன்னலை ஒட்டி நின்று கூர்ந்து பார்த்தேன். அங்குமிங்குமாய் அந்த வெண்

ணிழல் அசைந்திருந்தது. ஏதோ ஒரு உருவம். இந்த நேரத்தில் யாரும் வந்திருக்கிறார்களா?

உள்ளங்கைகளை உரசிச் சூடேற்றினேன். தூக்கம் விடுபட்டிருந்தது. கூடத்தின் கதவைத் திறந்ததும் காத்திருந்ததுபோல் பனிக்காற்று மோதிக் கடந்தது. அவசரமாய் கதவைச் சாத்தினேன். நிதானமாய் படிகளில் இறங்கினேன். புற்களும் பெரணிகளும் செடிகளும் அடர்ந்த மேட்டுப்பகுதியில் நின்று பார்த்தேன். விறுவிறுவெனப் பனி இறங்கி என்மேல் கவிந்தது. கூர்ந்து பார்த்தேன். அந்த உருவம் தரையை நோக்கி குனிந்திருந்தது. இன்னும் சில படிகள் இறங்கி கீழே நின்றேன். காலடியோசை கேட்டிருக்கவேண்டும். நிமிர்ந்து திரும்பியது. தலைக் குல்லாவைத் தவிர எல்லாமே வெண்ணிறம். அந்த உருவமும் என்னை நோக்கி நகர்ந்தது. நானும் நடந்தேன்.

"யாரானு?" கரகரப்பான குரல் கேட்டதும் மனம் அடங்கியது. கழுத்துப்புறத்தில் வெம்மையை உணர்ந்தேன்.

இப்போது இன்னும் தெளிவாகப் பார்க்க முடிந்தது. கையில் சுள்ளிகளுடன் அனந்தன் சாமி நின்றிருந்தார். கணுக்கால் வரைக்குமான வேட்டி. ஜிப்பாவும் அல்லாமல் சட்டையுமல்லாமல் ஒரு மேலுடுப்பு. கழுத்தைச் சுற்றி பழுப்பு கம்பளித் துண்டு. தலையில் அடர்நீல குல்லா.

என் முகம் தெளிந்தவுடன் அவரது முகத்தில் சிரிப்பு விரிந்தது "குட்மார்னிங். இந்த நேரத்துல இங்க என்ன செய்யறீங்க?"

"குட்மார்னிங். எழுந்துட்டேன். வெளியில பாத்தா யாரோ நடமாடற மாதிரி இருந்துச்சு" என் குரலில் நடுக்கம்.

"அது செரி. பனியில நிக்க வேண்டாம். உள்ளே போங்கோ. இன்னும் கொஞ்ச நேரங் கழிச்சு வரலாம்" சிரித்தபடியே அவர் திரும்பி நடந்தார்.

ஒன்றும் சொல்லாமல் அவரையே பார்த்துக்கொண்டு நின்றேன். சுள்ளிகளைப் பொறுக்கியபடியே விடுதியின் பின்புறம் நடந்து மறைந்தார். தலைக்குல்லாவை இழுத்துக் காதுகளை பத்திரப் படுத்திக்கொண்டு அவர் சென்ற திசையில் போனேன்.

விடுதியின் சுவரையொட்டி பின்னால் கால்களை மடக்கிக் கீழே உட்கார்ந்திருந்தார். முகத்தில் நெருப்பின் ஒளி. அந்த இடத்தின்

வெம்மை என்னை இழுத்தது. அருகில் சென்றேன். நிமிர்ந்து பார்த்தார். மீண்டும் சிரித்தார்.

"என்ன செய்யறீங்க?" நானும் அவர் அருகில் மடங்கி உட்கார்ந்தேன்.

"வெந்நீர் அடுப்பைப் பத்த வெச்சிருக்கேன். நீங்கல்லாம் குளிக்கணுமே?"

உள்ளே கழிவறைகளுக்கு நடுவிலிருக்கும் தொட்டியின் அடிப் பக்கத்தில் பொருத்தப்பட்டிருந்த அடுப்பில்தான் விறகு எரிகிறது. அதற்காக சுள்ளிகளைப் பொறுக்கிச் சேர்த்து நிதானமாக நெருப்பை வளர்க்கிறார்.

கைகளை நீட்டி வெம்மையை வாங்கி கன்னங்களில் ஒத்தினேன்.

"கூடுதல் தணுப்போ?"

"ம். ரொம்ப நேரம் தூக்கமே வர்லை."

சுள்ளிகளில் பற்றிக்கொண்ட நெருப்பின் வெம்மை கூடி யிருந்தது. இன்னும் இரண்டு விறகுகளை ஓரமாய் செருகிவிட்டு எழுந்து நடந்தார். கூடவே தொடர்ந்தேன். பிரார்த்தனைக் கூடத்துக்கு அப்பால் பனிமூடிக் கிடந்த தேயிலைச் சரிவின் முடிவில் கலங்கலாய் சிறுவெளிச்சம். அங்கங்கே சிலுவைக் கோடுகள்போல் சில்வர் ஓக் மரங்கள். வானில் பஞ்சுத் திவலையெனச் சிறு வெளிச்சம்.

"கட்டன் சாயா குடிக்கலாமா?" கேட்டபடியே சமையல் கூடத்துக்குச் செல்லும் சரிவில் இறங்கினார். கதவருகே இருந்த ஸ்விட்சைப் போட்டதும் வாசலில் வெளிச்சம் இறங்கியது. தள்ளித் திறக்கும்போது மரக்கதவுகள் முனகின. சிறுகூடத்தின் ஓரத்தில் பழைய மரபெஞ்சு. அதன்மேல் கவிழ்க்கப்பட்ட பாத்திரங்கள். உள்ளறைக் கதவைத் திறந்து விளக்கைப் போட்டார். சற்றே பெரிய கூடம். உணவு மேசையின் இருபுறமும் நீண்ட பெஞ்சுகள். மூலையில் அடுப்பு. அதையொட்டி மேடையில் பாத்திரங்களும் சமையல்பொருட்களும்.

தேநீர் பாத்திரத்தில் நீரை நிரப்பி அடுப்பில் ஏற்றினார். தலைக்குல்லாவைக் கழற்றி மேசையின் ஓரத்தில் வைத்தார். ஐந்தரை அடி உருவம். தலைமுடியும் தாடியும் ஒரே அளவில் கருப்பும் வெளுப்புமாய்க் கலந்திருந்தன. கட்டுமஸ்தான உடல்.

‘‘உங்களுக்கு குளூராதா?’’

சற்றே பெரிய முன்பற்கள் பளிச்சிட்டுத் தெரியும்படியான சிரிப்புடன் தலையாட்டினார் ‘‘ஏய்...’’

தண்ணீர் கொதிப்பதைப் பார்த்துவிட்டு தேயிலையை அளவு பார்த்து இட்டார். தேயிலையின் மணத்தை முகர்ந்தவர்போல் கண்களை மூடினார். இரண்டு தம்ளர்களை எடுத்து மேசையில் வைத்தார். நான் சர்க்கரைக் கிண்ணத்தை எடுத்து வைத்தேன்.

தேநீரைக் கலந்து பருகியபோது குளிருக்கு உடல் பழகி யிருந்தது.

‘‘சாமி, நீங்க டாக்டரா?’’

‘‘எதுக்கு கேக்கறீங்க?’’ சிரித்தார்.

‘‘டாக்டர்னு மணி சொன்னார். அதான்...’’

‘‘அதே...’’ மறுபடியும் சிரித்தார்.

உடனடியாக எழுந்த கேள்விகளை நான் கேட்கவில்லை. அவரது சிரிப்பே எனக்கு பதில்சொன்னது போலிருந்தது. மருத்துவப் படிப்பை முடித்து இரண்டு ஆண்டுகள் திருவனந்தபுரம் மருத்துவமனையில் பணியாற்றியதோடு சரி. அதற்குப் பின்பு வைத்தியம் பார்க்க மனம் கூடவில்லை. மாத்ருபூமியில் குரு சைதன்யா எழுதிய ஒரு கட்டுரையைப் படித்துவிட்டு ஆசிரமத் துக்கு வந்துவிட்டார். பதினாறு வருடங்கள் ஓடிவிட்டன.

தம்ளரை கழுவி மேடையில் கவிழ்த்துவிட்டு மறுபுறம் ஓரத்தில் நின்ற அலமாரியிலிருந்து காய்களை அள்ளிக்கொண்டு வந்து மேசையில் போட்டார். என்னிடம் ஒரு கத்தியை நீட்டினார்.

‘‘காய் நறுக்கலாமில்லையா?’’

பீன்ஸை எடுத்து நறுக்கும்போது கூரையின் மீது எதுவோ விழுந்து உருளும் சத்தம் கேட்டது. தலைதூக்கிப் பார்த்தேன்.

ஓட்டுக்கூரையுடனான இதன் ஒருபகுதி நடராஜ குரு ஆரம்பத்தில் கட்டியது. இரண்டு பேர் மட்டுமே தங்குமளவுக்குச் சிறியது. தடித்த மரங்களும் அடர்ந்த செடிகொடிகளுமாய் செறிந் திருந்த இந்தப் பகுதியில் அப்போது தேயிலைச் சரிவுகள் இல்லை. ஆள்நடமாட்டம் கிடையாது. சுற்றிலும் சரிவுகளுடன் சிறு குன்றின் உச்சியிலிருந்த இந்த இடம் அன்பரொருவர் தந்தது.

தனிமையான இடம். அடர்காடு. குருவுக்கு ஏற்றதாயிருக்க அங்கேயே தங்கிவிட முடிவு செய்தார். அருகில் கிடைத்தக் கற்களையும் மண்ணையும் கொண்டு சுவர்களை எழுப்பினார். உடைந்த மரக்கிளைகளைக்கொண்டு கூரை அமைத்தார். கடும்பனியிலும் ஓயாத மழையிலும் அதற்குள்ளேயேதான் ஒடுங்கி யிருந்தார். எப்போதேனும் மலையைவிட்டுக் கீழே இறங்கும் போதுதான் பிறர் கண்ணில்படுவார்.

"சமையல் தெரியுமா?"

இல்லையென்று தலையாட்டினேன்.

"சம்சாரிக்கு தெரியாட்டி பரவால்லே. சாமியாருக்கு தெரியணும்" சிரித்தார்.

மறுபடியும் கூரையின்மீது எதுவோ உருண்டுவிழும் சத்தம். தலைநிமிர்த்திப் பார்த்தேன். அவர் கண்டுகொள்ளாமல் கேரட்டை நறுக்கிக்கொண்டிருந்தார்.

"ஆசிரமத்துக்கு போனீங்களா?" முந்திக்கொண்டதுபோல அவர் கேட்டார். அந்த கணத்தில் அவரது முகத்தில் காணக்கூடாத தளர்ச்சி எட்டிப்பார்த்தது.

"மே மாசம் போயிருந்தேன்."

"இப்ப ஆசிரமத்துல மே மாசத்துல மட்டுந்தான் ஆட்கள் வராங்க போல."

பிற நாட்களில் யாருமே புழங்காத ஆசிரம வளாகத்தை சுத்தப் படுத்துவது சுலபமான காரியமில்லை. உதிர்ந்து மக்கிக் கிடக்கும் இலைகள். உடைந்து நொறுங்கிய மரக் கிளைகள். பாதைகளை மூடி அடர்ந்து வளர்ந்திருக்கும் செடிகளும் புதர்களும். அடை பட்டிருக்கும் கழிவறைக் குழாய்களை சரிபார்க்கவேண்டும். தண்ணீர்த் தொட்டிகளை சீராக்கவேண்டும். பூட்டிக் கிடக்கும் கதவுகளை ஜன்னல்களைத் திறந்துவைக்கவேண்டும். பத்து நாட்களுக்கு முன்பிருந்தே வேலையைத் தொடங்கினால்தான் காரியம் நடக்கும்.

"லைப்ரரிலதான் கூட்டம் நடக்குதா?"

"ஆமா சாமி. நெறைய அலமாரிகள்ல புக்ஸே இல்லை. எடுத்துட்டுப் போயிட்டாங்கபோல."

அவர் ஒன்றும் சொல்லாமல் கோப்பையிலிருந்த தேநீரைப் பார்த்தார்.

"நாஞ்சில் எப்பிடியிருக்கார்?" அவர் முகத்தில் மீண்டும் சிரிப்பு. ஆசுவாசமாய் உணர்ந்தேன்.

டிசம்பர் மாதத்தின் அன்றைய இரவில் கடுங்குளிர் அடிபட்ட மிருகத்தைப்போல சீற்றத்துடன் உலவிக் கொண்டிருந்தது. கம்பளி உடுப்புகளின் கதகதப்புக்குள் உடலைப்பொத்தி காற்றுப்புகாத அறைகளுக்குள் பதுங்கிக் கிடந்தோம். அன்றைய மதிய உணவில் ஏதோவொன்று நாஞ்சிலின் வயிற்றுக்கு ஒத்துக்கொள்ளவில்லை. அன்றிரவு நாங்கள் தங்கியிருந்த அறை பிரார்த்தனை கூடத்தின் ஒருபக்கச் சிறகில் அமைந்தது. கழிப்பறைக்கு கட்டடத்தின் பின்பக்கமாய்ச் செல்லவேண்டும். குளிர் விரட்டிய இரவில் பலமுறை சென்றுவர நேர்ந்தது. விடியும் வரையிலும் பெரும் சிரமம்.

வழக்கம்போல விடிகாலையில் வெந்நீர் அடுப்பை மூட்டி யிருந்தார் அனந்தன் சாமி. தலைக்குல்லாவுடன் வந்தவரிடம் நாஞ்சிலின் சிரமத்தைச் சொன்னேன்.

"அய்யடா... ராத்திரியே சொல்லக்கூடாதா?" பற்சிரிப்பு பளிச்சிட்டது.

"பதினோரு மணிக்கு மேலதான் தொந்தரவு. சரியாயிடும்னு நெனச்சோம். இப்பதான் கண்ணசந்துருக்கார்."

"ஒரு கொழப்பமும் இல்லே. கண் முழிச்சதும் சொல்லுங்கோ. கட்டன் சாயா ரெடியா இருக்கு. போங்க" சுள்ளிகளைச் சுமந்தபடி நடந்தார்.

பனியினூடே சாம்பல் வெளிச்சம் இளகிக் கசிந்தது. ஈர மண்ணில் நனைந்த இலைகள். சமையல்கூடத்தின் வாசலில் விளக்கெரிந்தது. கைகளை மார்புக்குக் குறுக்கே கட்டிக்கொண்டு நடந்தேன்.

சூடான கட்டஞ்சாயாவைப் பருகியபடி நின்றேன். தேயிலைச் சரிவின்மேல் அதிகாலைப் பொழுதின் ஒளி. வளைந்து கீழிறங்கியது மண் சாலை. குன்றின் மேலிருந்த மரங்களுக் கிடையே எட்டிப் பார்த்தன ஒளிக்கதிர்கள்.

கழிவறையிலிருந்து நாஞ்சில் வெளியே வந்தார். என்னைப் பார்த்துவிட்டு மெல்ல சரிவுப்பாதையில் இறங்கிவந்தார். "புதுசா

கவிதை எழுத வந்தவனமாதிரி நிக்காம போயிட்டே இருக்கு...''
சிரித்தபோது தூக்கமின்மையின் தளர்ச்சி முகத்தைச் சுண்டியது.

சூடான கட்டன் சாயாவை கண்ணாடித் தம்ளரில் ஊற்றித் தந்தேன். ''வயித்துக் கடுப்புக்கு நல்லதுதான்'' என்றபடி தம்ளரை உள்ளங்கைக்கு நடுவில் வைத்து உருட்டினார். சிறிதே பருகினார்.

''சாருக்கு எந்தாயி?'' அனந்தன் சாமி குடுகுடுவெனச் சரிவில் இறங்கி வந்தார். பெஞ்சிலிருந்து எழுந்தார் நாஞ்சில்.

''உக்காருங்கோ'' அருகில் வந்து முகத்தை ஊன்றிப் பார்த்தார்.

''சாப்பிட்டது என்னவோ ஒத்துக்கலை. லூஸ் மோஷன். ஒறங்கவிடலை.''

நாஞ்சிலின் இடதுகையைப் பற்றி நாடியைப் பரிசோதித்தார் ''ஒண்ணுமில்லை. டீ குடிச்சிட்டு அப்பிடியே மேல போகலாம். சரி பண்ணிடலாம்.''

அனந்தன் சாமி தங்கியிருக்கும் அறை ஓவியக்கூடத்துக்கு ஏறிச் செல்லும் படிகளுக்கு அடியில் அமைந்த மிகச் சிறிய அறை. குரு சைதன்யாவின் ஓவியக்கூடம் மிக அழகானது. ஆறு ஏக்கர் அளவிலான ஆசிரம வளாகத்தின் உயரமான இடத்தில் அமைந்தது. கிழக்கிலும் மேற்கிலும் அகன்ற சுவர்களில் அளவில் பெரிய கண்ணாடிகள் பொருத்தப்பட்டிருக்கும். நீலவானம், பசுமை போர்த்திய மலைச்சரிவுகள், மிதக்கும் மேகக்கூட்டம், சிறகசைத்து மறையும் பறவைகள் என இயற்கை எழுதும் சித்திரங்களைக் காட்டும் சாளரம். காலைப்பொழுதில் இளவெயில் மெல்ல மெல்ல தேயிலைச் செடிகளின் மேல் ஊர்ந்து வரும் காட்சியைக் காணத் தகுந்த இடம். அந்தியில் வானம் சிவந்திருக்க ஒளிமங்கிய குன்றுகளில் அசைந்திருக்கும் மரங்கள். சூரியன் இறங்கி மறைந்த பின்னும் தேங்கி நிற்கும் ஒளிக்கீற்று. சரிவிலுள்ள வீடுகளில் இரவின் கண்களென மின்விளக்குகள் ஒளிரும். அவ்வப்போது ஒன்றிரண்டு நட்சத்திரங்களும்.

ஓவியச் சட்டத்தில் வரைவதெற்கெனப் பொருத்தி வைத்த கித்தானில் பல நாட்கள் ஒன்றுமே வரையாமல் உட்கார்ந்திருப்பார் குரு சைதன்யா.

சின்னஞ்சிறிய ஊதாப்பூக்கள் அசைந்திருந்த மண்பாதையில் இறங்கி வெறுமனே சாத்திவைத்த கதவைத் தள்ளித் திறந்தார் அனந்தன் சாமி. வாசலின் ஓரத்தில் மண்குவியல். சிறிய பள்ளத்தில்

எம்.கோபாலகிருஷ்ணன் • 181

நீருற்றிப் பிசைந்த மண். மரத்துண்டின் மீது மார்பளவுச் சிலை. இன்னும் வனைந்து முடிக்கப்படவில்லை. மஞ்சளும் சிவப்புமாய் டேலியாக்கள் ஜன்னலோரமாய் பூத்திருந்தன.

அறைக்குள் நுழைந்ததும் மூலிகையும் எண்ணெயும் கலந்த மணம். ஆட்டுக்குட்டியைக் கையிலேந்திய ஏசுவின் படம். அருகில் மரஅலமாரி. சிறிதும் பெரிதுமான டப்பாக்கள். கீழ்த்தட்டில் புத்தகங்கள். சிறிய மரப்பெட்டியிலிருந்து வெள்ளைக் காகிதத்தில் மடித்த பொட்டலங்களை எடுத்தார். ஒன்றைப் பிரித்து நாஞ்சிலின் உள்ளங்கையில் போட்டார். இரண்டாவது தட்டிலிருந்த பாட்டிலை எடுத்துத் திறந்தார்.

''கையை நீட்டுங்கோ...''

நாஞ்சில் உள்ளங்கையைக் குவித்து நீட்ட, தேனை ஊற்றினார்.

''நல்லா கலந்து சாப்பிடுங்கோ. உடனே நின்னுடும்.''

வெள்ளை பவுடரை தேனில் குழைத்து நக்கினார். இன்னொரு பொட்டலத்தையும் எடுத்துத் தந்தார்.

வெளியில் வந்ததும் கையைக் கழுவிக்கொண்டார் நாஞ்சில். கதவைச் சாத்திவிட்டு வந்த அனந்தன் சாமிகள் கேட்டார் ''என்னன்னு தெரிஞ்சுதா சார்?''

''தேனோட தித்திப்புல ஒண்ணும் தெரியலை.''

அனந்தன் முகம் மலரச் சிரித்தார் ''மாங்கொட்டை இருக்குல்ல. அதுக்கு உள்ள ஒரு விதை இருக்கும். அந்த விதையை நுணுக்கி யெடுத்த பவுடர் இது.''

கையிலிருந்த இன்னொரு பொட்டலத்தைப் பிரித்து முகர்ந்தார் நாஞ்சில். ஆமோதிப்பதுபோலத் தலையாட்டினார்.

''எம்.பி.பி.எஸ் டாக்டர் மாம்பழ விதைச் சூரணத்தைத் தர்றது விநோதம்தான்.''

''படிச்சது ஒடம்பப் பத்தித் தெரிஞ்சுக்கறதுக்கு. மருந்தெல்லாம் நம்ம கையிலேயே இருக்கு. சரியாப் பயன்படுத்தணும். அவ்வளவுதான்.''

''நாஞ்சில் இன்னும் தீவிரமா எழுதறார். பேப்பர் பேனா வெச்சுதான் இன்னும் எழுதறார். நிறைய எழுதணும்ங்கற ஆசை

இருக்கு. வேகமும் உழைப்பும் இருக்கு. வயசானமாதிரியே தெரியலை…'' முடிப்பதற்கு முன்பே அனந்தன் சாமி கையை உயர்த்தினார்.

"அவர் இயல்பு அது. அப்பிடித்தான் இருப்பார். கேட்டேன்னு சொல்லுங்க" நாஞ்சிலின் முகத்தை நினைவுபடுத்திக்கொண்டது போல ஒருதரம் கண்களை மூடினார்.

இப்போது அதைப்பற்றிக் கேட்கலாமா என்ற எண்ணம் எழுந்தது.

ராமகிருஷ்ணா மருத்துவமனை வாசலில் மணியைப் பார்த்த போது மிகவும் சோர்ந்திருந்தார். பருத்த பூவரசின் அடிமரத்தைச் சுற்றி அமைத்த திண்டில் உட்கார்ந்திருந்தோம். தரையில் பறவைகளின் எச்சங்கள். பம்பரக்காய்கள் சிதறிக் கிடந்தன.

''ஒண்ணுமே புரியலை'' மணியின் குரல் இடறியது.

இரண்டு மணி நேரத்துக்கு முன்பாக அலைபேசியில் அழைத்திருந்தார் ''ராமகிருஷ்ணா ஆஸ்பத்திரில இருக்கேன். அனந்தன் சாமியை அட்மிட் பண்ணிருக்காங்க. நீங்க கொஞ்சம் வர முடியுமா?''

மருத்துவமனையைச் சென்றடைந்தபோது வாசலிலேயே காத்திருந்தார். கண்கள் கலங்கி முகம் சோர்ந்து தளர்ந்திருந்தார். உடனே எதுவும் கேட்கவில்லை. அருகிலிருந்த உணவகத்துக்கு அழைத்துச் சென்றேன். முகம் கழுவித் தேநீரைப் பருகிய பின் சற்றே அமைதியானார்.

''முன்னாடியே சொன்னேன்ல. இப்ப கொஞ்ச நாளா தொந்தரவு அதிகமாயிருச்சு. போன மாசம் நான் போயிருந்த சமயத்துலகூட நாலஞ்சு பேர் வந்திருந்தாங்க. பேச்சே வித்தியாசமாதான் இருந்துச்சு. அதுக்கு முன்னாடி ஒருநாள் ராத்திரி கல்லெடுத்து அடிச்சிருக்காங்க. ராத்திரில முன்னாடி இருக்கற வேலியை உடைச்சிட்டு உள்ள போயி குருவோட வெங்கலச் சிலைக்கு முன்னால உக்காந்து தண்ணி அடிக்கறது, சத்தம் போடறதுன்னு தினம் பிரச்சினைதான். ஆனா இவர் சீரியஸா எடுத்துக்கல…''

குரு சைதன்யாவின் மறைவுக்குப் பிறகு ஆசிரமத்தில் ஆட்கள் குறைந்துவிட்டனர். மே மாதத்தில் மூன்று நாட்கள் நடக்கும் குரு

பூஜையின்போது மட்டுமே ஆசிரமத்தில் ஆள்நடமாட்டம். மற்றபடி அனந்தன் சாமி மட்டுந்தான். அவ்வப்போது ஒன்றிரண்டு பேர் மானந்தவாடியிலிருந்தோ அல்லது வர்க்கலாவிலிருந்தோ வருவதும் போவதுமாயிருப்பார்கள். குருவின் புத்தகங்கள், ஓவியங்கள், பழம்பொருள் சேகரிப்புகளையெல்லாம் வர்கலாவுக்கே எடுத்துப்போய்விட்டார்கள். அனந்தன் சாமிக்கு இங்கிருந்து போவதில் விருப்பமில்லை.

''உள்ளூர் கட்சிக்காரங்க, ரியல் எஸ்டேட் ஆசாமிக எல்லாருமா சேர்ந்து நெருக்கினதுக்கப்பறமும் ஒண்ணும் நடக்கலை. மொதல்ல எடத்தை வெலைக்கு கேட்டாங்க. அப்பறமா வாடகைக்கு மட்டும் குடுங்கன்னும் மெரட்டிப் பாத்தாங்க. ஒண்ணும் நடக்கலை. எதுவும் செய்யமுடியாது. டிரஸ்டோட சொத்து. விக்க முடியாதுன்னு சொல்லியாச்சு. ஆனா கேக்க மாட்டேங்கறாங்க.''

இப்படி எதுவும் நடக்கக்கூடும் என்று மணிக்கு அச்சம் இருந்தது. ''அவர் மட்டுந்தான் இருந்தாரா?''

''அப்பிடித்தான் சொல்றாங்க. ஆனா எனக்குத் தெரிஞ்சு ஆறு மாசமா ஒரு பையன் கூட இருக்கான். பதினெட்டு இருபது வயசு இருக்கும். ஒண்ணு ரெண்டு தடவை நானே பாத்துருக்கேன். சுறுசுறுப்பா இருப்பான். வேலையெல்லாம் செய்வான். வர்கலாலேர்ந்து வந்ததா சொன்னாரு. ஆனா அவனைப் பத்தி இப்ப ஒண்ணும் தெரியலை.''

''எப்ப நடந்துச்சு?''

''நேத்து சாயங்காலம் ஆறு மணின்னு சொல்றாங்க. இருட்டு. கிச்சன்ல இருந்திருக்கார். முன்னாடி வெளக்கு எரிஞ்சிருக்கு. என்னவோ சத்தம் கேட்டு வெளிய வந்திருக்கார். யாரும் இல்லேன்னு உள்ள போறப்ப மண்டையில அடிச்சிருக்காங்க. திரும்பினதுமே வயித்துல குத்திட்டு ஓடிட்டாங்க.''

சாலையிலிருந்து உள்ளே நுழையும் வாசலிலிருந்து சமையல் கூடத்தை அடைய நானூறு அடி தொலைவு இருக்கும். தெற்கில் வேலியை ஒட்டி பைன் மரக்காடு. அதற்கு நடுவில் ஒன்றிரண்டு மரவீடுகள் உண்டு. இப்போது யாரும் தங்குவதில்லை. அங்கிருந்து கீழே வந்தால் குருவின் சமாதி, நூலகம். அதன்பிறகு ஓவியக் கூடம். இன்னும் கீழே பிரார்த்தனைக்கூடமும் விடுதியும். கிழக்குப் பக்கத்தில் தேயிலைச் சரிவு. எனவே எந்தப் பக்கத்திலிருந்தும் யாரும் எதையும் பார்க்க முடியாது. கூச்சலிட்டாலும் கேட்க

முடியாது. ஆனால் சமையல்கூடத்தின் வடக்குப்புறத்தில் வேலிக்கு அப்பால் வீடுகள் உண்டு.

''அந்தப்பக்கமா வீட்ல இருந்தவங்க யாரோ சத்தம் கேட்டு எட்டிப் பாத்துதான் தெரிஞ்சிருக்கு. உடனே டவுன் ஆஸ்பத்திரில சேத்துட்டு என்னைக் கூப்பிட்டாங்க. ஃபர்ஸ்ட் எய்ட் பண்ணினாங்க. ஆனா கோயமுத்தூர் அழைச்சிட்டு போயிடுங் கன்னு டாக்டர் சொன்னதும் வர்கலாவுக்கும் மானந்தவாடிக்கும் தகவல் சொன்னேன். ராத்திரியே ஆம்புலன்ஸ் வெச்சு இங்க அழைச்சிட்டு வந்துட்டேன்.''

அறைக்குச் சென்றபோது அனந்தன் சாமி உறக்கத்திலிருந்தார். தலையில் கட்டு. இடது இடுப்பில் கத்திக் குத்து என்று மணி சொன்னார். போர்த்தியிருந்ததில் எதையும் பார்க்கமுடியவில்லை. அறையின் மூலையிலிருந்த அலமாரியின் கீழ்த் தட்டில் அகல் விளக்கு ஒளிர்ந்தது. இரண்டு செம்பருத்திகள்.

மானந்தவாடியிலிருந்து வந்திருந்த பிரசாத் சாமிகளிடம் விடை பெற்றுக்கொண்டு வெளியே வந்த பிறகு மணியிடம் கேட்டேன் ''போலீஸ் பிரச்சினை ஒண்ணும் இல்லையே?''

''விசாரிக்க வர்றதா சொன்னாங்க. ஆனா இவர் 'எனக்கு எதுவும் தெரியலை. யாரோ மண்டையில அடிச்சாங்க. திரும்பினேன். வயித்துல குத்தினமாதிரி இருந்துது. அதுக்கப்பறம் எதுவும் தெரியலைன்னு'தான் சொல்றார்.''

''நேத்து அந்தப் பையன் அங்க இருந்ததை யாரும் பாத்தாங்களா?''

''தெரியலை. ஆனா அவன் இப்ப எங்கேன்னு தெரியலை.''

''அவன்தான்னா இவருக்கு சுலபமா அடையாளம் தெரிஞ் சிருக்கும். அவனை வெச்சு யாராவது செஞ்சிருக்கவும் வாய்ப்பு இருக்கு.''

வட்டத் திண்ணையில் மறுபடியும் உட்கார்ந்தபோது மணி வருத்தத்துடன் சொன்னார் ''நல்லவேளை. ஒண்ணும் பிரச்சினை யில்லை. காயம் ஆழமாப் படலை. ஆனா மண்டையில அடி. ரெண்டு நாள்ல சரியாயிருவார். வேற ஏதாவது ஆயிருந்தா... பயமா இருக்கு. ஊட்டியில அப்பிடியொரு இடம் இருக்கறது எல்லார் கண்ணுக்கும் உறுத்துது. இதுமாதிரி என்னவாச்சும் செஞ்சு பயமுறுத்தப் பாக்கறாங்கபோல.''

முன்பொருமுறை அனந்தன் சாமியிடம் கேட்டது நினைவுக்கு வந்தது ''நடராஜ குரு, சைதன்யா, நீங்க எல்லாருமே பயில்வான் மாதிரி திடமா இருக்கீங்களே?''

''யோகத்துக்கு உடம்பு முக்கியம். உடம்பைத் திடமா வெச்சுக்க லேன்னா மத்தது எதுவும் சரியா வராது.''

''அவரோட உடம்புங்கறதுனால தேவலை. அதோட வந்தவனையும் அவர் சுலபமா சமாளிச்சிருப்பார். அவருக்குத் தெரியவும் வாய்ப்பிருக்கு. இல்லேன்னா அவர் சொல்றமாதிரி இருட்டுல அடையாளம் தெரியாமயும் போயிருக்கலாம்.''

''அவருக்குத்தான் தெரியும். ஆனா சொல்லமாட்டார்னுதான் தோணுது'' மணி யோசனையுடன் சொன்னார்.

மணி சொன்னதுபோல அவர் விசாரணையிலும் எதையும் சொல்லவில்லை. நான்கு நாட்கள் கழித்து மருத்துவமனை யிலிருந்து நீங்கியபோது சந்தித்தேன். உடல்நிலை இன்னும் தேறி யிருக்கவில்லை. தலையில் கட்டு. அடையாளம் கண்டு புன்னகைத்தார்.

துறவிகள் இருவருடன் அவர் காரில் புறப்பட்டுப் போன பின்பு மணியைப் பேருந்து நிலையத்துக்கு அழைத்துச் சென்றேன்.

''அவர் ஊட்டிக்குப் போகலை. இப்போதைக்கு வேண்டாம்னு கேரளாவுக்கு அழைச்சிட்டுப் போறாங்க. போலீஸ் விசாரண யிலயும் எதுவுமே தெரியலைன்னு சொல்லிட்டார். மறுபடியும் இங்க வருவார்னு தோணலை'' என்று மணி சொன்னபோது கண்கள் கலங்கியிருந்தன.

ஒலிபெருக்கியில் ரயிலின் அறிவிப்பொலி கேட்டது.

''உங்களுக்கு நேரமாயிடுச்சி'' அனந்தன் சாமி கைகளைப் பற்றினார். அந்தக் கைகளின் இறுக்கம் என்னை தளுதளுக்கச் செய்தது. அவரது அறையில் உணர்ந்த அதே வாசனை. அதே சிரிப்பும் கனிவும்.

''உங்களைப் பாத்தது ரொம்ப நிறைவா இருக்கு. கூடவே கொஞ்சம் சங்கடமாவும் இருக்கு'' சொல்லமுடியாமல் திணறி னேன்.

''எதுக்கு சங்கடம்? மறுபடி எங்காயவது இதுமாதிரி பாக் கலாம்'' எழுந்துகொண்டார்.

''ஒரு விஷயம் டாக்டர். இப்பவே கேட்டுடறேன். நீங்க பதில் சொல்லக்கூட வேணாம். ஆனா நான் கேக்கணும்.''

அவர் என் முகத்தையே சிரித்தபடி பார்த்துக்கொண்டிருந்தார்.

''அன்னிக்கு என்ன நடந்ததுன்னு நீங்க ஏன் யார்கிட்டயும் சொல்லலை?''

அவர் முகத்தில் ஒருகணம் அந்தச் சிரிப்பு மறைந்தது. ஒருகணமே. பிறகு மீண்டும் அதே சிரிப்பு.

''எதுவுமே நடக்காதபோது யார்கிட்ட என்ன சொல்லணும்?'' குரலில் இறுக்கம். சற்றே கண்டிப்புடன் சொன்னதுபோல இருந்தது.

அவர் செல்வதைக் கண்டு அப்படியே நின்றிருந்தேன். ஏதோ வொன்று என்னை அங்கிருந்த நகரவிடாமல் செய்தது. அவரிடமிருந்து கிடைக்கவேண்டிய ஒன்றைப் பெறாமலே போய்விடுவேனோ என்ற பயம். படபடப்புடன் பார்த்துக் கொண்டே நின்றேன்.

ஏதோ நினைவு வந்ததுபோல நின்றார். என்னை நோக்கி திரும்பி வந்தார். நெருங்கிக் தோளைத் தொட்டார் ''விடாம எழுதுங்க. சந்தோஷமா இருங்க.''

இப்போது அவரது முகத்தில் அதே சிரிப்பு. நான் விரும்பியதைப் பெற்றுக்கொண்ட நிறைவுடன் நடைமேடைக்கு நடந்தேன்.

கனலி - மே 2020

தலைநகரம்

புழுதியும் வெக்கையுமான ஹோஸ்பேட் சாலையின் ஒரு திருப்பத்தில் வளைந்தபோது நெடிய கோபுரம் கண்ணில்பட்டது. காரை நிறுத்தச் சொன்னான் தியோ. லாராவும் எட்டிப் பார்த்தாள். இருவரும் இறங்கினார்கள்.

'அனந்தசயனபுரம் இதுவாகத்தான் இருக்கவேண்டும்' கையிலிருந்த 'லோன்லி பிளானட்' புத்தகத்தைக் கூர்ந்துபார்த்த வாறே சொன்னாள் லாரா. தியோவின் அளவுக்கே உயரம். அகன்ற தாடையுடனான முகத்தைக் குளிர்கண்ணாடி மறைத்திருந்தது. நீண்ட கழுத்தில் பளிச்சிட்டது சிலுவைச் சங்கிலி. பழுப்புக் கூந்தலை ஒழுங்கில்லாமல் முடிந்து கிளிப்பில் அடக்கியிருந்தாள். கழுத்திலும் கன்னத்திலும் வெயில் தீட்டிய சிவப்பு. நேற்றிரவு ஹம்பி பஜாரில் வாங்கிய மணிமாலை மார்பில் கிடந்தது.

கோபுரத்தைப் பார்த்தவாறே நுழைவாயிலைத் தேடி நடந் தார்கள். வலதுபக்கமாய்ப் பிரிந்த மண்பாதையில் சில நூறு அடி களில் உடைந்த சுற்றுச்சுவரும் அதற்குப் பின்னால் மண்டபமும் விமானமும் தென்பட்டது.

'இப்படித்தான் போகவேண்டுமா?' சந்தேகத்துடன் முனகி னான் தியோ. அடர்பச்சைத் தொப்பி. கழுத்தில் காமிரா. அழுக் கான வெள்ளைச் சட்டை. சிறிதும் பெரிதுமான பைகளுடனான காக்கி பேகி பேண்ட். களைத்திருந்த முகம் வெயிலில் சிவந் திருந்தது.

'தெரியவில்லை. சரியான வழி இருக்கவேண்டும்' லாரா வளைந்து திரும்பிய சாலையை ஏறிட்டாள்.

'பார்க்கலாம்' தயங்கியபடியே மண்பாதையில் திரும்பி நடந்தார்கள்.

உலர்ந்து அடர்ந்த புற்களுக்கு நடுவே உடைந்த சுற்றுச்சுவரின் சதுரக் கற்கள் குவிந்திருக்க சிறிதும் பெரிதுமான தூண்கள் வரிசை

யாகக் கிடந்தன. சுவரையொட்டி வெளிப்பகுதியில் வரிசையாக ஆஸ்பெஸ்டாஸ் கூரையுடன் சின்னச்சின்னதாய் குடியிருப்புகள். பிளவுண்ட சுவரின் அருகே துணி துவைத்துக் கொண்டிருந்தவள் இருவரையும் பார்த்து நிமிர்ந்தாள். நீல பிளாஸ்டிக் வாளியில் சோப்பு நுரை. நெற்றியில் வேர்வை மினுக்க நைட்டியில் ஈரம் சொட்டியது.

'இப்பிடிப் போங்க' என்று ஒற்றையடிப் பாதையைக் காட்டினாள். இடிபாடுகளுக்கு நடுவே கிடந்த கற்களில் ஏறித் தாவிக் குதித்தனர் இருவரும். காய்ந்த புற்கள் அடர்ந்திருக்க கற்களுக்கு நடுவே பச்சை துளிர்த்த முட்புதர்கள். சீரமைப்பு வேலைகள் இன்னும் முழுவீச்சில் நடைபெறாததன் அடையாளங்களாய் எண்கள் இடப்பட்ட கற்கள் ஒழுங்கின்றிக் கிடந்தன. மத்தியிலிருந்த கோயிலை ஒட்டிய பகுதிகளில் மட்டும் தரைத்தளம் சீராக்கப்பட்டிருந்தது.

''அளவில் பெரிய கோயில் இல்லை. ஆனால் நிறைய சேதாரங்கள்'' லாரா கண்களை இடுக்கியபடி பார்த்தாள்.

விமானத்தின் மேற்கூரை முழுவதுமாக சேதமுற்றிருந்தது. உடைபட்ட சிற்பங்களுடன் பழுப்படைந்தும் கருத்தும் முதல் இரண்டு நிலைகள் மட்டுமே எஞ்சி நின்றன. ஐந்துநிலைக் கோபுரமாய் இருந்திருக்கலாம். மண்டபத்தின் மேற்புறச் சுவரை ஒட்டுச்சுவர் தாங்கி நின்றது.

''விருபாட்சரைப் போலவோ விட்டலர் போலவோ பெரிய கோயில் இல்லை. ஆனால் கிருஷ்ணதேவராயர் தன் மகனுக்காக அமைத்த கோயில்'' மஞ்சள் பற்கள் தெரியச் சிரித்தான் தியோ. பழுப்பான சிறிய கண்களில் சற்றே வியப்பு.

மண்டபத்துக்கு முன்னால் விரிந்திருந்த நிழலில் நீலச் சேலை அணிந்தவள் கையில் குச்சியுடன் அமர்ந்திருந்தாள். அருகில் சிறிய வயர் கூடையும் தண்ணீர் பாட்டிலும். தொல்லியல் துறை பணியாளர். இருவரையும் ஏறிட்டுப் பார்த்தவள் மீண்டும் செல்போனில் ஆழ்ந்தாள்.

கொடிமரத்தின் மூன்று நிலைகள் மட்டுமே எஞ்சி நின்றன. மேலே ஒருபுறத்தில் சக்கரமும் மறுபுறத்தில் சங்கும். அன்னப் பறவையின் வேலைப்பாடுகள் அமைந்த உடலும் அழகிய மங்கையின் தலையுமாய் ஒரு சிற்பம். தியோ தலை உயர்த்திப் பார்த்தான்.

லாரா முகமண்டபத்தின் முன்னால் நின்றாள். படிகளின் இருபுறமும் தும்பிக்கைகளற்ற யானைகள். ஒழுங்கற்ற தூண் களுக்கு நடுவே ஒளியும் இருளும். வெளவால் வாடை. முன் வரிசையில் வலதுபுறத் தூணில் யாளி பெரிய விழிகளுடன் வாய் பிளந்து நிற்க இடதுபுறத்தில் யாளிக்குப் பதிலாக வெறுமனே மலர்க்கலசம் தாங்கிய ஒரு கம்பம் நின்றது. அகன்ற தூணின் கீழ்ச் சதுரத்தில் கொண்டையிட்ட மங்கை வலதுகரத்தை இடுப்பில் வைத்து நின்றாள்.

''ராயர் தன் மகனுக்காக அமைத்த நகரம் இது. அவனைப் பெருமைப்படுத்தவென அவன் பெயரைச் சொல்லவெனக் கட்டப் பட்டது இந்தக் கோயில். அவரது கடைசி காலத்தில் கட்டத் தொடங்கியிருக்கவேண்டும். எதையும் பிரமாண்டமாய் திட்ட மிடும் அவர் இந்தக் கோயிலை இன்னும் சிரத்தையுடன் யோசித் திருப்பார். ஒருவேளை இது முழுக்கவே அழிக்கப்பட்டிருக்கலாம். இப்போது தொல்லியல் துறை இதை மீண்டும் எடுத்துக் கட்டியிருக்கக்கூடும். இன்னும் வேலை முடியவில்லை'' தியோ கொடிமங்கையின் சேலை மடிப்பின் சுருக்கங்களைச் சுட்டிக் காட்டினான்.

தூண்கள் அபாயகரமாய் சாய்ந்து இரும்புப் பூண்களால் முட்டுக் கொடுக்கப்பட்டிருக்க கூரையாக அமைக்கப்பட்டிருந்த கற்பாளங்கள் கருத்துக் கிடந்தன. இருண்ட அர்த்தமண்டபத்துக் குள் கற்களும் தூண்களும் ஒழுங்கற்றுக் கிடந்தன. தடயங் களேதுமின்றி கருவறை மொத்தமும் சிதைந்திருந்தது. கூரையில் செருகியிருந்த கற்பாளங்களுக்கு மேலே எதுவுமில்லை. துவாரபாலகர்களின் கால்களுக்குக் கீழே தாமரைபீடங்களின் சில பகுதிகள் மட்டுமே எஞ்சி நின்றன. கீர்த்திமுகத் தோரணம் ஒன்றில் பத்மாசனத்தில் ஸ்ரீதேவி இருந்தமைக்கான அடையாளங்கள்.

''தகுதியான ஒருவனை சரித்திரத்திலிருந்து அப்புறப்படுத்துவது அத்தனை சுலபமில்லை'' லாரா இடதுபுற வாசல் வழியே வெளியே வந்தபோது வெயிலில் கண்கள் கூசின.

நிழலில் அசைபோட்டுப் படுத்திருந்த பசு வாலைச் சுழற்றி ஈக்களை விரட்டியது. வடக்குப்புறச் சுற்றுச்சுவரை ஒழுங்கான வரிசையில் கற்களை அமைத்து மிகத் திருத்தமாக எழுப்பி யிருந்தனர். ஓங்கி வளர்ந்த வேப்பமரத்துக்குப் பின்னால் அடர்ந்த முட்புதர்களுக்கு நடுவே கற்பாளங்களை அடுக்கியிருந்தார்கள். கோயிலுக்குப் பின்னால் எட்டுத் தூண்களைக் கொண்ட

வெளிச்சுற்றும் நான்கு தூண்களைக் கொண்ட உள்சுற்றுமாய் அமைந்த சிறிய அழகிய ரங்கமண்டபம். உடைந்த சிற்பங்கள் ஒளியிலும் நிழலிலுமாய் நின்றன.

"சரிதான். உடைத்தும் சிதைத்தும் நெருப்பு மூட்டியும் அழித்துப் புதைக்கப்பட்ட நகரம்தான் இன்று ஒவ்வொரு நாளும் மண்ணிலிருந்து எழுந்தபடியே இருக்கிறது. உண்மையில் சாம்பலி லிருந்து உயிர்த்தெழும் வெற்றித் தலைநகரம் இது" லாரா தரையில் கிடந்த கல்லில் செதுக்கியிருந்த வாளேந்திய வீரனின் சிற்பத்தை மெல்லத் தடவினாள்.

காலடியோசை கேட்டுத் திரும்பிப் பார்த்தான் தியோ. ஒருவரை யொருவர் முந்திக்கொண்டு ஓடிவந்தது சிறுவர் கூட்டம். இரண் டொரு சிறுமிகளும். பத்துக்கும் மேற்பட்டவர்கள். அழுக்குச் சட்டையும் கிழிந்த காற்சட்டையுமாக பரட்டைத் தலையுடன் ஓடி வந்தவர்கள் அவர்களைக் கண்டதும் நின்று தயங்கினர். முகம் முழுக்க சிரிப்பு. வேர்வை மினுமினுக்கும் முகங்கள்.

மஞ்சளும் சிவப்பும் கலந்த வண்ணப் பாவாடை அணிந்த சிறுமி இரண்டடி முன்னால் நகர்ந்தாள். உடைந்த பற்களின் இடைவெளி யும் குறுகுறுத்த கண்களுமாய் லாராவைப் பார்த்துச் சிரித்தாள்.

"மேடம், கிவ் மீ ஃபிப்டி ரூபிஸ்" கையை ஏந்திக்கொண்டு லாராவின் முன்னால் நின்றாள்.

தோள்களைக் குலுக்கியபடி வியப்புடன் தியோவை ஏறிட்டாள்.

அதே நொடியில் அவளைவிட சற்றே வயதில் மூத்தவன் தியோவை நெருங்கிக் கேட்டான் "குட்மார்னிங் ஃபாரினர், கேன் யூ கிவ் மீ ஃபிப்டி ரூபிஸ். ஐ ஹேவ் டு பை ஸ்கூல் புக்ஸ்."

தியோ கண்களைச் சுருக்கி அவனைப் பார்த்துவிட்டு மறுபடியும் படமெடுப்பதில் முனைந்தான்.

தெற்கு வாயில் கோபுரமும் பாதியளவே நின்றது. உடைந்த மரக்கதவு சரிந்து கிடந்தது. அதையொட்டியே நெருக்கமாய் அமைந்திருந்தன ஆஸ்பெஸ்டாஸ் கூரையிட்ட வீடுகள். ஒரே திசையில் திரும்பியிருந்த டிஸ் ஆண்டென்னாக்கள். குழப்பமாய் கருப்பு வயர்கள். தேவியின் சிறிய கோயில் அருகே கல்யாண மண்டபம். நெருக்கமாக அமைக்கப்பட்ட தூண்கள் மட்டுமே எஞ்சி நின்றன. அங்கங்கே மண்டியிட்ட யானைகள். வாலை

மேலே சுழற்றி வாய் பிளந்த சிங்கங்கள். பெரிய கொண்டையும் வட்ட முகமுமாய் கொடிமங்கையரின் வெவ்வேறு தோற்றங் களுடனான கற்பாளங்கள். ஆஞ்சநேயர் முகத்துடனான சிற்பத்தில் எண்ணெய்ப் பிசுக்கு.

சிறுவர் கூட்டம் கலைந்தோடியிருந்தது. மூன்று பேர்மட்டுமே இப்போது பின்தொடர்ந்தனர். அதே சொற்கள். அதே மன்றாடல். அவர்கள் அதைச் சீரான இடைவெளியில் சொல்லியபடியே வந்தனர். லாராவும் தியோவும் அதை காதில்போட்டுக் கொள்ளாததைப் பற்றி அவர்கள் கவலைப்படாமல் ஒருவர் மாற்றி ஒருவர் "ஃபாரினர், ஃபாரினர்'', "கிவ் மீ பிப்டி ரூபிஸ். பென்சில் பாக்ஸ், புக்ஸ்" என்று கெஞ்சியபடியே தொடர்ந்தனர்.

நிழல் இன்னும் மேலேறியிருக்க நீலச் சேலைப் பணிப்பெண் படிகளுக்கு நகர்ந்திருந்தாள். கையிலிருந்த குச்சியால் சிறுவர்களை விரட்டிக்கொண்டிருக்க அவர்கள் அதைப் பொருட்படுத்தாமல் ஓடினார்கள்.

வெளிச்சுற்றின் நுழைவாயில் கோபுரத்தின் வடபகுதியில் இரண்டு நிலைகள் மட்டுமே எஞ்சியிருக்கத் தென்பகுதி மட்டும் இடிபாடுகளுடனே இன்னும் சற்று உயர்ந்து நின்றது. வெயில்பட்டு ஒளிர்ந்து கண்களைச் கூசியது.

படமெடுத்தபடியே தியோ முன்னால் நகர லாரா மீண்டுமொரு முறை கோயில் மண்டபத்தின் தூண்களை உற்றுப் பார்த்து நின்றாள்.

எண்ணெய் காணாத பரட்டைத் தலைச் சிறுமி அவளை நெருங்கினாள். நீலச் சேலைக்காரி குச்சியை ஓங்கியதும் சிரித்தாள்.

"ஃபாரினர், கிவ் மீ தேர்டி ரூபிஸ்" என்றாள் உடலை நெளித்துக்கொண்டு.

அவ்வளவாய் சேதப்படுத்தப்படாத முகப்பு கோபுரத்தை ஒட்டி இருமருங்கும் புங்கமரங்கள். பழுப்பும் வெண்மையுமான கோபுரத்துக்கு மரங்களின் பசுமை அழகூட்டியது. சிறுவர்கள் பின்தொடர்ந்திருக்க இருவரும் நிழலில் நின்று திரும்பி உள்ளே பார்த்தனர். வெறுமையும் இருளும் சூழ்ந்த மூப்படைந்த தோற்றத்துடன் வெயிலில் நின்றது அனந்தசயனரின் கோயில்.

வெளிப்புறத்தில் புங்கமரத்தின் வெள்ளைப்பூக்கள் உதிர்ந் திருந்த நிழலில் கோயிலைப் பற்றிய குறிப்புப் பலகை. லாரா கவனத்துடன் வாசித்துக்கொண்டிருந்தாள்.

தியோ இரண்டு நூறு ரூபாய் தாள்களை எடுத்து ஒரு சிறுவனிடம் நீட்டினான் ''யூ ஆல் ஷேர் திஷ்.''

பணத்தைப் பெற்றுக்கொண்டவன் அங்கிருந்து நகர மற்றவர்கள் தியோவை நெருங்கி நின்று கேட்டனர் ''ஃபாரினர், கிவ் மி டென் ரூபிஸ், ப்ளீஸ்.''

லாரா சிறுமியை அழைத்தாள். ஒரு நூறு ரூபாய் தாளை எடுத்து அவளிடம் தந்தாள் ''ஷேர் திஸ். ஓகே.''

அவள் தலையை ஆட்டியபடி ஓட இன்னொரு சிறுவன் அவள் கையைப் பிடித்து முதலில் பணம் வாங்கிய சிறுவனிடம் இழுத்துச் சென்றான்.

புங்கமரத்தின் நிழலுக்கு நகர்ந்த லாரா பையிலிருந்து ஒரு புத்தகத்தை எடுத்தாள். கண்ணாடியைத் தலைக்குமேல் ஏற்றிக்கொண்டு புரட்டினாள். குறிப்பிட்ட பக்கத்தைக் கண்டதும் தியோவிடம் காட்டினாள் ''மகனின் பெயரில் இந்த நகரை நிர்மாணித்து கோயிலைக் கட்டி குடமுழுக்கு செய்தபோது கிருஷ்ணதேவராயர் பலவிதமான தானங்களை அளித்திருப்பதாகக் குறிப்புகள் சொல்கின்றன. துலாபாரத்தில் எடைக்கு எடை பொன்னையும் மணியையும் தானமாகத் தந்திருக்கிறார். தண்ட நாயக்கர்களுக்கு நிலங்களும் சேனாதிபதிகளுக்கு ஆயிரம் யானை களும் ஆறாயிரம் குதிரைகளும் வழங்கப்பட்டுள்ளன. வேளாண் குடிகளுக்கு ஆயிரம் பசுக்களை அளித்திருக்கிறார்.''

சோர்வுடன் தியோ முகவாயைத் தேய்த்தான். 'பாதுகாக்கப் பட்ட உலகப் பாரம்பரிய கலைச் சின்னம்' என்ற அறிவிப்புப் பலகை நிறமிழந்து நின்றிருந்தது. கோபுரத்தை அடுத்திருந்த மண்டபத்தின் நிழலில் சரிந்துகிடந்த தூணின் மேலமர்ந்து பணத்தைப் பங்கிட்டுக் கொண்டிருந்தனர் சிறுவர்கள்.

புத்தகத்தை மூடிவிட்டு லாரா நிமிர்ந்து பார்த்தாள். கம்பீரமாக நின்றது கோபுரம்.

ஓலைச்சுவடி - ஆகஸ்டு 2020

வெள்ளம்

பாரதப்புழாவில் கரைதொட்டுப் புரண்டது புதுவெள்ளம். பகவதி மூட்டுத் திருப்பத்திலிருந்து சுழித்துத் திரும்பி பாறைகளை மேவிச் சரிந்தது. சருகுகளும் வாழைக் கன்றுகளும் மிதந்து அலைந்தன. சேம்பிலைகள் தலைகவிழ்ந்து கிடந்தன. கமல வேணி ஈரச் சேலையுடன் பகவதி மூட்டில் நின்றாள். தலையி லிருந்து சொட்டிய நீர் காலடியில் தேங்கி வழிந்தது. முகத்தைத் துடைத்தபடி குனிந்து பார்த்தாள். எண்ணெய் விளக்கின் மங்கிய வெளிச்சத்தில் பகவதியின் நெற்றியில் இட்டிருந்த மஞ்சள் பளிச்சிட்டது. கைகளைக் கூப்பி கண்களை மூடினாள். உதடுகள் நடுங்கின. 'ம்மா... ம்மா' சங்கரியின் குரல். மூச்சை உள்ளே நிறுத்தி கால்களை ஊன்றி நின்றாள். 'இங்க பாரம்மா. கூப்பிட்டுட்டே இருக்கேன். பாக்கவே மாட்டேங்கறியே. அம்மா...' செவிகளில் விழுந்த குரல் அவளை அசைத்தது. மீண்டும் குனிந்து பார்த்து கன்னத்தில் போட்டுக்கொண்டாள். மஞ்சளை எடுத்து நெற்றியில் தீட்டிக்கொண்டவள் வாழையிலை இணுக்கில் கிடந்த வெட்சி இதழ்களில் இரண்டை எடுத்து உள்ளங்கையில் இறுக்கியபடி பாறைச் சரிவின் மறுபக்கமாய் இறங்கினாள். ஆர்ப்பரிக்கும் நீரின் ஓசை. ஈரமண்ணில் பாதங்களை ஊன்றி ஒற்றையடிப் பாதையில் நடந்தாள். மீண்டும் மழைத் தூறல். செம்மண்ணில் கோடிழுத்தபடி நகர்ந்திருந்தது நத்தை.

''ஆத்து வெள்ளம் ஊரையே பொரட்டிட்டு போயிரும்போல. இன்னிக்கும் பகவதி மூட்லதான் குளிக்கணுமா. படித்துறையில குளிச்சா ஆகாதா?'' குடையுடன் நின்றிருந்த பூசாரியப்பன் கேட்டதும் கமலவேணி திடுக்கிட்டு நிமிர்ந்து பார்த்தாள். அவரது ஒல்லியான உடலில் ஒட்டிக் கிடந்தது ஒற்றை முண்டு. நரைத்த புருவங்களுக்கு மத்தியில் குங்குமப்பொட்டு.

''பொறந்த நாள் மொதலா பாத்த வெள்ளந்தானே பூசாரிப்பா. என்னையெல்லாம் ஒண்ணும் பண்ணாது'' முணுமுணுத்தபடியே நகர்ந்தாள் கமலவேணி.

''திருப்பூர்ல இருந்து தகவல் எதுவும் வந்துச்சா?'' பீடியைச் சுண்டி எறிந்தார்.

இல்லையென்று தலையாட்டியபோது வயிறு புரண்டது. நெஞ்சுக்கூட்டுக்குள் இறங்கிய மூச்சுக்காற்று வெளியேறாது திகைத்தது. தோளில் கிடந்த ஈரத்துணியைப் பற்றிக்கொண்டாள்.

''பொண்ணுகளக் கட்டிக் குடுத்துட்டு நிம்மதியாவா இருக்க முடியுது. மழை வெயிலுன்னு பாக்காம நீயும் கோயல் கோயலா வெளக்குப் போடறே. இதையெல்லாம் பாக்க வேணாம்னுதான் வீரபத்ரன் அவ்ளோ அவசரமா போய்ச் சேந்துட்டான் போல. உனக்கு அந்த சவுண்டியாத்தாதான் நல்ல வழி காட்டணும்.'' நீர் தேங்கி நின்ற தெற்குத் தெருவில் திரும்பி நடந்தார்.

கருத்த ஓடுகளில் நீர்மையின் ஒளி. புகையெனக் காற்றில் அலைந்தது சாரல். ஈரம் மினுமினுக்கும் இலைகள். படித்துறையை ஒட்டின பிள்ளையார் கோயில் திண்ணையில் ஒதுங்கி நின்றன வெள்ளாடுகள். நிறுத்தத்தில் புகையைக் கக்கியபடி வந்து நின்ற பேருந்திலிருந்து இரண்டொருவர் குடையை விரித்தபடி இறங்கி விரைந்தனர். கமலவேணி ஒதுங்கி நடந்தாள். 'இரும்மா. எல்லாரும் எறங்கினப்பறம் கடேசியா எறங்கலாம்' சங்கரி எப்போதும் கையைப் பிடித்து நிறுத்திவிடுவாள். பேருந்திலிருந்து எல்லோரும் இறங்கிய பிறகு நிதானமாகப் படிகளிலிருந்து குதித்திறங்குவாள் சங்கரி. கமலவேணி ஒருமுறை திரும்பிப் பார்த்தாள். பேருந்து காலியாக இருந்தது.

பேருந்திலிருந்து அன்றைய தினசரி வந்திருந்ததில் லாட்டரிச் சீட்டுக் கடை பரபரப்படைந்திருந்தது. ஆட்களை ஒருமுறை கூர்ந்து பார்த்தாள். அழுக்கடைந்த வேட்டியும் ஈரக் கரையுமாக ஒன்றுபோல் தெரிந்தன உருவங்கள். வீரபத்ரன் இருந்திருந்தால் இந்தச் சமயத்தில் கையிலிருந்த லாட்டரி சீட்டுகளை கூர்ந்து பார்த்தபடி இங்கேதான் நின்றிருப்பான். காற்றில் கையை ஓங்கி விசிறியவாறு 'ஒரே ஒரு நம்பர். இப்பிடி மாறி விழுந்திருந்துதுன்னா இந்நேரம் ஒரு லட்சம்' என்று ஊரக்கச் சொல்லிவிட்டு சீட்டைக் கிழித்தெறிவான். ஒருசில எண்களில் தவறிப்போகும் அதிர்ஷ்டத்தைப்போலேவே ஆயுளும் தவறிப்போனது. திருச் சூருக்கு ஓணத்திற்கான துணிச் சரக்கைத் தூக்கிக்கொண்டு போனவன் பிண ஊர்தியில் பொட்டலமாகத்தான் வந்தான்.

நீலப்பூக்கள் அடர்ந்த தரைக்கொடி பாதையை மூடியிருந்தது. டீக்கடையை ஒட்டி நின்றது குட்டிச் சுவர். இந்த மழைக்குத் தாங்குவது சிரமம்தான்.

''இத மொதல்ல இடிச்சுத் தள்ளணும். காலையில இது மொகத்துல முழிச்சா அப்பறம் என்னத்த வெளங்கும்'' வாளியில் இருந்த நீரால் கால்களைக் கழுவியபடியே நிமிர்ந்தபோது தலை துவட்டியபடி வந்து நின்றான் பாலன்.

''மொதலாளிக்கு இன்னிக்கு கோயமுத்தூர்ல ஒரு ஜோலி. வர்றதுக்கு ராத்திரியாயிரும். மீனாகிட்ட வாயக் குடுத்து சண்டை போடாம இரும்மா.''

''இத உம் பொண்டாட்டிகிட்ட சொன்னியா நீ?'' கமலவேணி ஈரச் சேலையை உதறிக் கொடியில் போட்டாள். அவன் பதில் சொல்வதற்குள் கதவு நிலையருகே சார்ஜரில் செருகப்பட்ட செல்போன் ஒலித்தது.

தரையில் விழுந்து சிதறிக் கிடந்த கொய்யாப்பழத்தை மிதித்துக்கொண்டு ஓடினான்.

இறுகிய முகத்துடன் பாதையை வெறித்திருந்தாள் கமலவேணி ''பெத்த மகளை வீட்ல வெச்சு சோறு போடற கொடுப்பினை எனக்கில்லை. என்னவோ பண்ணுன்னு அனுப்பி வெக்கற நெலமை. இப்ப இப்பிடி ஆயிருச்சே. எஞ் சாமி...'' கன்னத்தில் வழிந்த நீரைத் துடைத்தபடியே தலையைக் குனிந்தாள்.

பற்களை நெரித்தபடி வழுக்கைத் தலையைத் தடவிக் கொண்டார் முன்னிருக்கையிலிருந்த தேவராஜ். பதில்சொல்லப் போனால் வார்த்தைகள் தடிக்கும்.

''நாம என்ன அவ கழுத்தைப் புடிச்சுத் தள்ளி அனுப்பி வெச்சமா. அவளாதானே போனா. சேரி, போன எடத்துல பொழைக்கற வழியைப் பாக்கட்டும்னுதானே எல்லாருமே நெனச்சோம்'' ஜோதிமணி தலைப்பின்னலை எடுத்து முன்னால் போட்டுக்கொண்டாள். ''கௌம்பிப் போறப்ப 'அம்மாவைப் பாத்துக்க சித்தி'ன்னு எனக்கு புத்தி சொல்லிட்டு போன புள்ளே, இப்பிடி பண்ணிட்டாளே. எல்லாத்துலயும் பொறுமையா இருந்துட்டு இப்ப போயி அவசரப்பட்டிருச்சே.''

''இப்ப என்ன ஆயிடுச்சுன்னு இப்பிடி அழறீங்க?'' காரை ஓட்டிக்கொண்டிருந்த பாலன் சிடுசிடுத்தபடியே கண்ணாடி வழியே இருவரையும் முறைத்தான்.

வலுத்த மழைத்துளிகள் கண்ணாடியில் வழிய வைப்பர் சீராக இயங்கித் துடைத்தது.

ஜோதிமணி உதட்டைப் பிதுக்கியபடி முகத்தைத் திருப்பிக் கொண்டாள். சாலையில் தேங்கிய நீரை விசிறி இறைத்தபடி வேகமாய்க் கடந்துபோன இருசக்கர வாகனமொன்றின் பின்னால் உட்கார்ந்திருந்தவள் ஓட்டுபவனை இறுக்கி அணைத்திருந்தாள்.

ஒருவரும் பேசவில்லை. திருப்பூர் சென்றடைய இன்னும் இரண்டுமணி நேரமாகிவிடும். தொலைவையும் நேரத்தையும் நினைக்கும்போதே நெஞ்சடைத்தது. எட்டுமணி ரயிலைப் பிடித்திருக்கலாம். ஆனால், பாலன் முதலாளியிடம் விஷயத்தைச் சொல்லி காரைக் கொண்டு வந்திருந்தான். ''அங்க போயி ஆஸ்பத்திரிக்கு அங்க இங்கன்னு அலையறதுன்னா வண்டி இருந்தாத்தானே தேவலை.'' மனதுக்குள் என்னென்னவோ எண்ணங்கள், பயம். வெளியில் எதையும் காட்டிக்கொள்ள வில்லை.

இருக்கையில் தலைசாய்த்து கண்களை மூடி உட்கார்ந்திருந்த கமலவேணியின் கன்னத்தில் நீர் வழிந்தது. துடைக்க முற்பட வில்லை. துக்கத்தை விழுங்கினாற்போல தொண்டைக்குழி ஏறி இறங்கிற்று. ஜோதிமணி அவள் கன்னத்தைத் துடைத்தாள். இறுக்கத்தைத் தாங்கமுடியாதவர்போல தேவராஜ் கேட்டார் ''டீ குடிக்கலாம்னா எங்கயாச்சும் ஓரமா நிறுத்து பாலு.'' அவருக்கு இரண்டுமணி நேரத்துக்கு ஒருமுறை டீயும் புகையும் இல்லாமல் முடியாது.

''பாலக்காடு தாண்டி நிறுத்தலாம் சித்தப்பா. இங்க டிராபிக்ல வேண்டாம்'' பாலன் பாதையைப் பார்த்தபடியே சொன்னான். வண்டியை எங்கும் நிறுத்தும் எண்ணம் இல்லை என்றாலும் இந்த இறுக்கத்திலிருந்து வெளியே வரவேண்டும் என்ற பதற்றம் அவனுக்கும் இருந்தது. துக்கத்தை உள்ளுக்குள் வைத்துப் புழுங்கி யிருக்கும் கமலவேணியின் முகத்தைப் பார்க்கவே முடிய வில்லை. ஏற்கெனவே ரத்தஅழுத்தத்துக்கு மாத்திரைகளை விழுங்குபவள். சங்கரியின் பிரச்சினை தொடங்கிய நாளிலிருந்து ஊணும் இல்லை உறக்கமுமில்லை.

''எங்க வரணும்னு சங்கீதாகிட்ட வேணா கேட்டுக்கலாமா?'' ஜோதிமணி தயங்கியபடியே தேவராஜின் முகம் பார்த்தாள்.

யாரும் பதில் சொல்லவில்லை.

கார் திருப்பூரை அடைந்தபோது முகத்தில் அறைந்தது உச்சிவெயில். புதிய பேருந்துநிலையத்தின் அருகேயிருந்த மருத்துவமனை வளாகத்தில் அந்த வேளையிலும் நெரிசல். மரங் களற்ற வெளியில் மருத்துவமனைக் கட்டடத்தின் கண்ணாடிக் கதவுகள் கண்ணைக் கூசின. இறங்கியவுடனே கமலவேணி கழிப் பறையைத் தேடி விரைந்தாள்.

மகள் சங்கீதாவின் எண்ணை தேவராஜ் செல்போனில் அழைத்த அதே நொடியில் குரல் கேட்டது ''வாங்க மாமா. உள்ள போலாம்'' சங்கீதாவின் கணவன் சுந்தரத்தின் முகத்தில் களைப்பும் சோர்வும்.

மருந்துநெடியும் புழுக்கமுமான கூடத்தில் அனல்காற்றை சுழற்றி உமிழ்ந்தன மின்விசிறிகள். நோய்மையின் சுமையுடன் நாற்காலிகளில் காத்திருந்தனர்.

கமலவேணி வந்து சேரக் காத்திருந்தவன்போல் சுந்தரம் தணிந்த குரலில் நிதானமாகச் சொல்லியபடியே நடந்தான் ''ஐ சி யூலதான் வெச்சிருக்காங்க. பயப்படறமாதிரி எதுவும் இல்ல.''

கமலவேணியின் கண்களில் நீர் தேங்கிற்று. படிகளில் ஏறும்போது நின்று மூச்சிரைத்தாள். எதுவோ ஒன்று அவளை அவசரப்படுத்தியது. அதுவே அவளை நிதானிக்கவும் செய்தது. 'வந்திட்டியாம்மா...' சங்கரியின் குரல் ஒலித்தது.

முதல்தளத்தின் நீண்ட வராந்தாவின் மறுஎல்லையில் தீவிர சிகிச்சைப் பிரிவு. நாற்காலிகளிலும் தரையிலுமாய் கவலையுடன் முகங்கள். மெல்ல நடந்துவந்த கமலவேணிவைப் பார்த்ததும் சங்கீதா ஓடிவந்து கையைப் பிடித்தாள். ஒருகணம் தடுமாறி அவள் தோளைப் பற்றிக்கொண்டாள் கமலவேணி. மெல்ல நடத்தி ஓரமாயிருந்த நாற்காலியில் உட்காரச் செய்தாள்.

பாலன் முதுகுக்குப் பின்னால் கையைக் கட்டியபடி தீவிர சிகிச்சைப் பிரிவின் கண்ணாடிக் கதவுகளை வெறித்தான்.

''தண்ணி குடிக்கிறியா பெரிம்மா?'' சங்கீதா கேட்டதும் கமல வேணி அவள் முகத்தை ஏறிட்டாள்.

''டாக்டர் என்ன சொல்றாங்க?'' ஜோதிமணி கேட்டதும் அவள் அருகில் நகர்ந்தாள் சங்கீதா.

''காலையில பாத்துட்டு வந்து சொன்னாங்க. பயப்படறதுக்கு ஒண்ணில்லை. ஸ்கேன் பண்ணிருக்காங்க. சாயங்காலமா அஞ்சு மணிக்கு மறுபடியும் வரும்போது தெரியும்'' நாசிவிடைக்க கண்ணீரை அடக்கமுடியாமல் அம்மாவின் தோளில் சாய்ந்தாள்.

கமலவேணி குலுங்கி அழுதாள்.

''அவங்க யாரும் வர்லியா?'' தேவராஜன் ஒதுங்கி நின்ற சுந்தரத்திடம் கேட்டபோது தீவிர சிகிச்சைப் பிரிவின் கதவு திறந்தது. நீலச் சீருடையிலிருந்த செவிலி உரக்க அழைத்தாள் ''சங்கரி அட்டெண்டர் வாங்க.''

சுந்தரம் அருகில் விரைந்ததும் ஒரு தாளை நீட்டினாள் செவிலி ''இந்த பில் அமௌண்டை கட்டிட்டு வந்துடுங்க.''

''எப்பிடி இருக்காங்க?'' அருகில் நின்ற சங்கீதா தயக்கத்துடன் கேட்டாள்.

''டாக்டர்கிட்டதாம்மா கேக்கணும். அஞ்சு மணிக்கு வருவாங்க'' அவள் கதவைச் சாத்திவிட்டு மறைந்தாள்.

தாளில் பெயர் எழுதி அதற்குக் கீழே தொகை எழுதியிருந்தது.

''எவ்வளவு மாப்ளே?'' தேவராஜன் எட்டிப்பார்த்தார்.

''இருபதாயிரம் மாமா. காலையில பத்து கட்டினோம்.''

''அவங்க யாரும் வர்லியா?'' அதே கேள்வியை இப்போது பாலன் கேட்டான். சட்டைப் பைக்குள் தாளைத் திணித்துக் கொண்டவன் தலையாட்டினான் ''காலையில ஆஸ்பத்திரிக்கு வந்து அட்மிட் பண்ற வரைக்கும் ரவி இருந்தாரு. அவங்கம்மாவும் வந்திருந்தாங்க. அட்மிஷன் போட்டதுக்கப்பறமா ஆளை காணோம்.''

''போன் நம்பர்கூட என் நம்பரைத்தான் குடுத்திருக்காங்கப்பா. எவ்ளோ வெவரம் பாருங்க'' சங்கீதா ஆற்றாமையுடன் நின்றாள்.

தேவராஜ் அவள் முகத்தைப் பார்த்துச் சிரித்தார் ''எங்கம்மா ஓடிப் போயிருவான். இங்க நம்பரை குடுக்கலேன்னா ஒண்ணும் தெரியாமப் போயிருமா? இப்ப அது முக்கியமில்லை. நம்ம புள்ளைய காப்பாத்தற வழியைப் பாப்போம். மத்ததெல்லாம் இப்ப முக்கியமில்லை.''

சற்றே தள்ளி நின்று பேசிக்கொண்டிருந்த நால்வரையும் பார்த்து கமலவேணி கையசைத்தாள். ஜோதிமணியும் சங்கீதாவும் அருகில் சென்றதும் மெல்லக் கேட்டாள் ''புள்ளைங்க ரெண்டும் எங்கம்மா?''

திருப்பூர் மேட்டுப்பாளையம் மாரியம்மன் கோயிலுக்கு பின்னாலிருந்த தெருமுனையில் பனியன் மூட்டைகளுடன் ஒதுங்கி நின்ற குட்டியானை வண்டி பொறுமையின்றிப் புகை கக்கியபடி உறுமிக்கொண்டிருந்தது. முன்னால் நின்ற லாரியில் மூட்டைகளை ஏற்றிக்கொண்டிருந்தார்கள். சங்கீதா துணிகளை கொடியில் உலர்த்திவிட்டு ஈரக்கால் தடங்கள் பதிய உள்ளே மறைந்தாள்.

பொக்கைவாய் காட்டி எச்சில் வழியத் தவழ்ந்து அருகில் வந்து முகம்பார்த்துச் சிரித்தான் அகில். அவனை கவனிக்காமல் செல்போன் திரையில் ஆழ்ந்திருந்த மிதுனின் தொடையில் கையூன்றி எழ முயன்றான். கையை நீட்டி செல்போனைத் தொட முயன்றான்.

''இவன் இப்பிடியேதான் அவ்வா, வெளையாடவே வுட மாட்டான்'' சிணுங்கியபடியே அகிலின் முன்னால் திரையைக் காட்டினான்.

அகிலுக்கு உற்சாகம். திரையில் நகரும் உருவங்களைக் கண்டு கெக்கலித்தான். தரையில் தொப்பென விழுந்த அதே நொடியில் தாவிக் கையூன்றி எழுந்து சிரித்தான்.

கமலவேணி கவளத்தை நீட்ட மிதுன் ஆவலுடன் வாங்கிக் கொண்டான்.

''அம்மாவப் பாக்க கூட்டிட்டு போறியா அவ்வா?''

''சின்ன தாத்தா வருவாங்கல்ல. சொல்றேன்.''

இன்னொரு கவளத்தை உண்டவன் சுற்றுமுற்றும் பார்த்துவிட்டு ரகசியம் சொல்வதுபோல அவ்வாவிடம் திரும்பினான் ''அன்னிக்கு மத்தியானம் சாப்புடும்போதுதான் சண்டை அவ்வா. அப்பா தட்டை தூக்கி வீசிட்டாரு. வீடெல்லாம் சோறு. அம்மா அழுதுட்டே தொடச்சாங்க. அப்பா திட்டிட்டே அம்மாவைப் புடிச்சுத் தள்ளிவுட்டாரு. பாவம் அம்மா. எந்திரிச்சு பின்னால ஓடுனாங்க. நானும் அழுதுட்டே ஓடுனேன்...''

இதற்குள் அகில் செல்போனின் பொத்தான் ஒன்றை அமுக்கிவிட காட்சிகள் மறைந்தன. மிதுனின் முகம்பார்த்துச் சிரித்தான்.

''சிரிக்கறதப் பாருவ்வா...'' அவன் கன்னத்தைக் கிள்ளிவிட்டு மீண்டும் காட்சிகளை உயிர்ப்பித்துக் காட்டியதும் அகிலின் முகத்தில் பரவசம்.

''அப்பறமா பாத்ரூம்லேர்ந்து சத்தம்போட்டுட்டே வெளியே வந்து விழுந்தாங்க. பயங்கரமான சத்தம். கழுத்தைப் புடிச்சுட்டு கத்தினாங்க. உருண்டு பொரண்டாங்க. நான் பயந்துட்டு உள்ளே ஓடிட்டேன். அப்பறமா சத்தமா இருந்துச்சு...'' கன்னத்தில் வழிந்த நீரைத் துடைத்துக்கொண்ட கமலவேணி தட்டிலிருந்த சாதத்தை வழித்து ஊட்டினாள்.

செல்போன் திரையில் அசைவுகள் நின்றிருந்தன. அகில் மிதுனின் தொடையைத் தட்டிக் காட்ட முயன்றான். கண்களில் குறுகுறுப்பு. உதடுகள் அசைய எச்சில் வழிந்தது.

''ஆம்புலன்ஸ் வரும்போது இவன் பயங்கரமா அழுதிட்டிருந் தான் அவ்வா. நாந்தான் ஓடிப்போயி தொட்டில ஆட்டி வுட்டேன்.''

''போதும்டா மிது. எத்தனை தடவதான் இத சொல்லுவே. போய் வாயைக் கழுவிட்டு வா'' சங்கீதாவின் அதட்டல் கேட்டதும் அகில் தலை உயர்த்திப் பார்த்தான். அவளைக் கண்டதும் கையைத் தூக்கிக்கொண்டு எழ முயன்றான்.

''கண்ணுல பட்டா போதுமே உனக்கு. தூக்கணும்... கள்ள கிருஷ்ணா'' இரண்டு கைகளாலும் அவனைத் தூக்கி நிறுத்தித் தன் தலையால் வயிற்றை முட்டினாள். கெக்கலித்துச் சிரித்தான்.

வாசலில் தத்திப் பறந்த சிட்டுக்குருவிகளை வெறித்தபடி அமர்ந்திருந்தாள் கமலவேணி. விரல்கள் அனிச்சையாய் காய்ந்த சாதத்தை உருட்டியபடியிருந்தன.

''ஏம் பெரிம்மா, நீ எப்பதான் சாப்பிடப்போற? இப்பிடியே உக்காந்துட்டு அதையே நெனச்சிட்டு இருந்தா அவ பக்கத்துலயே உன்னையை படுக்க வெக்கறமாதிரி ஆயிடும். போதும் எந்திரிச்சு வாம்மா. இவனை தூங்க வெச்சாத்தான் சாயங்காலம் ஒரு எட்டு போயி பாத்துட்டு வர முடியும்.''

கமலவேணி பாத்திரங்களை எடுத்துக்கொண்டு உள்ளே நகர்ந்தாள். கையிலிருந்த அரிசியை வீசி இறைத்தான் மிதுன். பந்தலுக்குள் நகர்ந்த கணத்தில் குருவிகள் சரிந்திறங்கின. செல்போனில் படமெடுக்கத் தொடங்கினான்.

பார்வையாளர்கள் நேரம் முடிந்து மருத்துவமனை வளாகம் சற்றே ஓய்ந்திருந்தது. எதிரிலிருந்த மைதானத்தில் வரிசையாய் நின்ற கார்களின் மேல் விழுந்து தெறித்தது பின்மதியத்தின் வெயில். வாயைக் கொப்புளித்துத் துப்பிவிட்டு வந்து உட்கார்ந்தார் தேவராஜ்.

''கொஞ்ச நேரத்துக்கு முன்னாடி சுதாகர் போன்ல பேசினான். அங்கயே கூட்டிட்டு வரச் சொல்றான். ஆபரேசன் தேவைப்பட்டா அங்கயே பண்ணிக்கலாம்னு தைரியமா சொல்றான். செலவும் நமக்குக் கட்டுபடியாகும். எத்தனை நாளைக்கு இங்கயே நாம உக்காந்திருக்க முடியும்? ஒருநாளைக்கு செலவு முப்பதாயிரம் ரூபா ஆகுதில்ல. அவங்களும் ஒண்ணும் பட்டுக்க மாட்டீங் கறாங்க.''

''கட்டிட்டு வந்து புள்ளைகள பெத்துருக்கான். பட்டுக்காம அப்பிடியே போயிற முடியுமா?'' பாலன் சீறினான். தூக்குவாளி மூடியிலிருந்த சாதத்தை வழித்து வாயில் போட்டான்.

''போயிட்டாங்க இல்ல இப்ப. மொத நாள் எட்டிப் பாத்துட்டு போனதுதானே?'' வேட்டியில் ஒட்டியிருந்த சாதத்தை சுண்டினார் தேவராஜ்.

''செரி அதப்பத்தி இப்ப பேசி என்ன ஆகப்போகுது? இப்ப இங்க சொல்லி, ஊருக்குக் கூட்டிட்டுப் போறோம்னு சொல்லி ஏற்பாடு பண்ணலாம். மத்ததெல்லாம் அப்பறமாப் பாத்துக்கலாம் மாமா'' சுந்தரம் நிதானமாகச் சொன்னபோது அவனுடைய தொலைபேசி ஒலித்தது. எழுந்து காதில் வைத்தபடி நகர்ந்தான்.

பாத்திரங்களையும் கரண்டியையும் எடுத்துக் கட்டைப்பையில் வைத்தாள் ஜோதிமணி ''மாப்பிளையும் நாலு நாளா வேலைக்குப் போகாம இங்கயே காத்திட்டு கெடக்கறாங்க. அவங்களும் பொழப்பைப் பாக்கணுமில்ல. சுதாகர் சொல்றமாதிரி ஊருக்கே அழைச்சிட்டு போயிட்டா யாராச்சும் ஒருத்தர் மாத்தி மாத்திப் போய் பாத்துக்கலாம்.''

அருகில் வந்து நின்ற சுந்தரம் தேவராஜிடம் சொன்னான் ''இன்னிக்கு சொல்லிட்டா காலையில ஆம்புலன்ஸ் ஏற்பாடு

பண்ணி ராத்திரிக்குள்ள கூட்டிட்டு போயர்லாம். முடிவா சொல்லிட்டா பில் ரெடி பண்ணி பாக்கி பணத்தையும் கட்டணு மில்லே.''

சட்டைப்பையிலிருந்த போனை எடுத்துப் பார்த்தான் பாலன் ''செரி சித்தப்பா. சுதாகர்கிட்ட சொல்லிருங்க. நாளைக்குக் காலையிலேயே கூட்டிட்டு போயிர்லாம். மொதலாளி வேற எப்ப வரேன்னு கேட்டுட்டே இருக்காரு. இப்ப நம்ம ரெண்டு பேரும் போயி மேட்டாங்காட்டில அவங்க மாமா இருக்கார்ல அவருகிட்ட போயி நாயம் கேட்டுட்டு வர்லாம்.''

''அவஞ் சொல்றதும் சரிதான். ஒண்ணுமே கேக்காம போனாலும் எங்ககிட்ட ஒரு வார்த்தை சொல்லிருக்கலாம்லனு நாளைக்கு பேச்சு வரும்'' ஜோதிமணி கால்களை நீட்டி உட்கார்ந்தாள்.

தேவராஜ் யோசனையுடன் பார்த்தார் ''போன் பண்ணது மொதலாளியா, உஞ் சம்சாரமா?''

வேதனையுடன் சிரித்தான் பாலன் ''போனை எடுத்து காதுல வெக்க முடியல சித்தப்பா. வள்ளு வள்ளுன்னு விழறா. எப்பிடி சமாளிக்கறதுன்னே தெரியலை.''

''எல்லாம் தெரியும்டா. ஆனாலும் இப்பிடி கேந்தி புடிச்சுக் கெடப்பேன்னு நெனச்சே பாக்கலைடா. சொல்றதுக்கெல்லாம் தலையாட்டாம கொஞ்சமாச்சும் என்னன்னு கேளு. இல்லேன்னா சிரமம். பாத்துக்கோ'' தேவராஜ் தோளில் தட்டிக் கொடுத்தபோது பாலன் தலைகுனிந்தான்.

தூங்குமூஞ்சி மரத்திலிருந்து சரிந்திறங்கிய காகம் குழாயடியில் சிதறிக் கிடந்த பருக்கைகளைக் கொத்தித் தின்றது.

திருச்சூருக்கு அருகிலிருந்தது அந்த அரசு மருத்துவமனை. ஓடுகள் வேய்ந்த பழைய கட்டடத்தின் உயரமான ஜன்னல்களின் வழியே வீசியது ஈரக்காற்று. மரங்களடர்ந்த முகப்பில் திட்டுத் திட்டாக மஞ்சள் வெளிச்சம். தொலைவில் ஒலித்திருந்தது மலையாளப் பாடல். துவர்த்தை விசிறி கொசுக்களை விரட்டியபடி உரத்தகுரலில் பேசிக்கொண்டிருந்த இரண்டு பேர் அடிக்கடி ஜன்னல் பக்கமாகவே எட்டிப் பார்த்துக்கொண்டிருந்தனர். மூன்று நாட்களுக்கு முன்பு திருப்பூரிலிருந்து ஆம்புலன்ஸில் சங்கரியை இங்கே கொண்டுவந்து இறக்கியபோது சரியான மழை. அவசர

சிகிச்சைப் பிரிவுக்கு அவளைக் கொண்டுபோய்விட, விடியும் வரையிலும் ஈரமான வராந்தாவில் காத்திருக்க வேண்டியிருந்தது.

இரும்புக் கட்டிலின் மேல் கிடந்த பழம்பாயின் ஓரத்தில் நைந்தும் உடைந்தும்போயிருந்த குச்சிகளை விரல்களால் நீவிய படியே கம்பியில் தொங்கிய குளுக்கோஸ் பாட்டிலைப் பார்த்துக் கொண்டிருந்தாள் கமலவேணி. நோய்மையும் அழுக்கும் நிணமுமாய் உறைந்த கூடத்தின் தீயவாடைக்கு நாசி பழகி விட்டிருந்தது. ஜன்னலோரத்துக் கட்டில் என்பதால் அவள் பார்வையைக் கூடத்துக்குள் திருப்புவதேயில்லை. ஆனாலும் காதில் விழும் ஓலக்குரல்களையோ செவிலிகளின் அதட்டல் களையோ நாசியில் இறங்கும் இந்த வாடையையோ எதுவும் செய்யமுடியாது. எத்தனை நேரந்தான் மூச்சை அடக்கிவைக்க முடியும்? கழிப்பறைக்குச் செல்வதை நினைத்தாலே உடலெல்லாம் பதறுகிறது. கூடத்தின் கிழக்குக் கோடியில் எதிரெதிராக நான்கு கழிப்பறைகள். மலமும் சிறுநீருமாய் நுரைத்து வழியும் அறைக்குள் கால் வைக்கும்போதே உமட்டும். கண்ணை மூடிக்கொண்டு கழித்துவிட்டு வெளியில் ஓடிவரவேண்டும். காலையில் ஏழுமணிக்கு வருகிற துப்புரவு பணியாளர் வசவுகளை ஏசியபடியே பினாயில் கலந்த தண்ணீரை வெளியிலிருந்தே இறைத்துவிட்டு நகர்ந்துவிடுவார். பினாயில் வாடை கொஞ்ச நேரத்துக்கு ஆசுவாசமாயிருக்கும். வெளியில் செல்லலாம் என்றால் மருத்துவமனை வளாகத்துக்கு வெளியே பேருந்து நிலையத்தை ஒட்டியிருக்கும் பொதுக்கழிப்பறைதான். இங்கிருப் பதற்கு அது தேவலை, அவ்வளவுதான். ஆனால் போய்விட்டு வர கால்மணி நேரமாகிவிடும். பாலனோ ஜோதிமணியோ வருகிறபோதுதான் வாய்க்கும். ஆனாலும், கட்டிலுக்குக் கீழே கிடக்கும் சங்கரியின் மூத்திரப்பை நிறைந்தவுடன் கழிப்பறைக்கு எடுத்துச் சென்றுதான் கொட்டவேண்டும். இதற்கெனவே விடியற்காலை மூன்றுமணிக்கு காத்திருப்பாள். மங்கிய கூடத்தின் வெளிச்சத்தில் கட்டில்களுக்கு நடுவே படுத்திருக்கும் ஆட்களை மிதித்துவிடாமல் ஓசையெழுப்பாமல் மூத்திரமும் சிந்திவிடாமல் எச்சரிக்கையுடன் நடந்து, கழிப்பறைக்குள் கொட்டிவிட்டுத் திரும்பி வருவதே பெரும் சாகசம். இதற்கென செவிலியிடம் சொல்லி தூங்குவதற்கு முன்பே மூத்திரப் பையை மாற்றிவிட வேண்டும்.

பூச்சுதிர்ந்து விளிம்புகளில் துருப்பிடித்த இரண்டடுக்கு இரும்பு மேசையின் மீதிருந்த களிம்பை எடுத்தாள். சிறிதளவு பிதுக்கி

சங்கரியின் உதட்டில் தடவினாள். லேசான முனகல். மருந்தின் வீரியம் அவளை மயக்கத்திலேயே ஆழ்த்தியிருக்கிறது. நாசியில் பிராணவாயுக் குழாய். வலது கழுத்துக்குக் கீழே துளையிடப்பட்டு இன்னொரு குழாய். கமலவேணி எதையுமே கேட்டுக்கொள்ள வில்லை. அறுவைச் சிகிச்சை முடிந்து இரண்டு நாட்களுக்குப் பிறகு இங்கே கொண்டுவந்து கிடத்திய வேளையிலிருந்து அருகில்தான் இருக்கிறாள். இரண்டொரு முறை கண்திறந்து பார்த்தாள். ஆனால் போதமற்ற பார்வை. வாதையின் அனத்தல். விழியோரத்தில் வழியும் கண்ணீர்.

கமலவேணியும் இப்போது அழுவதில்லை. மனம் எங்கோ விலகி நின்றுவிட்டதுபோல எதையும் நினைப்பதுமில்லை, யோசிப்பதுமில்லை. காலையில் எட்டு மணிக்கு வந்து இரண்டு நிமிடங்கள் நின்றுவிட்டு நகரும் மருத்துவர்களிடமிருந்து உதிரும் ஒருசில வார்த்தைகளையும் செவிலிகள் அவ்வப்போது சொல் வதையும் மட்டுமே கவனமாய்க் கேட்டுக்கொள்ள முயல்கிறாள். நேற்றிரவு பத்துமணிக்கு உடம்பில் ஒரு சிறு உதறல். கால்களை உயர்த்தி கட்டிலில் அடித்ததுபோல் சத்தம். கண்விழித்துப் பார்த்தபோது இடதுகால் வலிப்பு வந்ததுபோல இழுத்துக் கொண்டிருந்தது. கால்களைப் பற்றியபடி உரக்க அழைத்தாள். செவிலி விரைந்து வந்தபோது இழுப்பு மட்டுப்பட்டிருந்தது. குளுக்கோஸ் குப்பியில் மருந்தொன்றைச் செலுத்திவிட்டு கமலவேணியைப் பார்த்து பயப்பட ஒன்றுமில்லை என்று சொல்லிவிட்டுப் போனாள்.

கண்கள் காந்தி உடல் சலித்துக் களைக்கும் வேளையில் கட்டிலின் ஓரமாய் சுவரில் சாய்ந்து அடுத்துப் படுத்திருப்பவளின் மேல் படாமல் கால்களை நீட்டிக்கொள்வாள். கண்கள் தானாக மூடிக்கொள்ளும். எங்கோ ஆழத்தில் சலசலத்தோடும் நீரின் இழுப்பில் உடல் நழுவி மிதக்கும் கணத்தில் சுள்ளென்று வெளிச்சக் கற்றையொன்று கண்களில் இறங்கும். 'பக்கத்துல வந்துரும்மா...' சங்கரியின் குரல் நீரோட்டத்தின் ஓசைக்கு நடுவே துலக்கமாய் ஒலிக்கும். தலைநிமிர்த்திப் பார்க்கும்போது கரையில் நின்று கையசைக்கிறாள் அவள். நீரில் இறங்க இன்னும் பயம். பழுப்புப் பாவாடையைக் கையில் பற்றி சற்றே உயர்த்தியிருக்க கொலுசுகள் மினுமினுக்கின்றன. 'வாம்மா... இங்க வந்து குளிம்மா' மீண்டும் அழைக்கிறாள். கமலவேணி மீண்டும் முக்குளித்து நீருக்குள் நீந்திக் கரையைத் தொட்டு மேலெழுகிறாள்.

ஒருகணம் திகைத்து அவள் முகத்தைக் கண்ட குதூகலத்தில் சங்கரி கைதட்டுகிறாள்.

காதோரத்தில் கொசுக்களின் ரீங்கரிப்பு. தலையை உலுக்கிக் கொண்டு சட்டென்று கண்களைத் திறந்து பார்க்கிறாள் கமலவேணி. சங்கரியின் களைத்த முகம். எழுந்து கட்டிலில் உட்கார்கிறாள். ஜன்னலுக்கு வெளியே இருட்டு தேங்கி நிற்கிறது. மரக்கிளைகளுக்கு நடுவே மஞ்சள் வெளிச்சம். கிடைக்கும் இடத்திலெல்லாம் உடலைச் சுருட்டிப் போர்வையால் மூடிப் படுத்திருக்கிறார்கள். நோய்கொண்டவர்களுக்காகக் காத்திருக்கும் அகநோயாளிகள்.

கமலவேணிக்கு எதுவுமே தெளிவில்லை. எல்லாமே சடுதியில் நடந்து சட்டென்று முடிந்துவிட்டதுபோல ஒரு மருட்சி. பாலனைப் பிரசவித்தபோது பயம். தேதி நெருங்குந்தோறும் பதற்றம் கூடியது. உடலில் ஏற்படும் சின்னஞ்சிறு மாற்றங்களுக் கெல்லாம் பயந்தாள். அடிவயிற்றின் நரம்பைச் சுண்டுவதுபோலத் தொடங்கிய வலி மெல்ல மெல்ல வலுத்தபோது மூச்சிரைத்தபடி உதட்டைக் கடித்துக்கொண்டு கண்ணீர் பெருக்கினாள். மாலையில் நான்கு மணிக்கு மருத்துவமனைக்குச் சென்றபோதும், சுகப் பிரசவமே நடக்கும், காத்திருக்கலாம் என்று நள்ளிரவு இரண்டு மணி வரை துடிக்கச் செய்துவிட்டாள் டாக்டர். ஒருசமயத்தில் சிசேரியனே பரவால்ல, பண்ணச்சொல்லுங்க என்று கத்தி ஆர்ப்பாட்டம் செய்தாள். உதவி மருத்துவராக இருந்த ரேணுகா கடுகடுத்த முகத்துடன் வந்து எச்சரித்தாள் ‘கத்திட்டே இருந்தா ஒண்ணும் பண்ண முடியாது. வயித்த அறுத்து எடுத்துட்டா செரியாப் போச்சா. அதுக்கப்பறம் வாழ்க்கை பூரா அவஸ்தை படப்போறது நீதான். பொறுத்துக்க. உள்ள இருக்கற உசுருக்குத் தெரியும், எப்ப மண்ணை மிதிக்கறதுன்னு. நீ ஒண்ணும் தீர்மானிக்க வேணாம்.’ இன்னொரு முறை கருவுறக்கூடாது என்று அப்போது செய்த உறுதி தவிடுபொடியானபோது தன்னையே நொந்துகொண்டாள். ஆனால், சங்கரி சிரமமே தரவில்லை. வீட்டிலிருந்து போய் அரைமணி நேரத்துக்குள் தலைகாட்டி விட்டாள். பெரிய அளவு வலியில்லை. சிரமமும் தரவில்லை.

அந்த நிதானமும் பக்குவமும் அவளுடனே சேர்ந்து வளர்ந்தது. எதற்குமே அவசரமில்லை. அலட்டிக்கொள்ளாமல் தேவையான வற்றை சரியான நேரத்தில் செய்துவிடும் நேர்த்தி அமைந்து விட்டது. மருதாணியை அரைத்து விரல்களிலும் உள்ளங்கையிலும்

வைத்துக்கொண்டு அலுங்காமல் தூங்கிவிடுவாள். தலையணையிலோ போர்வையிலோ ஒருதுளி பட்டிருக்காது. காலையில் எழுந்து வாசல் திண்ணையில் வாளித் தண்ணீருடன் உட்கார்ந்து கொள்வாள். ஒவ்வொரு விரலையும் நனைத்து, வலிக்குமே என்பதுபோலக் காய்ந்த மருதாணியை பொறுமையாகக் கலைத்து நீக்குவாள். விரலில் ஒட்டியிருக்கும் சிவப்பின் அழகை வியப்பாள். மருதாணியிடுவதற்கு எத்தனை நேரம் ஆனதோ அதேயளவு நேரம் பிடிக்கும் அதை கழுவியெடுக்கவும். புத்தகத்தை எடுத்துவைத்துக் கொண்டு பராக்கு பார்த்துக்கொண்டிருப்பாள். கொஞ்ச நேரத்தில் எல்லாவற்றையும் பையில் போட்டுவிட்டு ஓவியம் வரைந்து கொண்டிருப்பாள். அல்லது சமையலறையில் கமலவேணியிடம் நின்று ஒவ்வொன்றாய் கேட்டுக்கொண்டிருப்பாள். தோசை வார்ப்பாள். காய்கறியை நறுக்கித் தருவாள். பாத்திரங்களைத் துலக்கி உலரவைப்பாள். நடையில்கூட நிதானம்தான். அவசரப் படவே அவளுக்குத் தெரியாது. 'சீக்கிரம் வாடி. உனக்காக பஸ் நின்னுட்டிருக்குமா?' என்று சத்தம்போட்டால் அவள் சிரிப்பாள் 'நாம வரோம்னு டிரைவருக்குத் தெரியும். பாத்துட்டாரு. போற வரைக்கும் நிப்பாரும்மா. கத்தாதே.' அவள் ஏறியபிறகுதான் பஸ் கிளம்பும்.

எல்லாமே காலம் தவறாமல் நிதானமாகத்தான் நடந்தது. ஆனால், கல்யாணம்தான் அப்படி நடக்கவில்லை. திருப்பூரில் சங்கீதாவின் சீமந்தத்தின்போதுதான் ரவியின் குடும்பம் அறிமுகமானது. 'ஒரே மகன். அப்பா ரிடயர்ட் ஹெட்மாஸ்டர். புது ராமகிருஷ்ணாபுரத்தில் வீடு. ரெண்டு தெரு தள்ளி இன்னொரு வீடு. ரெண்டு போர்ஷன் வாடகைக்கு விட்டிருக்காங்க. நல்ல குடும்பம். செகண்ட்ஸ் வியாபாரம். பையன் டிகிரி முடிக்கலை. ஆனால் நல்லமாதிரி. சங்கரிய அவங்களுக்குப் புடிச்சுப் போச்சு. கேக்கறாங்க' என்று சுந்தரத்தின் அப்பா சொன்னபோது மறுப் பதற்குக் காரணம் எதுவும் இருக்கவில்லை. ஆனால், சங்கரிதான் பிடிவாதமாய் மறுத்தாள். 'அப்பா இல்லாம அம்மா கஷ்ட படறாங்க. அவங்களை விட்டுட்டுப் போமாட்டேன்' என்று அழுதாள். 'உங்கண்ணன் ஒருத்தன் இருக்கான். அவன் பாத்துக்க மாட்டானா? எத்தனை நாளைக்கு நீ இங்கயே இருக்க முடியும்?' என்று சமாதானப்படுத்தி ஒப்புக்கொள்ளச் செய்வதற்குள் பெரும்பாடாகிவிட்டது. அதுவரையும் பாவாடை சட்டையும், தாவணியுமாக பட்டாம்பூச்சியைப் போலத் திரிந்துகொண்டிருந் தவள் சேலைகட்டி மணமகளானாள். ஒரே வருடத்தில் பூசிய

உடம்போடு கன்னங்கள் மினுமினுக்க தாய்மையின் பூரிப்புடன் வாசலில் வந்து நின்றாள். ஆரத்தி எடுக்கும்போது கமலவேணிக்கு அவள் யாரோ போல இருந்தாள். முதல் பையன் தவழ்ந்து நிமிர்வதற்குள் அகில் வந்து குதித்தான். இருபத்தி மூன்றில் கல்யாணம். இருபத்தி ஐந்தில் இரண்டு குழந்தைகளுக்கு அம்மா. எத்தனை அவசரம்?

இப்போது சாவை எட்டிப்பார்த்துவிட்டு வருவதிலும் அவசரம் தான். இத்தனை காலமும் இருந்த அந்த நிதானமும் பக்குவமும் எங்கே போயிற்று? எதற்காக இப்படியொரு முடிவு?

பாலனுக்கு மணமாகி மீனாவுக்கும் கமலவேணிக்கும் ஒத்து வராமல் போனதை அறிந்ததுமே ரயில் பிடித்து வந்துவிட்டாள். 'நீ பேசாம எங்கூட வந்துரும்மா. நா பாத்துக்கறேன்' என்று பிடிவாதமாய் நின்றாள். மீனாவிடம் முகம்கொடுத்துப் பேசவில்லை. பாலனிடம் சண்டைக்கு நின்றாள். 'நீ சொன்னதே போதுந் தாயி. நா பாத்துக்கறேன். புள்ளைங்கள விட்டுட்டு வந்துருக்கே. நீ கெளம்பும்மா' கமலவேணிதான் சமாதானப்படுத்தி அனுப்பி வைத்தாள்.

'என் கண்ணுதான் பட்டுருச்சு' பெருமூச்சுடன் சங்கரியின் உள்ளங்கையைப் பற்றினாள். வெதுவெதுப்பான வறண்ட சருமம். கரையில் நின்று கைகாட்டிய சங்கரி இல்லை இவள். வேறொருத்தி.

கணுக்காலில் கடித்த கொசுவை அடித்தாள். விரல் நுனியில் பட்டிருந்த ரத்தத்தை புடவை நுனியில் துடைத்தாள்.

ஜோதிமணி குண்டாவிலிருந்த பிசைந்த சாதத்தின் மீது கொஞ்சமாய் ரசத்தை ஊற்றி மீண்டும் பிசைந்தாள்.

''ஆம்பளைங்க எல்லார்த்து வாழ்க்கையலயும் இன்னொரு பொம்பளை கண்டிப்பா இருப்பா. என்ன சிலபேரு வெளிப்படையா காட்டிக்குவாங்க. மத்தவங்க மனசுக்குள்ளயே ரகசியமா வெச்சுட்டு வெளிய நடிப்பாங்க. அவ்ளோதான். இதுக்கெல்லாம் சாவறதுன்னு முடிவெடுத்துட்டா எந்தப் பொம்பளதான் உசுரோட இருக்கமுடியும்?''

இன்னும் கொஞ்சம் ரசத்தை ஊற்றிப் பிசைந்தாள். பருக்கை அனைத்தும் கூழாகி ரசத்தில் கலந்திருந்தது. சங்கரியின் கழுத்துப் பக்கமிருந்த குழாயின் நுனியில் பொருத்திய பனலில் மெல்ல

வார்த்தாள். சங்கரியின் கண்கள் ஜோதிமணியின் முகத்தையே வெறித்திருந்தன. காலையில் பால்சேர்த்த இட்லி கரைசல். இப்போது ரசக்கூழ். மீண்டும் ராத்திரியில் இவற்றில் ஏதேனு மொன்று. பதினோரு மணிக்கும் நான்கு மணிக்கும் கொஞ்சம் பழச்சாறு.

தலைமாட்டில் அமர்ந்திருந்த கமலவேணி சங்கரியின் தலையைத் தடவினாள். வறண்ட மயிர்க்கற்றைகள் உள்ளங் கையில் சொரசொரத்தன.

"நீ சொல்றது ஆம்பளைங்களுக்கு மட்டுந்தானா? பொம் பளைங்க அப்பிடியில்லையா என்ன?" தேவராஜ் ஜரிகை கண்டுகளை உதறிப்போட்டார். வெயில் கற்றைகளின் ஒளியில் பளபளத்தன ஜரிகை இழைகள்.

"எல்லாருந்தான் போதுமா. அதுக்காக இப்பிடி செய்யறதுல என்ன பிரயோசம். இவதான் இப்பிடி பசியும் தெரியாம ருசியும் தெரியாம வெந்துபோய் கெடக்கறா. வேளாவேளைக்கு கொழாய்ல ஊத்தவேண்டியிருக்கு. அந்த மவராசன் உசுரோட இருக்காளான்னு எட்டிக்கூட பாக்கலை. இப்பவும் அவளோட தான் ஊர்ச் சுத்திட்டிருக்கானாம்." ஜோதிமணி சொல்லிக் கொண்டிருக்கும்போதே எச்சிலை உமிழ்ந்தாள் சங்கரி. காற்றில் தெறித்து அவள் முகத்திலும் கழுத்திலும் வழிந்தது.

"வாயை மூடிட்டு பேசாம இருக்கியா ஜோதி" கமலவேணி துணியை எடுத்துத் துடைத்தாள். சங்கரியின் கண்களில் இன்னும் ஆவேசம். உள்ளங்கைகளை இறுக்கிக்கொண்டு கட்டிலில் குத்தினாள்.

"கொஞ்சம் பேசாம இரும்மா சங்கு. ஆத்திரப்படாத. சித்தி என்னவோ சொல்லிட்டாங்க. விடு" அவள் மார்பைத் தடவினாள். எலும்புகள் மட்டுமே துருத்தித் தெரிந்த உடலை நைட்டி கூடாரம்போல போர்த்திக் கிடந்தது.

கண்ணில் நீருடன் நகர்ந்தாள் ஜோதிமணி.

"காலையில நர்ஸ் வந்து ஊசிபோட்டுருச்சா?" ஜரிகைக் கண்டுகள் தார்க்கண்டுகளாக உருமாறிக்கொண்டிருந்தன.

வேட்டிகளையும் முண்டுகளையும் சீராக அடுக்கி எண்ணிக் கொண்டிருந்த பாலன் ஆமாம் என்பதுபோல தலையாட்டினான். காதில் செருகியிருந்த பென்சிலை எடுத்துத் தாளில் எண்ணிக்

கையைக் குறித்தான் "எட்டு மணிக்கே வந்துட்டுப் போயிரும் அந்தப் புள்ளே. எட்டரை மணி பஸ்சுக்கு போறதுக்கு முன்னாடியே வந்துருமில்ல." சொல்லியபடியே தேவராஜிடன் கண்ணில் ஜாடை காட்டி வெளியே வரச்சொன்னான்.

வேட்டியை மடித்துக் கட்டியபடி வாசலுக்கு வந்து சடவு முறித்தான். இலையுதிர்த்த கொய்யாமரத்தில் துளிர்கள் தலை காட்டியிருந்தன. பாத்தியிலிருந்த கனகாம்பரச் செடிகளில் பூக்கள். யாரும் பறிக்கவில்லைபோலும். பந்தலில் படர்ந்து கூரையில் மேலேறியிருந்த அவரைக்கொடியில் வெள்ளைப்பூக்கள்.

ஜன்னல் வெளியாக எட்டிப் பார்த்து அவனை முறைத்த மீனாவைக் கண்டுகொள்ளாமல் அருகில் வந்தான் பாலன் "நேத்திக்கு டாக்டர் வந்துட்டுப் போனார்ல சித்தப்பா. என்ன சொன்னாங்க?"

வேட்டி மடிப்பிலிருந்த பீடிக்கட்டிலிருந்து ஒன்றை உருவிப் பற்றவைத்துக்கொண்டார் தேவராஜ் "மீனா ஒண்ணும் சொல்லலியா?"

"எதத்தான் சொல்றா அவ. எப்பப் பாத்தாலும் மூஞ்சியத் தூக்கி வெச்சிட்டே உக்காந்திருக்கா. இவ பக்கத்துலயும் வரதில்ல. ஒண்ணும் பண்றதுமில்ல. அந்தப் புள்ளைங்களுக்கும் அம்மா வுக்கும் ஒரு வாய் சோறு போடறதுக்கு அத்தனை ஆர்ப்பாட்டம் பண்றா. அம்மாவும் அப்பிடித்தான் புடிவாதம். உங்கறதுமில்ல. கண்ணமூடி தூங்கறதுமில்ல. ஏழரைநாட்டு கெரகம் புடிச்சு இப்பிடி ஆட்டுது."

"மிதுனு, இன்னொரு வாய் வெச்சுட்டு போடா. கண்ணு இந்தா வா" ஜோதிமணி பின்கதவு வழியாகச் சுற்றிக்கொண்டு வாசலுக்கு வந்தாள். மிதுனும் அகிலனும் வீட்டைச் சுற்றி ஓடினார்கள்.

"சித்தி இல்லேன்னா ரொம்ப சிரமம் சித்தப்பா" என்றவன் மூக்கை உறிஞ்சினான்.

"விடறா. இப்ப அதப் பத்தி பேசி என்னாகுது? சுதாகர் நம்பிக்கையா சொல்றான், உணவுக்குழாய் பாதிவரைக்கும் அரிச்சது நல்லா ஆறிருக்குதாம். ஆனா அப்பிடியே விட முடியாதாம். அதை மாத்தி வேற வெக்கறதுக்கு ஆபரேசன் பண்ணலாம்னு சொல்றாரு. மூணு லட்ச ரூவா வரைக்கும் செலவாகும். பணத்தை ரெடி பண்ணிட்டு சொன்னா ஏற்பாடு பண்ணலாம்னு சொன்னாரு."

பாலன் தலைகுனிந்தான் ''கொஞ்சந்தான் குடிச்சிருக்கா, உடனே துப்பிட்டான்னு இல்ல சொன்னாங்க. அதெப்பிடி உள்ள போயி எல்லாத்தையும் அரிச்சிருக்கு. நாக்கு வாயெல்லாம்கூட இன்னும் புண்ணு காயலை. ஏந்தான் இப்பிடியொரு வெனையைப் பண்ணாளோ.''

தேவராஜ் தலையில் விழுந்த சருகைத் தட்டிவிட்டார் ''கொஞ்சமோ நெறையவோ, அது ஆசிட் இல்லை. எச்சிலோட சேந்து உள்ளே போயிருக்கும். அப்பிடியே அரிச்சிருச்சு. நல்லவேளை இன்னும் கொஞ்சம் உள்ள போயி நுரையீரலுக்குள்ள போயிருந்தா ஒண்ணும் பண்ணமுடியாதுன்னு சொன்னாரு. உம் மொதலாளிகிட்ட கொஞ்சம் கடன் கேளு. நானும் ஏற்பாடு பண்றேன். சீக்கிரமா பணத்தை ஏற்பாடு பண்ணி ஆபரேசனை பண்ணிப் பாத்தர்லாம். புள்ளைய இப்பிடியே வெச்சிட்டு இருக்கமுடியாதில்ல. கொழந்தைங்க இருக்கு. அப்பிடியே விட்றமுடியாதில்ல.''

விறுக்கென்று வெளியில் வந்த மீனா இடுப்பில் செருகியிருந்த சேலையைத் தளர்த்தினாள் ''கடன் வாங்கிட்டு யாரு அடைக் கறதாம். கட்டுன புருஷன் திருப்பூர்ல இருக்கார்ல. அவர்கிட்ட போய் கேக்காம இவங்களையே பணத்தை ஏற்பாடு பண்ணுன்னா என்ன நாயம்?''

''நீ எதுக்கு இதுல தலையிடறே. உள்ள போ பேசாம'' பாலன் அதட்டலாகச் சொன்னதும் அவள் இன்னும் குரல் உயர்த்தினாள் ''ஏன் பேசாமப் போணும். இருக்கறதெல்லாம் இப்பிடியே செலவு பண்ணிட்டா நாளைக்கு நாம எங்க போயி பிச்சை எடுக்கறது?''

தேவராஜ் ஒன்றும் பேசாமல் நகர்ந்தார்.

''என்னமோ அவசர ஆத்தரத்துக்கு இங்க கூட்டிட்டு வந்தீங்க. இத்தனை நாள் வெச்சுப் பாத்தீங்க. நான் ஒண்ணும் சொல்லலை. இனிமேலும் அதப் பண்றே இதப் பண்றேன்னு கடனை வாங்கி செலவு பண்ணிட்டு நின்னிங்கன்னா நல்லா இருக்காது ஆமா. இவளையும் இவ புள்ளைகளையும் கொண்டுபோயி திருப்பூர்ல அவ புருஷன் வீட்ல விடறதுக்கு வழியைப் பாருங்க. அத வுட்டுட்டு என் வாயை அடக்கப் பாக்காதீங்க.''

பின்பக்கச் சந்திலிருந்து ஓடிவந்த அகில் யாரெனத் தெரியாமலே மீனாவின் கால்களைக் கட்டிக்கொண்டு எட்டிப் பார்த்தான்.

''தங்கமயிலு எங்க போயிருச்சு. ஓடி வந்து புவா வாங்கிக்கடி'' சுவர் மறைவிலிருந்து ஜோதிமணியின் குரல் கேட்டது.

அலட்சியமாக அகிலின் பிடியை உதறிவிட்டு நடந்தாள் மீனா. அவன் தடுமாறி விழுந்து உருண்டான். வாயிலிருந்த சாதம் தரையில் சிதறியது. ஜோதிமணி ஓடிவந்து அள்ளிக்கொண்டபோது அகில் பதறி அழத் தொடங்கினான்.

நிலவொளியில் அசையும் கிளைகளைப் பார்த்தபடி திண்ணையில் உட்காந்திருந்தாள் கமலவேணி. ஓட்டுக்கூரையின் மீது பதுங்கி நடந்த பூனையின் கண்கள் ஒளிர்ந்தன. பகலெல்லாம் காற்றில் உறைந்திருந்த வெம்மை சற்றே தணிந்திருந்தது.

அறைக்குள்ளிருந்து ஒலித்த உறுமல் போலொரு ஓசையைக் கேட்டு ஜன்னல் வழியாக உள்ளே பார்த்தாள். நிலவின் வெளிச்சமும் விளக்கின் மங்கிய ஒளியும் கலந்திருக்க சுவரோரத்தில் கட்டிலில் கிடந்த சங்கரி வலது கையை உயர்த்தி காற்றில் வீசுவதுபோலிருந்தது. மீண்டும் அந்த உறுமல் ஓசை. சங்கரிதான் குரலெழுப்ப முயல்கிறாள். கால்களைக் கட்டிலில் தடதடவென அடிப்பாள். சமயத்தில் விரல் நகங்களால் மெத்தையைப் பிறாண்டுவாள். அறுவை சிகிச்சை முடிந்து வந்த பிறகு சில நாட்கள் கழித்து ராத்திரி நேரங்களில் இப்படிச் செய்யத் தொடங்கினாள்.

முதல்முறையாக அந்த ஓசையைக் கேட்டபோது கமலவேணி திடுக்கிட்டு அவள் முகத்தைப் பார்த்தாள். கண்களில் ஆவேசம். கூடவே தாங்கமுடியாத வேதனையின் முள். தொண்டையிலிருந்து வெளிவராத குரலின் அமுங்கலே அப்படியொரு உறுமலாக வெளிப்பட்டது.

''என்னம்மா வேணும்?'' குனிந்து கேட்டபோது எச்சிலை உமிழ்ந்தாள்.

ஓரிரு வார்த்தைகளைப் பேச முயல்கிறாள். குழறுகிறது. உணவைச் செலுத்துவதற்கென இருந்த குழாயை அகற்றி விட்டபோதும் அந்தப் புண் ஆறவில்லை. கொஞ்சம் கொஞ்சமாய் திரவ உணவைக் கொடுத்துப் பழக்கவேண்டும் என்று சுதாகரன் சொல்லியிருந்தபோதும் ஒரு ஸ்பூனுக்கு மேல் உள்ளிறக்கச் செய்வது பெரும்பாடாயிருந்தது.

"பசிக்குதா?" குரலில் எழுந்த நடுக்கத்தை மறைக்க முடியவில்லை. பசியோ வலியோ என்னவென்று தெரியாத ஒன்றுக்கு இப்போது ஒத்தடம் தரவேண்டும்.

வலதுகை விரல் நகத்தைக் கமலவேணியின் கையில் வைத்துப் பதித்தாள். அழுத்த அழுத்த குரலில் வன்மம் கூடியது.

வலிபொறுக்கமுடியாமல் கையை இழுத்து விலக்கியபோது ரத்தம் துளிர்த்திருந்தது. உறுமல் அடங்காமல் கைகளால் மெத்தையை இழுத்துக் கிழித்தாள். கால்களை தடதடவென கட்டிலில் அடித்தாள்.

அடுத்த அறையின் கதவைத் திறந்துகொண்டு பாலன் கண்களைத் தேய்த்தபடி வந்தான்.

"என்னாச்சு?" வேட்டியை இடுப்பில் இறுக்கியபடி சங்கரியின் முகத்தை உற்றுப் பார்த்தான்.

சடாரென முகத்தைத் திருப்பிக்கொண்டவளின் இமையோரத் தில் வழிந்தது கண்ணீர்.

"இப்ப உள்ள வறீங்களா இல்லியா?" அறைக்குள்ளிருந்து மீனாவின் குரல் கேட்டது. கமலவேணி தலையைக் குனிந்தபடியே மெல்லச் சொன்னாள் "உள்ள போப்பா நீ. நா பாத்துக்கறேன்."

தம்ளரிலிருந்த பாலை ஒரு ஸ்பூனில் எடுத்துப் புகட்டினாள் கமலவேணி. வாய் திறந்து பருக தொண்டைக்குழிக்குள் இறங்கியது. மூன்றாவது ஸ்பூனை புகட்ட முயல அவள் தலையாட்டி மறுத்தாள். ஒருமுறை கமலவேணியின் முகத்தைக் கெஞ்சலுடன் பார்த்துவிட்டு கண்களை மூடிக்கொண்டாள். கண்ணீர் சுரந்து வடிந்தது.

கமலவேணி எழுந்து உள்ளே சென்றாள். கட்டிலில் அமர்ந்து சங்கரியின் கன்னத்தைத் தொட்டாள். எலும்புகள் உள்ளங்கையில் அழுந்தின. கருவளையமிட்ட கண்கள் உள்ளடங்கி ஆழத்தில் ஒளியற்றுக் கிடந்தன.

"பால் தரட்டுமா?"

அவள் தலையாட்டினாள். மங்கலான வெளிச்சத்தில் சருகு போல் கிடந்தாள். நைட்டிக்கு வெளியே கைகள் குச்சிகளைப் போல் நீண்டிருந்தன.

"பசங்க ரெண்டும் சித்தி வீட்லதான் தூங்கறாங்க. சின்ன தாத்தாவோட சின்னவன் ஒரே ஆட்டம். புடிச்சி இழுத்துப் படுக்க வெக்கறதுக்குள்ள பாடாப்போச்சு.''

பிள்ளைகள் இருவரும் அவளை நெருங்குவதேயில்லை. ஒரு நாளைக்கு ஒருதடவையாவது அவளிடம் காட்டிவிட நினைத்தாலும் அவர்கள் அறைக்குள் வருவதேயில்லை. இரண்டொரு நிமிடம் நிற்பதற்குள்ளாகவே மிதுன் மூக்கைப் பொத்திக்கொள்வான். அவனைப் பார்த்து அகிலும் அப்படியே செய்வான். ''அம்மாகிட்ட நாத்தம். ஓடி வந்துரு'' மிதுன் பின்னகர்ந்து விரைய சின்னவனும் சிரித்துக்கொண்டே ஓடி விடுவான்.

உதட்டோரத்தில் சிறிதளவு புன்னகை. சேதமான பற்களை அகற்றிவிட்டதில் தாடையின் அமைப்பே மாறியிருந்தது.

''பசிக்குதுன்னா பால் கொஞ்சம் தரட்டுமா?''

கண்களை விரித்து இன்னும் உற்றுப் பார்த்தாள் சங்கரி. உதடுகள் நடுங்கி அசைந்தன. சொற்கள் காதில் விழவில்லை.

கமலவேணி குனிந்து அவள் வாயருகில் காதை வைத்ததும் அந்தச் சொற்கள் அவளை தீயெனச் சுட்டன.

''விஷத்தை குடுத்துரேம்மா.''

எழுந்து வெளியே வந்தாள் கமலவேணி. நிலவை வெறித்த படியே திண்ணையில் உட்கார்ந்தாள். ஆற்றங்கரைப் பக்கமாய் நடக்கவேண்டும் போலிருந்தது.

இடுகாட்டிலிருந்து வந்தவர்கள் கூடத்திலேற்றிய ஒற்றை விளக்கைப் பார்த்துவிட்டு நகர்ந்தார்கள். எல்லா இடத்திலும் கழுவித் துடைத்த ஈரம். சாமியானா நிழலில் நாற்காலிகள் காலி யாகக் கிடந்தன.

புழக்கடையில் ஜாதிமல்லிக் கொடியருகே கமலவேணி தலையைத் துவட்டி நின்றபோது தேவராஜின் குரல் கேட்கவும் வாசலுக்கு வந்தாள்.

''அனுப்பி வெச்சர்லாம் பாலு. அதுதான் கரெக்ட். புள்ளையே போயிருச்சு. இனி என்னத்த இருக்கு?''

தெருமுனையில் டீக்கடை வாசலில் ரவியும் அவனுடைய அம்மாவும் நிற்பதைப் பார்த்தாள். அருகில் நின்றிருந்த காரின் உள்ளே மிதுனும் அகிலும் செல்போனில் ஆழ்ந்திருந்தனர்.

''யாரை அனுப்பி வெக்கறேன்னு சொல்றாங்க?'' ஜோதி மணியிடம் கேட்டபோது அவள் திரும்பிப் பார்த்தாள். பொழியத் தயாராய் முகத்தில் அழுகை.

''நீயே கேளு தாயீ. புள்ளைங்க ரெண்டையும் அவங்களோடயே அனுப்பி வெக்கறாங்களாம்.''

திருப்பூரிலிருந்த வந்த உறவுக்காரர் ஒருவர் திண்ணையிலிருந்த ஜக்கிலிருந்து தண்ணீரை ஊற்றிக் குடித்தார். தேவராஜையும் பாலனையும் வரச்சொல்லி அழைத்தார். கல்வாழை பூத்திருந்த மேட்டருகே மூவரும் தணிவான குரலில் பேசிக் கொண்டிருந் தனர். ஜோதிமணி, கமலவேணி, சங்கீதா மூவரையும் பக்கத்தில் வரச்சொல்லி அழைத்தார். திருப்பூர்காரர் கறாரான குரலில் சொன்னார் ''இங்க பாருங்க. அவங்களே கூட்டிட்டுப் போறேன்னு சொல்றாங்க. சரின்னு சொல்லிடுங்க. இன்னிக்கு நாம ஆத்தாமையில புள்ளைகள வெச்சுக்கறோம்னு சொல்றது ரொம்ப சுலபம். ஆனா இப்பிடியே இருந்தற முடியாதில்ல. நம்ம புள்ளையே போயிட்டா. இனி அவன் புள்ளைகளை வளக்கறது அவனோட பாடு. அதான் எனக்கு சரின்னு படுது.''

''அய்யோ சாமி. அங்க போனா புள்ளைங்கள ஒழுங்கா கவனிக்க மாட்டாங்க. வீணாப் போயிடுங்க'' ஜோதிமணி முகத்தை மூடியபடி அழுதாள்.

''அவ இருக்கும்போதே ஒழுங்காப் பாத்துக்கலை. இப்ப புள்ளைங்கள அனுப்பினா கஷ்டப்படுவாங்கப்பா. நம்ம கொழந் தைங்கப்பா... எங்கிட்ட குடுத்துருங்க. நான் வெச்சு வளத்துக் கறேன். அந்த வீட்டுக்கு வேணாம்பா...'' சங்கீதா கன்னத்தைத் துடைத்துக்கொண்டாள்.

''அவன் பெத்ததுதானே. வேணும்னா ஒழுங்கா பாத்துக் கட்டும். இல்லேன்னாலும் நாம கவலைப்படறதுக்கு ஒண்ணு மில்லே. எத்தனை நாளைக்கு நீங்களும் நானும் வெச்சுப் பாத்துக்க முடியும். ரெண்டு பேரும் நாளைக்கே வளந்து நின்னு எங்கப்பன் கிட்ட போறேன்னா நீங்க என்ன செய்யமுடியும்?'' திருப்பூர் காரரின் குரல் கடுகடுத்தது.

ஜன்னல் வழியாக எட்டிப் பார்த்த மீனா முறைத்தபடி கண்காட்டியதும் பாலன் அங்கிருந்து நகர்ந்தான்.

கமலவேணி காருக்குள் இருந்த பிள்ளைகளைப் பார்த்தபடியே அமைதியாகச் சொன்னாள் ''அவங்க சொல்றது சரிதான். அவங்களே அழைச்சிட்டுப் போட்டும்.''

விசுவிசுவெனக் கடந்துபோனது ஈரக்காற்று. புடவைத் தலைப்பை இழுத்துப் போர்த்தினாள் கமலவேணி. ஓட்டுச்சாய்ப்பிலிருந்து தாவிக் குதித்தது அணில்பிள்ளை. இன்னும் விடிந்திருக்கவில்லை. கீழ்வானின் சாம்பல் வெளிச்சம் நட்சத்திரங்களை மங்கச் செய்தது. குட்டிச்சுவர் இடிக்கப்பட்ட இடத்தில் கட்டடம் எழத் தொடங்கியிருந்தது. குவிந்து கிடந்த மணல்மேட்டில் பழைய சைக்கிளும் ஒரு மண்வெட்டியும்.

எதிர்வீட்டுக் கதவைத் திறந்து வாசலில் எட்டிப்பார்த்த ஜோதிமணி இவளைக் கண்டதும் கூந்தலை அள்ளி முடிந்தபடி இறங்கி வந்தாள்.

''இந்தக் காத்துல எதுக்கு இப்பிடி உக்காந்திருக்கே அக்கா. உள்ள போயி படுக்கலாமில்ல.''

பதில் சொல்லாமல் வாளியை எடுத்து நீரை நிறைத்தாள்.

''பன்னெண்டாம் நாளும் முடிஞ்சிருச்சில்ல. இன்னோம் அதையவே நெனச்சிட்டு கெடந்தா என்ன பண்றதுக்கா. சங்கீதா வூட்டுக்கு போய்தான் பத்துநாள் இருந்துட்டு வாவேன்.'' ஜன்னல் விளிம்பிலிருந்த பற்பசையை எடுத்து பிரஷ்ஷில் தீட்டிக்கொண்டு நகர்ந்தாள்.

வாசல் தெளித்து முடித்ததும் மீதியிருந்த நீரைப் பாதங்களில் கொட்டிக்கொண்டு நிமிர்ந்தாள் கமலவேணி. வெயில் தயக்கத்துடன் எட்டிப் பார்த்தது.

''நீ அங்க உக்காந்திருக்காத. உன்னைப் பாத்தா வம்புக்கு இழுப்பா. இங்க வா. நான் டீ போட்டு எடுத்துட்டு வர்றேன்'' முகத்தைத் துடைத்துக்கொண்டு வீட்டுக்குள் நுழைந்தாள் ஜோதிமணி.

ஜோதிமணி வீட்டுத் திண்ணையில் சாய்ந்து படுத்தபோது ரயில் தடதடத்துப் போகும் ஓசை கேட்டது. 'இது பெங்களூர் வண்டி. அஞ்சு நிமிஷம் லேட்டு' என்று சொல்லியிருப்பாள் சங்கரி. எந்த

நேரத்தில் எங்கே போகும் வண்டி என்பதை மிகச் சரியாகச் சொல்லிவிடுவாள். கணுக்கால் அளவு நீரோடும் ஆற்றைக் கடந்து மூங்கில் காடுகளைத் தாண்டி செம்பருத்திகள் பூத்த வேலி யோரங்களில் நடந்து வயல் வரப்புகளில் தடுமாறி விரைந்து பாலப்புரம் ஸ்டேஷனில் நிற்கும்போது அவளுக்கு அத்தனை உற்சாகமாயிருக்கும். அந்த ஆற்றங்கரை மேட்டிலேயே அய்யர் மடத்திலேயே சாம்பலாகிக் கரைந்துபோனாள்.

கமலவேணி கண்களை மூடினாள்.

''நீ ஒண்ணும் யோசிக்காதம்மா. ஒரு போன் போட்டு சொல்லு. நா வந்து உன்னைக் கூட்டிட்டு போயிர்றேன். நான் உன்னை உக்கார வெச்சு சோறு போடறேன்'' ஆற்றங்கரையில் நின்று விடைபெறும் போது தோளை அணைத்தபடி சொல்லிக் கொண்டிருந்தாள்.

ஆற்றைக் கடந்து அவள் மூங்கில் தோப்புக்கு அப்பால் மறையும் வரை கமலவேணி பார்த்துக் கொண்டே நின்றாள்.

மூங்கில்கள் காற்றில் உரசி முனகுகின்றன. கையகலத் தேக்கிலைகள் உதிர்ந்து தரையில் அலைகின்றன. அவள் கையாட்டியபடியே பார்வையிலிருந்து மறைகிறாள்.

''ம்மா... எதுக்கு இங்க படுத்துருக்கறே. நேரமாயிருச்சு. மொதலாளியோட திருச்சூர் வரைக்கும் போறேன். மத்தியானம் சாப்பாட்டுக்கு வரமாட்டேன். நீ போயி சாப்புட்டுட்டு வந்து அப்பறமா படுத்துக்கோ'' பாலனின் நெற்றியில் சந்தனத் தீற்றல்.

மீனா வாசலில் நின்று எட்டிப் பார்த்தவுடன் விலகிப் போனான்.

பசித்தது. நேற்றிரவும் சரியாகச் சாப்பிடவில்லை. எழுந்து மெதுவாகப் புழக்கடைக்குச் சென்று பல்லைத் தேய்த்தாள். முல்லைப் பந்தலுக்குக் கீழே தவிட்டுக் குருவிகளின் சத்தம். தென்னையிலிருந்து குரும்பையொன்று ஓட்டின்மேல் விழுந்து உருண்டது. கோயில் ஒலிபெருக்கியில் கரகரப்புடன் ஏதோ அம்மன் பாடல். வீட்டுக்குள் நுழைந்து அடுக்களைப் பக்கமாய் நடந்தவள் புதியவொரு இடத்துக்கு வந்ததுபோலத் தடு மாறினாள். இத்தனை நாட்களில் அடுக்களைக் கதவைச் சாத்தியதே யில்லை. இப்போது சாத்தியிருந்தது. தாளிட்ட கதவில் பூட்டு. உற்றுப் பார்த்தாள். பூட்டித்தான் இருந்தது. மெல்ல இழுத்துப் பார்த்தாள். அசையவில்லை.

நிலைப்படியில் வைத்திருந்த பாத்திரத்தை அப்போதுதான் கவனித்தாள். மெல்லக் குனிந்து பார்த்தாள். சிறிய எவர்சில்வர்

குண்டா. மூடியைத் திறந்து பார்த்தாள். இரண்டு சப்பாத்திகளும் சிறிய கிண்ணத்தில் தக்காளி வணக்கலும் இருந்தன. அப்படியே மூடிவைத்துவிட்டு கூடத்துக்கு வந்தாள். நேற்றிரவு சாப்பிடாமல் வைத்தது அப்படியே இப்போது வெளியில் வைக்கப்பட்டிருக்கிறது. வாசற்படியில் வந்து நின்றபோது வயிறு பொறுமியது. அப்படியே நின்றாள். உலர்ந்த கொய்யா இலைகள் காற்றில் புரண்டிருந்தன. தலையைத் தொடும் உயரத்திலிருந்த கிளையிலிருந்து துளிரிலை ஒன்றைக் கிள்ளி வாயிலிட்டபடி மெல்ல நடந்தாள்.

நடமாட்டமற்ற தெருமுனையில் திரும்பி படித்துறைக்குப் போகும் பாதையில் சென்றாள். லாட்டரிசீட்டுக் கடை திறந்திருக்கவில்லை. மறுகரையில் ரயில் சத்தம் கேட்டது. சலசலத்தோடும் வெள்ளத்தின் ஓசை. மேல்கரைக்கு வந்துவிட்டதாக நேற்றே அறிவித்திருந்தார்கள். கரையோர வாழைகள் காற்றில் சாய்ந்திருந்தன. மண்பாதையில் தேங்கிய நீரில் மிதந்திருந்தன இலைகளும் சருகுகளும். மழைத்துளிகள் விழுந்தன. புடவையை இழுத்துத் தலையில் போர்த்திக்கொண்டாள். பூவரசு மரத்துக்குக் கீழே சாய்ந்திருந்த வண்டியில் பலாக்காய்கள். வெயில் மந்தமாகிப் பொழுது இருட்டியது.

கலங்கிய சேற்றில் எருமைகள் புரண்டிருக்க நசுங்கிய புற்களுடனான வரப்பில் கால்வைத்து நடந்தாள். தூறல் வலுத்திருந்தது. பழுப்பு வெள்ளம் பொங்கி நுரைத்து பெருக்கெடுத்தோடிய கரையோரமாய் நின்றாள்.

"ஆத்துல எப்பிடிம்மா தண்ணி வருது?"

"மழை வந்தா ஆத்துல தண்ணி வரும்."

"இந்தத் தண்ணி எங்கம்மா போவுது?"

"கடலுக்குப் போகுது."

"கடல் எங்க இருக்கு?"

"தூரத்துல."

"எவ்ளோ தூரம்?"

"ரொம்ப தூரம்."

"நீ கடல் பாத்திருக்கியா?"

"ம். இல்லை. பாத்ததில்லை."

"அப்பறம் எப்பிடித் தெரியும்?"

"சொல்லிருக்காங்க."

"என்னைக் கூட்டிட்டுப் போய் காட்டுறியா?"

"ம். நீ பெரியவளானதும் கூட்டிட்டுப் போய் காட்டறேன்."

"கடல் பெரிசா இருக்குமா?"

"ம். ரொம்ப பெரிசா இருக்கும்."

கைபிடித்தபடியே கரையோரமாய் நடந்தவளின் கேள்விகள் ஒலித்தன. வாய் ஓயாமல் பேசிக்கொண்டே நடக்கும்போது தோன்றினாற்போல பதில் சொல்வாள் கமலவேணி. சங்கரிக்கு ஆற்றில் இறங்க பயம். நீச்சல் கற்றுக்கொள்ளவேயில்லை.

"இந்த ஊர்ல பொறந்து வளந்துட்டு நீஞ்ச தெரியலேன்னு சொன்னா சிரிப்பாங்க" சங்கீதா நீரிலிருந்து உரக்கச் சொன்னபோது சங்கரி அலட்சியமாய் சிரித்தாள் "ஊர்ல ஆறு இருந்தா நீஞ்சத் தெரிஞ்சிருக்கணுமா என்ன?"

பகவதி மூட்டுக்குச் செல்லும் பாதையில் மேலேறினாள். காற்றடித்ததும் முகத்தில் தெறித்தது சாரல். பாறைகளைத் தழுவியோடியது வெள்ளம். மறுகரையில் அடர்ந்த மரங்கள் காற்றில் ஆடின. இன்னும் சற்று தள்ளி அய்யர் மடத்திலிருந்து புகை மேலெழுந்தது.

நிதானமாகச் சரிவில் இறங்கி நீரில் கால்வைத்தாள். பாறையைப் பிடித்துக்கொண்டே இன்னும் கீழே இறங்கினாள். பழகிய தடம்தான் என்றாலும் கால்கள் பிடி கிட்டாமல் நழுவின. நிதானித்து கால்களை ஊன்றித் தண்ணீரைக் கைகளால் விலக்கிய படியே நகர்ந்தாள். ஆற்றின் வேகம் உடலை இழுத்தது. மூழ்கிய பாறைகளை பாதங்களால் அறிந்து கைகளை ஊன்றி நடந்தாள். பகவதி கோயிலுக்கு மேற்கே ஆறு சுழித்துத் திரும்பும். விசையும் கூடும். சற்று ஆழமும்கூட. மெல்ல அந்த இடத்தை நோக்கி நகர்ந்தவள் ஒருமுறை கரையைப் பார்த்தாள்.

"அம்மா, அங்க போகாதம்மா. பக்கத்துல வந்துரு." பாவாடையைச் சுருட்டியபடி சங்கரி கை அசைக்கிறாள். மாலையின் பொன்னொளி அவள் கூந்தலை ஒளிரச் செய்கிறது.

எம்.கோபாலகிருஷ்ணன்

"நீயும் என்கூட வரியாம்மா?"

"எங்க வரணும்?"

"ரொம்ப தூரம். ரொம்ப ஆழம்."

"அப்பிடி என்ன இடம்?"

"இருட்டா இருக்கும். பயப்படக்கூடாது."

"நீ இருக்கேல்ல. அப்பறம் என்ன பயம்?"

"ஆனா எனக்கு நீச்சல் தெரியாது. உனக்கு நீச்சல் தெரியுமே."

"அதுனால என்ன?"

"நீ நீந்தி மேல வந்துருவியே."

"அப்பிடியொண்ணும் இல்லை. நீந்தாம விட்றலாம்."

"முடியுமா?"

"ம். முடியுமே."

"அப்பிடின்னா வா. ஆனா என்னை விட்டுட்டு நீ நீந்தி மேல போயிறக்கூடாது. ப்ராமிஸ்."

"இல்லடா. உன்னை விட்டுட்டுப் போவேனா. கூட்டிட்டு போ."

இப்போது ஆற்றுவெள்ளம் அவளை இழுத்துச் சென்றது. அவள் கைகால்களை அசைக்கக்கூடாதென முயன்றாள். இழுபட்டு பாறையருகே சென்றது உடல். இயல்பாய் கைகள் அசைய உடல் மிதந்தது. தலை தண்ணீருக்கு மேலே எழுந்ததும் சங்கரியின் குரல் ஒலித்தது.

"நான் சொன்னேன்ல. நீ மேல வந்துருவேன்னு."

முகத்திலிருந்து நீரைத் துடைத்துக்கொண்டாள் "இப்பப் பாரு. சொன்னமாதிரியே மேல வரமாட்டேன்."

மூச்சை உள்ளிழுத்து நிறுத்தினாள். கைகளை மேலே உயர்த்தி நீருக்குள் அப்படியே அமிழ்ந்தாள். கால்களை மடக்கி உட்கார்ந்தாள். மார்பும் கழுத்தும் மூழ்கியபோது கால்கள் ஆழத்தில் ஊன்றி யிருந்தன. முகம் மறைந்தது. பிறகு மேலுயர்ந்த கைகளும் மூழ்கிய போது ஆற்றுவெள்ளம் சமனடைந்து பாறையில் மோதி நகர்ந்தது.

ஆவநாழி - ஜூலை 2020

எம்.கோபாலகிருஷ்ணன் நூல்கள்

நாவல்கள்

அம்மன் நெசவு - 2002, 2022
மணல் கடிகை - 2004, 2012
மனைமாட்சி - 2018
தீர்த்த யாத்திரை - 2021

குறுநாவல்கள்

வால்வெள்ளி 2018
மாயப் புன்னகை 2020

சிறுகதைத் தொகுப்புகள்

பிறிதொரு நதிக்கரை 2000, 2015
முனிமேடு 2007
சக்தி யோகம் 2018
மல்லி (தேர்ந்தெடுக்கப்பட்டவை) 2019

கட்டுரைகள்

நினைவில் நின்ற கவிதைகள் 2018
மொழி பூக்கும் நிலம் 2019
ஒரு கூடைத் தாழம்பூ 2019

கவிதை

குரல்களின் வேட்டை 2000

மொழிபெயர்ப்புகள்
ஆங்கிலத்திலிருந்து

ஈஷாவாஸ்ய உபநிஷத் ஓர் அறிமுகம் 1999
ஒரு அடிமையின் வரலாறு-பிரெடரிக் டக்ளஸ்-2001
வாழ்விலே ஒரு நாள்-சோல்செனிட்சன்-2003
காதலின் துயரம்-கதே-2006
அறிவு-நாராயண குரு-2021
ஆன்டன் செகாவ் கதைகள்-2021

மொழிபெயர்ப்புகள்
ஹிந்தியிலிருந்து
சிவப்புத் தகரக் கூரை-நிர்மல் வர்மா-2013
துயர் நடுவே வாழ்வு-திகார் பெண் கைதிகளின் கவிதை-2015
வால்காவிலிருந்து கங்கை வரை-ராகுல சாங்கிருத்யாயன்-2020